आदिवासी साहित्य:
चिंतन आणि चिकित्सा

आदिवासी साहित्य : चिंतन आणि चिकित्सा

डॉ. तुकाराम रोंगटे

TM
दिलीपराज प्रकाशन प्रा. लि.
२५१ क, शनिवार पेठ, पुणे - ४११ ०३०.

आदिवासी साहित्य : चिंतन आणि चिकित्सा (समीक्षा)
Adivasi Sahitya : Chintan Ani Chikitsa

लेखक : डॉ. तुकाराम रोंगटे

ISBN : 978 - 93 - 82988 -99 -1

प्रकाशक । राजीव दत्तात्रेय बर्वे । मॅनेजिंग डायरेक्टर ।
दिलीपराज प्रकाशन प्रा. लि.। २५१ क, शनिवार पेठ, पुणे ४११०३०.

दूरध्वनी क्रमांक (फॅक्ससहित)
२४४७१७२३। २४४८३९९५ । २४४९५३१४

लेखक - डॉ. तुकाराम रोंगटे ।
मराठी विभाग । पुणे विद्यापीठ । पुणे ४११००७.
भ्रमणध्वनी - ९९२१२२८७२४

प्रथमावृत्ती । २६ जानेवारी २०१४

प्रकाशन क्रमांक । २०९१

अक्षरजुळणी । प्रमोद दिवार

मुद्रित शोधन । एस. एम. जोशी

मुखपृष्ठ । सुहास चांडक

निसर्ग निष्ठा जपणाऱ्या, निकोप जीवन जगणाऱ्या,
भारतीय संस्कृतीला सशक्त करणाऱ्या दुर्लक्षित असंख्य
आदिवासी मूळ भूमीपूत्रांना...

काळूराम दोधडे
नजूबाई गावित
कॉ. वाहरु सोनवणे
डॉ. विनायक तुमराम
या सच्च्या कार्यकर्त्यांना...

प्रस्तावना

डॉ. तुकाराम रोंगटे यांचा 'आदिवासी साहित्य : चिंतन आणि चिकित्सा' हा ग्रंथ आदिवासी संस्कृती, धर्म, कला, तत्त्वज्ञान, साहित्य अशा अनेक सांस्कृतिक प्रवाहांचा वेध घेणारा संशोधनात्मक ग्रंथ आहे. दलित साहित्य व दलित चळवळीनंतर स्वतःचे आत्मभान प्रत्येक क्षेत्रात पेरणारा समुदाय म्हणून आदिवासी समाजाची नोंद अपरिहार्य आहे. संशोधक, कलावंत, तत्त्वज्ञ, विचारवंत, कवी, कथाकार, कादंबरीकार यांच्या नव्या नव्या पिढ्या आदिवासी समाजाच्या उत्थानप्रक्रियेतून अस्मितादर्शक वाटचाल करीत आहेत. ह्या मालिकेत डॉ. रोंगटे ह्यांचे संशोधन आणि लेखन महत्त्वाचे ठरले आहे.

डॉ. रोंगटे यांनी 'आदिवासी आयकॉन्स' जगासमोर आणून समाजऋण फेडलेच; पण 'आदिवासींची नियतकालिके' या उपेक्षित विषयावर संशोधन करून आदिवासी साहित्यप्रवाहात आणि मराठी नियतकालिकांच्या इतिहासात शिल्लक राहिलेली महत्त्वपूर्ण उणीव भरून काढली आहे. पुणे विद्यापीठासारख्या प्रतिष्ठित उच्चशिक्षण केंद्रातून संपूर्ण जगाकडे पाहण्याचा उदार व वस्तुनिष्ठ दृष्टिकोन अंगीकारलेली डॉ. रोंगटे यांची प्रतिभा व प्रज्ञा ही आदिवासी संस्कृतीच्या सर्वच प्रवाहांना पेलताना या ग्रंथात यशस्वी झाल्याचे सत्य समजून घ्यावे लागेल.

निसर्ग, कला आणि पावित्र्याचा हजारो वर्षांपासून आदिवासी समाजात रुजलेला अनुबंध हा आदिवासी संस्कृतीची थोरवी सिद्ध करतो. याच सूत्रांचा विकास लेखकाने केलेला दिसून येतो. जमिनीच्या एका तुकड्यावर शेती केली की, नंतर तो सोडून दुसरीकडे शेती करण्याची पद्धती आदिवासी लोक अवलंबतात. कारण जमिनीच्या तुकड्यावर ताण येत नाही. जमिनीची सुपीकता टिकून राहते. जमिनीत काही पिकलेच नाही, तर आदिवासी कंदमुळे खाऊन व रानमेव्यावर

जगून दिवस काढतो; पण तो इतर शेतकऱ्यांप्रमाणे झाडाला लटकून फाशी घेत नाही, असे सुंदर व यथार्थ निरीक्षण डॉ. रोंगटे यांनी नोंदविलेले आहे. स्त्रियांवर उपासमारीची वेळ आली तरी त्या न डगमगता परिस्थितीला सामोरे जातात; परंतु त्या वेश्याव्यवसाय अथवा भीक मागण्याच्या मार्गाला जात नाहीत; हे वास्तवातून उदयास आलेले आकलन, डॉ. रोंगटे यांच्या अभ्यासाचे सामर्थ्य दर्शविते.

प्राणी व पक्षिसृष्टीशी तादात्म्य पावलेला आदिवासी समाज, त्यांनाच कुलाचार बनवून वृक्षांसह प्राण्यांनाही पवित्र मानू लागला. आदिवासी संस्कृतीचे हे खास वैशिष्ट्य प्रस्थापित व्यवस्थेतील संस्कृतीच्या सर्वच कैवाऱ्यांना अंतर्मुख करणारे आहे. तुळस, बेल, मासा, पक्षी अशी चित्रे गोंदून घेण्याची आदिवासींमधील प्रथा याची साक्ष आहे. वाघ, पोपट अशी कुलचिन्हे विविध आदिवासी जमातीत सन्मानित आहेत. आदिवासींमधील स्त्रीस्वातंत्र्य व स्त्री-पुरुष समता ही प्रगतीचा डंका पिटणाऱ्या वर्णीय समाजाला लाजविणारी आहे. नवऱ्यामुलाचे चातुर्य, क्षमता व बुद्धिमत्ता तपासण्याचे पूर्ण स्वातंत्र्य आदिवासी मुलीला परंपरेतूनच मिळते, ज्याची वानवा प्रस्थापित पुरुषसत्ताक विषम समाजात आजही आहे. आदिवासी समाजाच्या अनेक विधायक मूल्यात्मक सूत्रांची पेरणी लेखकाने या ग्रंथात केली आहे.

आदिवासींनी परिश्रमपूर्वक सुजलाम सुफलाम बनविलेल्या शेतजमिनी, बाहेरून आलेल्या आर्यांनी शस्त्रांचा धाक दाखवून ताब्यात घेतल्याचा व त्यांची कत्तल केल्याचा इतिहास लेखकाने अत्यंत कमी शब्दांत मांडला आहे. आदिवासी समाज हा 'मातृसत्ताक' असल्याचेही चिंतनसूत्र ते मांडतात. अशा ऐतिहासिक सूत्रांची मांडणी करताना काही प्रमाण दिले असते, तर त्यांचे संशोधन अधिक प्रगल्भ झाले असते. परंतु आर्यांनी भारतातील एतद्देशीयांना व आदिवासींना शस्त्राच्या बळाने जिंकून गुलाम केल्याचा व त्यांना पिटाळून लावल्याचा इतिहास अनेक संशोधकांनी यापूर्वीच मांडला आहे. त्यामुळे डॉ. रोंगटे यांचे विवेचन व चिंतनसूत्रे संशोधनसिद्धच आहेत.

गुरू द्रोणाचार्यांनी केलेला एकलव्यावरील अन्याय हा तर आदिवासी संस्कृतीच्या गाभ्यातला सर्वाधिक वेदनामय सांस्कृतिक संघर्ष आहे. दलित व आदिवासी कवींनी या वेदनेची अनुभूती त्यांच्या असंख्य कवितांमधून अभिव्यक्त केल्याचे दिसते. एकलव्याचा अंगठा गुरुवर्य नसलेल्या द्रोणाचार्यांनी घेऊन केवळ एका व्यक्तीवर अन्याय केला असे नसून, आदिवासी संस्कृतीवरील वैदिक संस्कृतीचा हा पहिला घाव असल्याचे मत लेखक परखडपणे मांडतात. या प्राचीन

सांस्कृतिक अन्यायाची परंपरा आजही चालूच असून जागतिक स्तरावरील अमेरिकन 'रेड इंडियन', ब्राझिलमधील 'कोगूई' व अमेझॉन-फिलिपाईन्समधील 'बंटुक' व 'कलींग' यांसारख्या आदिवासींना सुधारण्याच्या नावाखाली, शस्त्रांचा धाक दाखवून मालमत्ता लुबाडण्याचे कारस्थान कसे केले जाते, याचे दर्शन या ग्रंथात बघायला मिळते.

आदिवासींच्या वेदनेची ही सत्यकथा प्राचीन काळापासून वर्तमानाला भिडते व वैदिक संस्कृतीसह पाश्चात्त्य संस्कृतीही कसा अन्याय करते, याची साक्ष लेखकाने सदर ग्रंथात अधोरेखित केली आहे. रक्षसंस्कृतीचा निर्माता रावण, संहिताकार म्हणजेच विद्वान रावण; पण आजही त्याला प्रत्येक विजयादशमीला जाळले जात आहे, ह्याची खंत डॉ. रोंगटे व्यक्त करतात. रावण आणि आदिवासी संस्कृतीचा येथे सूचित झालेला अनुबंध अर्थपूर्ण आहे. वैदिक संस्कृती व आदिवासी संस्कृतीमधला हा सनातन संघर्ष लेखकाने अत्यंत संयमी भाषाशैलीत व समतोल पद्धतीने सूचित केला आहे.

'आर्य हे परकीय असून आजचे ब्राह्मण आहेत. त्यांनी येथील मूलनिवासी भूमिपुत्रांवर अन्याय केला म्हणून समस्त ब्राह्मण जातीला सातासमुद्रांत बुडवा किंवा देशाबाहेर हाकला', असा विषारी सिद्धान्त बामसेफ संघटनेने त्यांचे तत्त्वज्ञानात्मक अधिष्ठान केल्याच्या वर्तमान काळात, डॉ. रोंगटे यांचे विवेकपूर्ण पण स्पष्ट विश्लेषण वैदिकांसह सर्वच सनातन्यांचा विरोध करताना, अधिक मूल्यात्मक ठरते. डॉ. आंबेडकरांच्या संशोधन सूत्रांना विरोध करणारी बामसेफ, डॉ. रोंगटे यांच्या विवेकपूर्ण मांडणीमुळे मूळ आंबेडकरवादी चळवळीच्या ध्येयवादापासून दूरस्थ दिसू लागते आणि डॉ. रोंगटे यांची मांडणी डॉ. आंबेडकरांच्या भूमिकेशी संवादी ठरू लागते.

जंगल, जमीन व जल यांचा मूळ मालक असलेल्या आदिवासीला बेदखल करून, तेथे धरणे बांधण्याचे व अभयारण्ये आणण्याचे कारस्थान, विकासाच्या आडून केले जात आहे. त्यात आदिवासी नागवला जातोय. त्याचे पुनर्वसनही होत नाही. त्यामुळे 'ना घरका ना घाटका' अशी त्याची अवस्था झाल्याचे डॉ. रोंगटे नोंदवितात. या लेखात सरोजिनी बाबर, शौनक कुलकर्णी, भुजंग मेश्राम, गोकुळदास मेश्राम इ. अभ्यासकांचे अर्थपूर्ण अभिप्राय, भाष्यासह डॉ. रोंगटे यांनी नोंदविल्यामुळे आदिवासी संस्कृतीच्या बलस्थानांची माहिती सहज होऊन जाते.

आदिवासी हा भूमातेचा पहिला गहिवर! शिकारीसाठी दगड हातात धरला

हीच आदिवासी संस्कृतीची पहिली पहाट! आदिवासींचे संगीत हे शीतल वाऱ्याच्या झुळकेने, ओढ्यातील पाण्याच्या खळखळणाऱ्या आवाजाने, पक्ष्यांच्या बोलीने प्रभावित असल्याचे सत्य नोंदविताना, अनेक संशोधकांनी केलेल्या अभ्यासाचा सन्मानपूर्वक स्वीकार, डॉ. रोंगटे करतात. त्यामुळे त्यांच्या विवेचनाला परिपक्व चिंतनाची झळाळी प्राप्त होते. आदिवासींच्या निसर्गधर्माची त्रोटक ओळख या ग्रंथातून करून दिली आहे. मुस्लीम, हिंदू, ख्रिश्चनधर्मीयांनी आदिवासींना लुभावून आपापल्या धर्मात खेचण्याचा प्रयत्न केल्याची नोंद अर्थपूर्णच आहे. वैदिक-हिंदू धर्म संस्कृती व साहित्य, आदिवासींच्या मूळच्या निसर्गधर्मावर कसा अन्याय करत आले, याच्या साक्षी अस्वस्थ करून सोडतात. तरीही आदिवासींच्या स्वतंत्र धर्माची सैद्धान्तिक मांडणी पुरेशा परिपक्व पद्धतीने तत्त्वज्ञानाची सूत्रे मांडून इथे करता आली असती, तर अधिक बरे झाले असते. रक्ष धर्म, बिरसा धरम, गोंडी धर्म, आप धर्म या सर्व धर्मसंकल्पना, आदिवासींच्या इतिहासाचा भाग असल्या तरी, त्यांची तात्त्विक मांडणी व आदिवासी निसर्गधर्माचा मूल्यात्मक अनुबंध पुरेशा सामर्थ्याने स्पष्ट होणे आवश्यक होते.

चिमण्या, मुंग्यांना शिळीपाकी भाकरी कुस्करून खाऊ घालणारी आदिवासी संस्कृती, माणुसकी हाच धर्म पाळते. 'शेतातल्या भाज्या उपटून न घेता' त्यांची 'कोवळी पाने' व 'टांभे' खुडून पुन्हा त्या भाज्यांना पालवी फुटून येण्याची संधी ठेवणारा निसर्गधर्म, आदिवासी प्राणपणाने पाळतात. 'गोटूल' ही आदिवासींची समतेवर आधारित पवित्र विवाहसंस्था असल्याचा डॉ. रोंगटे यांचा दावा, चिंतन करण्यास बाध्य ठरतो. बलात्कारासारखा शब्द आदिवासी संस्कृतीच्या शब्दकोशात सापडत नसल्याचे अभ्यासक डॉ. रोंगटे यांचे म्हणणे, प्रस्थापित संस्कृतिरक्षकांना अंतर्मुख होऊन आत्मपरीक्षण करण्यास प्रवृत्त करणारे आहे.

आदिवासींच्या निसर्गधर्माची काही विधायक वैशिष्ट्ये, 'आदिवासी धर्माचे सिंहावलोकन' मध्ये सप्रमाण मांडली असली तरी, अनेक कुप्रथा नि अंधश्रद्धा याच संस्कृतीचा अविभाज्य भाग असल्याची वास्तवता धिक्कारणे आवश्यक वाटते. आदिवासी धर्माच्या गाभ्याला चिकटलेली ही सनातन विकृती, आदिवासींच्या गौरवाचा किंवा अस्मितेचा मुद्दा होऊ शकणार नाही. या संदर्भातील साधकबाधक चर्चा या धर्मचिंतनात अपेक्षित होती. सन २०१६ मध्ये आदिवासींच्या स्वतंत्र धर्माची स्थापना करण्याची घोषणा, डॉ. विनायक तुमरामसारख्या अभ्यासक नेत्याने केलेली आहे. त्यांच्या या संदर्भातील काही बैठकांतील तत्त्वचिंतनाचा

गोषवाराही प्रसिद्ध झाला असून, त्याच्याशी डॉ. रोंगटे यांच्या मांडणीची काही सूत्रे जरूर जुळणारी आहेत. तेव्हा अधिक गांभीर्याने तत्त्वज्ञानात्मक मांडणीसह आदिवासी धर्म सैद्धान्तिक पद्धतीने मांडणे ही काळाची गरज आहे.

'जंगल आणि आदिवासी' यांचा अर्थपूर्ण अनुबंध स्पष्ट करताना लेखकाने अत्यंत तपशिलाने निसर्गाच्या सर्व घटकांशी आदिवासींच्या जुळलेल्या नात्यांची वीण उलगडत नेली आहे. डॉ. रोंगटे लिहितात, ''आदिवासी स्त्रियांचे औदुंबर, पिंपळ, मोह, जांभूळ, बाहावा, हिरडा-बेहडा, साग, पळस, चिंच, बांबू, वड, धायटी, सादडा, धावडा, सायर, भोखर इ. वृक्षांशी अत्यंत पवित्र आणि भावनिक नाते निर्माण झालेले बघायला मिळते. निसर्ग आणि ऋतुमानांचे आदिवासींचे आडाखे, आदिवासींची निसर्गदेवता-कणसरीमातेची पूजा, पाऊस पडला नाही तरी वरुणराजावर न रुसणारा व आपलीच काहीतरी चूक झाली असे म्हणणारा आदिवासी उपासमारीतही स्वत:चं बरंवाईट करत नाही. निसर्गाला आपला 'सखा' व 'बंधुराया' म्हणणारी आदिवासी स्त्री, गाईची व लक्ष्मीच्या चाऱ्याची शपथ घेणारी आदिवासी स्त्री, प्राणी-पक्ष्यांशी एकरूप झालेला आदिवासी.'' असे कितीतरी संदर्भ जंगल जिवाऱ्हातील आदिवासी समाजाच्या एकरूपतेवर प्रकाश टाकताना दिसतात.

जंगल आणि आदिवासींची ताटातूट करणारे नवे कायदे आदिवासींच्या मुळावर कसे उठले आणि हा 'जंगलचा राजा' कसा उद्ध्वस्त झाला, याचे चित्र अनेक साक्षी देऊन डॉ. रोंगटे यांनी साकारले आहे. सुंदरलाल बहुगुणांचे 'चिपको' आंदोलन, डॉ. राणी बंग यांची 'गडचिरोलीतील आठवण', डॉ. शिरोळे यांच्या 'सूड' कथेतील बलात्कार सोसणारी 'सगणी', डॉ. गोविंद गारे व भुजंग मेश्राम यांची चिंतनसूत्रे, लेखकाच्या गावातील सक्रुदाचे पावसाचे ज्ञान, अशा अनेक संदर्भांनी या ग्रंथाचे संशोधनमूल्य प्रतिष्ठित झाले आहे.

आदिवासींचे जंगलावरील अधिकार संपुष्टात आल्यावर क्षणार्धात आईची आणि बाळाची ताटातूट करावी तसे आदिवासींचे झाले, हा लेखकाचा भाषिक आविष्कार लालित्यपूर्ण वैचारिक निबंधाचे सामर्थ्य सिद्ध करणारा आहे. 'मोहा'ला आदिवासी स्त्री कल्पवृक्ष मानते, अशी चिंतनसूत्रात्मक भाषा या लेखनाचे बळ आहे. निसर्गाशी तादात्म्य पावणारा आदिवासीसारखा दुसरा कोणताही समाज जगाच्या पाठीवर नसल्याचा निर्वाळा सदर ग्रंथातून मिळतो.

डॉ. रोंगटे यांनी इतिहासाच्या नजरेतून आदिवासी क्रांतिकारकांचे कर्तृत्व

विशद करताना, अनेक पराक्रमी वीरांचे दर्शन घडविले आहे. बिरसा मुंडा हा एकच क्रांतिकारक महापुरुष सर्वदूर प्रसिद्ध असताना त्याच्या पूर्वीच्या बाबा तिलकामांझी याने पारंपरिक धनुष्यबाणाच्या जोरावर १० वर्षे ब्रिटिश सत्तेविरुद्ध संघर्ष पुकारल्याचा इतिहास नव्याने समजून घेणे आवश्यक ठरते. स्वातंत्र्यलढ्यात आहुती देणारा राजा वर्मा पद्मशी, १८५५ मधील सिद्धू, कान्हू, चांद आणि भैरो या संथाळबंधूंनी बंगाल, बिहार, ओरिसामध्ये स्वातंत्र्यासाठी बंड करून केलेला पहिला उठाव, शहीद बाबूराव शेडमाके, खानदेशचा सेनापती खाज्या नाईक, तंट्या भिल्ल, हुतात्मा नाग्या कातकरी, बाळू पिचड, कोंड्या नवले, सतू मराडी अशा अनेक क्रांतिकारकांची बंडखोर कामगिरी डॉ. रोंगटे यांनी त्रोटक स्वरूपात मांडली आहे. खरेतर ही संपूर्ण माहिती नवी आहे. या बाबतीत काही संदर्भ येथे दिलेले आहेत; पण ते पुरेसे वाटत नाहीत. आदिवासी समाजाच्या अस्मितेच्या या खुणा, अधिक तपशिलाने आणि आवश्यक त्या संदर्भांच्या नोंदीसह जगासमोर आणणे, संपूर्ण भारतीयांच्या स्वातंत्र्यलढ्याच्या इतिहासाच्या दृष्टीने आवश्यक आहे.

प्रस्थापित जातीयवादी इतिहासकारांनी आदिवासींसह सर्वच उपेक्षितांच्या मानदंडाचा पराक्रम झाकून अंधारात ठेवण्याचा सार्वत्रिक आरोप, डॉ. रोंगटे यांनीही या लेखनात वारंवार केला आहे. त्यात जरूर तथ्य आहेच; पण यानंतर तरी आदिवासी क्रांतिकारक महिलांसह, वीरांचा इतिहास उजागर करणे सर्वांचे सांस्कृतिक कर्तव्य आहे. वैदिक परंपरागत वाङ्मयातील आदिवासी संदर्भ लेखकाने अभ्यासपूर्ण मांडले आहेत. एकलव्य, आदिकन्या शबरी, महाकवी वाल्मीकी, योद्धा वीर कलिंग अशा कर्तृत्वान नावांची नोंद सदर ग्रंथात अर्थपूर्ण ठरली आहे.

मध्ययुगीन व छत्रपती शिवाजीकालीन इतिहाससुद्धा महादेव कोळी आणि आदिवासींच्या पराक्रमाने भारावलेल्या साक्षी, डॉ. रोंगटे देतात. इ.स. १३४० मध्ये महादेव कोळी जगातीचे असलेले वर्चस्व आणि महंमद तुघलकाने कोंडाणा व नगरचा डोंगरी किल्ला, कोळी नायकाचा पराभव करून घेतल्याची घटना, तसेच इ.स. १४४३ मध्ये मलिक-उल-तुजार या बहामनी सरदाराने शिवनेरी किल्ला महादेव कोळी लोकांच्या ताब्यातून घेतल्याची घटना, या आदिवासी समाजाच्या अस्मितादर्शक खुणा आहेत. परंतु त्यांचा तपशील सप्रमाण पुरेशा संदर्भाने व अधिक संशोधन करून मांडणे आवश्यक आहे. शाहिरांच्या पोवाड्याची साक्ष हा संशोधनप्रक्रियेचा प्रारंभ म्हणून स्वीकारला तरी, तो शेवट नसतो. त्या संदर्भाचा धागा घेऊन इतिहासाची इतर साधने शोधण्याचा प्रयत्न केला, तरच ऐतिहासिक

सत्य मांडण्याचे समाधान मिळेल.

डॉ. तुकाराम रोंगटे हे विद्यापीठक्षेत्रात संशोधन करणारे अभ्यासक आहेत. छत्रपती शिवाजी महाराजांच्या स्वराज्यस्थापनेत जे सहकारी मावळे म्हणून इतिहासात अमर झाले, ते आदिवासी होते, असे त्यांचे म्हणणे आहे. इतिहासाला ज्ञात असणाऱ्या मावळ्यांचे आदिवासी संदर्भ संशोधन करून देण्याची जबाबदारी डॉ. रोंगटे यांची आहे. अर्थात शिवाजीमहाराजांच्या स्वराज्यस्थापना कार्यात सर्वच जातिजमातींचा सहभाग होता, हे सूत्र सर्वमान्यच आहे. मुसलमान अधिकारी व सैन्यसुद्धा महाराजांच्या सेवेत रुजू होते. तर डॉ. रोंगटे म्हणतात, तसे आदिवासीही जरूर असणार! पण मावळे म्हणजेच आदिवासी असे समीकरण इतिहासवास्तवाला किती सुसंगत आहे, हे तपासले पाहिजे. एकूण मावळ्यांमध्ये इतर जातीच्या वीरांप्रमाणे आदिवासीही असतील, अशी शक्यता जरूर मान्य करता येते. पण नेमके कोणकोणते वीर हे आदिवासी होते, याचा संशोधनात्मक तपशील अद्याप सिद्ध व्हायचा आहे. अनेक जाती-जमाती आपण आदिवासी असल्याचा आज पुकारा करत आहेत. त्यांना विरोधही चालू आहे. त्यामुळे या प्रश्नाची मांडणी करताना, आजच्या वास्तवाचे व ऐतिहासिक वस्तुस्थितीचे संदर्भ तपासून घेणे आवश्यक आहे. तसेच मावळा = आदिवासी असे समीकरण मांडणे कठीण आहे.

आदिवासींच्या सांस्कृतिक वास्तवाचा शोध घेताना डॉ. रोंगटे विवेचनाच्या ओघात सहजपणे चिंतन मांडतात. आदिवासी आपल्या कलेकडे केवळ मनोरंजनाचे साधन म्हणून बघत नसल्याचा त्यांचा निर्वाळाही महत्त्वाचा आहे. आदिवासींच्या समाज-संस्कृती जीवनात त्यांच्या कलेला निर्णायक आणि जीवननिष्ठ मूल्याचे स्थान आहे.

आदिवासी संस्कृतीत 'गोटूल' हे केंद्रस्थानी असून जोडीदाराची सर्वार्थाने ओळख पटवूनच जीवनसाथीची निवड या प्रक्रियेत पूर्ण होते. रात्रीच्या अंधारात तरुण-तरुणीचे समूह नाचगाण्याचे रिंगण धरतात. अशा वेळी शय्यासोबतीचे स्वातंत्र्यसुद्धा त्यांना आदिवासी संस्कृतीत असल्याची नोंद, डॉ. रोंगटे यांनी केली आहे. त्यांच्या म्हणण्याप्रमाणे भौतिक-अभौतिक हिशोब आखून, केवळ कांदा-पोहे देताना झालेल्या नजरानजरेवर कार्यक्रम आटोपणाऱ्या, प्रस्थापितांना हे ऐकून घाम फुटेल. आदिवासी व प्रस्थापित संस्कृतीमधील स्त्री-पुरुष संबंधाबाबतचा हा महत्त्वाचा फरक लक्षात घेण्याजोग्या आहे. 'गोटूल'मधील मुलामुलींचे स्वातंत्र्य हा स्वच्छंदीपणा असून, तो स्वैरपणा नसल्याचा निर्वाळा डॉ. रोंगटे देत आहेत.

'गोटूल' प्रक्रियेतून अंतिम निवड होईपर्यंत दर तीन दिवसांनी जोडीदार बदलावा लागतो, असा अलिखित नियम असल्याची माहितीही इथे नोंदली आहे. स्त्री-पुरुष संबंधाचे आदिवासी संस्कृतीचे निकष, प्रस्थापित संस्कृतीच्या कैवाऱ्यांना पचणे शक्य नसले तरी, त्यातील स्वातंत्र्य व निकोपतेचा प्रभाव निश्चितच लक्षणीय आहे. मक्तेदारी, अरेरावी, हेवेदावे हे पुरुषी वर्चस्व स्वार्थाचे द्योतक असून आदिवासींच्या संस्कृतीत त्यांचा मागमूसही नसल्याचे डॉ. रोंगटे यांचे म्हणणे आहे.

आदिवासींच्या नृत्य-नाट्य, वाद्य-संगीत, चित्र, शिल्प व साहित्याचा स्वाभाविक गौरव डॉ. रोंगटे यांनी नोंदविला आहे. आंतरराष्ट्रीय पातळीवर विराजमान झालेल्या 'वारली' चित्रकलेचा सन्मान हा सर्वांच्याच अभिमानाचा विषय आहे. पण हीच वारली चित्रकला हायजॅक करून दलालांनी आर्थिक लाभ घेतल्याची कुरूप वास्तवता इथे मांडली गेली आहे. कलामाध्यमातून आर्थिक शोषण करून आदिवासींच्या मूळच्या कैवाऱ्यांना नागवण्याचा हा प्रकार आहे. डॉ. रोंगटे यांनी आदिवासींना केंद्रस्थानी ठेवून, त्या संदर्भातील प्राचीन व अर्वाचीन साहित्याचा धांडोळा घेतल्याच्या अनेक खुणा या ग्रंथात पसरल्या आहेत.

अभ्यास व चिंतनातून या लेखनात काही धक्कादायक विचारसूत्रे मांडली जातात व त्यामुळे वाचकही नव्या नव्या संदर्भांची तपासणी करण्यासाठी प्रवृत्त होतो. या संदर्भातील पुढील विचारसूत्र पाहण्यासारखे आहे. डॉ. रोंगटे म्हणतात, ''वैदिकांनी तर आदिवासी स्त्रियांकडे नेहमीच उपभोगाच्या दृष्टीने बघितले. त्याचे कारण म्हणजे आर्यांनी भारतात येताना बरोबर त्यांच्या स्त्रियांना मुळी आणलेच नव्हते. त्यामुळे आपली शारीरिक भूक भागविण्यासाठी आर्यांनी आदिवासी स्त्रियांचा वस्तूसारखा उपयोग केला.'' लेखकाचे हे चिंतनसूत्र अनेकांना अनेक संदर्भांत धक्का देणारे जरूर आहे. कारण त्यात वरवर पाहता सत्यांश दिसतोच! आदिवासी व आर्य यांच्या संघर्षात आर्य जिंकले व आदिवासींना त्यांनी जंगलात पिटाळले. या प्रक्रियेत आदिवासी स्त्रियांचा भोग त्यांनी घेतला असला पाहिजे, या म्हणण्यात जरूर तथ्य दिसते. 'पण भारतात आगमन झाले तेव्हा आर्यांच्या सोबत त्यांनी त्यांच्या स्त्रिया आणल्या नव्हत्या', या मांडणीला सक्षम असा पुरावा डॉ. रोंगटे यांनी दिला असता, तर बरे झाले असते. अर्थात, आर्यांच्या स्त्रिया सोबत असत्या, तरी त्यांनी जिंकलेल्या स्त्रियांशी संबंध स्थापन केलेच असते. पण सोबत स्त्रियांना न आणल्याने सर्व आर्यांनी केवळ आदिवासींच्याच स्त्रियांचा उपभोग घेतला असे म्हणणे, सामाजिक वास्तवाला धरून कितपत आहे, याबाबत

विद्वानांमध्ये मतभेद शक्य आहेत.

डॉ. रावसाहेब कसबे यांच्या मतांचा आधार स्वीकारला व काळ्या रंगाची स्त्री उपभोगासाठीच असल्याचे ऐतिहासिक वास्तव मांडले, तरीही प्राचीन भारतात केवळ आदिवासी स्त्रियाच काळ्या रंगाच्या होत्या व इतर जाती-जमातीच्या स्त्रिया काळ्या नव्हत्या, असा इतिहास सांगता येत नाही. भारताचे उष्णतामान प्राचीन-अर्वाचीन व वर्तमानात सारखेच असून, सर्वच भारतीय हे सावळे व काळे असल्याची वास्तवता समजून घ्यावी लागते. शिवाय दक्षिणा म्हणून दिल्या जाणाऱ्या दासी या आदिवासी शिवायही असल्या पाहिजेत. कारण तत्कालीन वर्णव्यवस्थेची सामाजिक स्थिती लक्षात घेता, दासी म्हणून वावरणाऱ्या स्त्रिया आदिवासी असतील, असे वाटत नाही. तेव्हा या सर्वच संदर्भांत अधिक खोलात जाऊन योग्य त्या प्रमाणावर आधारित संशोधन मांडणे आवश्यक आहे.

आदिवासी समाजातील स्त्री-पुरुष संबंध लक्षात घेताना, प्रगत असलेल्या समाजव्यवस्थेलाही त्यांच्याकडून बरेच काही शिकण्यासारखे अद्याप शिल्लक असल्याचे जाणवते. आर्थिक विवंचनेतील काही आदिवासी जोडपी, लग्न न करता संसार करतात. त्यांना मुले होतात आणि त्या मुलांच्या लग्नातच आई-बापाचेही लग्न होते अशी विचित्र वाटणारी, पण सत्य वस्तुस्थिती लेखकाने मांडली आहे. आधुनिक प्रगत समाजात आज 'लिव्ह इन रिलेशनशिपची' कल्पना प्रमाण मानून कायदे केले जात आहेत. पण हीच संकल्पना आदिवासी समाजात यापूर्वीच रुजल्याचा इतिहास आहे. तेव्हा आदिवासी संस्कृती मागास की प्रगत? आणि ती १०० वर्षे मागे की पुढे? या प्रश्नांची उत्तरे शोधणे आता अपरिहार्य झाले आहे.

आदिवासींच्या पराक्रमी स्वातंत्र्यवीरांचा इतिहास दडपणाऱ्या जातीयवादी ब्राह्मण इतिहासकारांवर जसा डॉ. रोंगटे यांचा राग आहे, तसाच तो वारली चित्रकला 'हायजॅक' करणाऱ्या दलालांवर आहे. आदिवासींचा खोटा पुळका सांगून डांगोरा पिटणाऱ्या 'सरकार' व 'एन.जी.ओ.' वर जसा त्यांचा संताप व्यक्त होतो, तसाच आदिवासींच्या टाळूवरचे लोणी खाणाऱ्या म्युझियममधल्या आदिवासींच्या लबाड कैवाऱ्यांवरही तोच राग व्यक्त होतो आणि हा संताप योग्य व समर्थनीयच आहे. फक्त आदिवासींच्या राजकीय पुढाऱ्यांवरही हा राग व्यक्त होणे गरजेचे आहे. कारण तेसुद्धा आदिवासींच्या विद्यमान दुरवस्थेला जबाबदार आहेत.

हाडामांसाच्या आदिवासीला इथे काडीचीही किंमत नसून, केवळ संग्रहालयातच आदिवासी असावा, ही इथली व्यूहरचना असल्याचा गंभीर आरोप

लेखकाने केला आहे. त्यातील सत्य व तथ्य शोधण्याची व आदिवासींना 'माणूस' म्हणून मध्यवर्ती प्रवाहात सन्मानित करण्याची आवश्यकता आहे. या सत्याचे दर्शन डॉ. रोंगटे यांच्या विवेचनामुळेच होते. म्हणूनच या प्रामाणिक संशोधकाची आदिवासींच्या उत्थानाची तळमळ गांभीर्याने समजून घेण्याची गरज आहे. त्याशिवाय भारतीय राज्यघटनेचा गाभा व भवितव्य अंधारमुक्त होणार नाही. आदिवासींनी प्रदूषणविरहित पर्यावरण चळवळ परंपरेने चालवली असून, या सत्याकडेही डोळसपणे पाहण्याची गरज आहे.

लंडनच्या 'रिओटीनटोझिंक' कंपनीचा आदिवासींवर होणारा अन्याय, आफ्रिकेतील आदिवासींची कत्तल, या जागतिक वास्तवासह भारतातील शासन व शेठ-सावकार भांडवलदारांनी आदिवासींवर केलेले अत्याचार, हा चिंतेचा व चिंतनाचा विषय असल्याचेही लेखक नमूद करतात. या ग्रंथाच्या उत्तरार्धात आदिवासी साहित्याचा समर्पक वेध घेतला गेला आहे. 'आदिवासी जीवन व साहित्य' यांचा अर्थपूर्ण अनुबंध डॉ. रोंगटे यांनी स्पष्ट केला आहे. अर्थात विवेचनाच्या ओघात आदिवासींच्या अस्मितेच्या साक्षी, त्यांच्या वास्तव रूपाने मंडित झाल्याने, या समाजाचे खरखुरे वैभवही सांस्कृतिक आणि सामाजिक शिखरावर असल्याचे दिसून येते.

चंद्रपूरला गोंडांचे राज्य होते. जव्हारला महादेव कोळ्यांचे, सुरगाण्याला कोंकणींचे आणि खानदेशात भिल्लांचे राज्य होते. परंतु कपटाने सदरची राज्ये आर्यांनी हिसकावून घेतल्याची नोंदही डॉ. रोंगटे करतात. अर्थात आर्य व अनार्यांच्या संघर्षाच्या या खुणा अधिक संशोधनातून समजून घेण्याची जरुरी आहे. आदिवासींचे स्वच्छंदी जीवन व जंगल-फुलपाखरांशी असलेला त्यांचा संवाद, आधुनिक काळात संपवण्याचे प्रयत्न झाले. त्यांच्या जंगलजमिनी प्रकल्पासाठी घेतल्या गेल्या. झाडांची कत्तल करून आदिवासींना तेथूनही हाकलले गेले. जंगल, जल व जमिनीला आदिवासी पारखा झाला. त्यामुळे आदिवासींची चळवळ पुढे आली. रोहतास गढ आंदोलन, गडाकंटकाचे आंदोलन, चालकोटचा संग्राम, गोदावरी व इंद्रावतीचा संग्राम, राणी गाईडलुचे आंदोलन, चिपको आंदोलन अशा आंदोलनांच्या ताज्या इतिहासाने, आदिवासी समाजावरील अन्याय जगजाहीर झाला. एकूणच आदिवासींच्या चळवळीचा हा 'उलगुलान', त्यांच्या सार्वत्रिक उत्थानासाठी प्रेरक ठरला. या आदिवासींच्या चळवळीतूनच आदिवासी साहित्य चळवळीला प्रेरणा मिळाल्याचे सूत्र डॉ. रोंगटे मांडतात. ह्या ग्रंथात अनेक

विचारगर्भ सूत्रांची पेरणी लेखकाच्या निवेदनातून झाल्याचे दिसते.

उदा. –

१. वैदिकांचे गुलाम होऊन जगण्यापेक्षा आदिवासींनी ओढ्यानाल्यांचे पाणी पिऊन व जंगलातील कंदमुळे खाऊन स्वच्छंदी जीवन जगणेच पसंत केले.

२. आर्यांनी अनार्यांना फसवून गंगेच्या सुपीक प्रदेशात बस्तान बसविले. आणि आज तेच या देशावर आपला हक्क सांगत आहेत.

३. वाल्मीकीने क्रौंच पक्ष्यांपैकी एकाचा मृत्यू पाहून जो श्लोक रचला, तोच आदिवासी काव्याचा प्रारंभ आहे. रामायणकर्ता वाल्मीकी हा आदिवासी होता.

४. आदिवासी मत्स्यगंधेच्या पोटी जन्माला आलेल्या व्यासांनी आदिवासींना अंधारात का ठेवावे? हा खरा संशोधनाचा प्रश्न आहे.

५. जेव्हा आदिवासींकडे कोणीच येत नव्हते व तेही कुणाकडे जात नव्हते, तेव्हा निसर्गाशी एकरूप झालेला आदिवासी सुखी होता; पण इतरांचा संपर्क व जंगलप्रवेश झाल्यावर आदिवासींच्या मानसिक पारतंत्र्याच्या युगाचा प्रारंभ झाला.

अशी अनेक चिंतनसूत्रे या ग्रंथाच्या विवेचनात सहज भेटतात. त्यांतून लेखकाचे चिंतनसामर्थ्य लक्षात येते. अर्थात अनेक विचारांच्या संदर्भात विद्वानांच्या मतभेदांची शक्यता नाकारता येत नाही. रामायणकर्ता वाल्मिकी हा मूळचा 'वाल्या कोळी' असल्याचे सर्वमान्य सत्य आहे. पण वाल्या कोळी हा महादेवकोळी आहे का? महादेव कोळी हे आदिवासी आहेत, अशी मांडणी करून वाल्मीकी हा आदिवासी असल्याची नोंद डॉ. रोंगटे यांनी केली आहे. या मांडणीमुळे रामायणाची निर्मिती आदिवासी वाल्याचा वाल्मीकी झालेल्या ऋर्षींनी केल्याचे मान्य करावे लागते. तसेच रामायणातील क्रौंच वधाच्या श्लोकाची निर्मिती, हा आदिवासी काव्याचा प्रारंभ मानला तर, संपूर्ण रामायणही आदिवासीने लिहिल्याचे मान्य करावे लागते. तसे केल्यास रामायण पुजणारी ब्राह्मण संस्कृती आदिवासींवर अन्याय करीत होती, आर्यांनीच आदिवासींना जंगलात हाकलले, त्यांच्या स्त्रियांचा उपभोग घेतला, हे सर्व आरोप संशयाच्या भोवऱ्यात सापडतात. तेव्हा या संदर्भात अधिक निर्दोष अभ्यास व संशोधनात्मक मांडणीची गरज आहे.

आदिवासी समाजाच्या अस्मितेच्या खुणा शोधताना, त्यांची शुद्ध व भक्कम प्रमाणे नोंदणे आवश्यक आहे. खुद्द डॉ. विनायक तुमरामसारखा आदिवासी

विचारवंत मच्छिमार कोळ्यांना आदिवासी मानायला तयार नसल्याच्या वर्तमानकाळात, वाल्या कोळ्याच्या वाल्मीकी ऋषींना आदिवासी ठरविणे कठीण असल्याचे सत्यही समजून घ्यावे लागेल. अर्थात डॉ. रोंगटे हे स्वत: महादेव कोळी असून त्यांनी आदिवासी म्हणूनच आपले अस्तित्व सिद्ध केले आहे. पण वाल्या कोळी हा महादेव कोळी खरेच होता का? हा प्रश्न अनिर्णित आहे. कारण सर्वच कोळी हे आदिवासी नसतात. मच्छिमार कोळी, मल्हार कोळी, महादेव कोळी ह्या कोळ्यांच्या तीन जमातीत 'म' हे आद्याक्षर आहे. पण मच्छिमार कोळी हे आदिवासींमध्ये येत नाहीत. या पार्श्वभूमीवर वाल्या कोळ्याच्या वाल्मीकीला 'आदिवासी' म्हणून कशी मान्यता द्यायची, हा प्रश्न साहित्यासह समाज व धर्मशास्त्राच्या कक्षेतही वादाचा आहे.

डॉ. रोंगटे यांनी 'आदिवासींचे आयकॉन्स' तर स्वतंत्र ग्रंथात मांडलेच; पण या पुस्तकातही विविध भागांतील आदिवासींच्या चळवळीचा सूत्ररूप इतिहासही नोंदविला. त्यासाठी संपूर्ण भारताच्या नकाशाला त्यांनी गवसणी घातल्याचे दिसते. त्यांच्या पुढील नोंदी अभ्यासण्याजोग्या आहेत-

१. बिहारमधील पहाडीया सरदारांचा इंग्रजांविरुद्धचा संघर्ष.
२. मुंबई राज्यातील महादेव कोळ्यांचा व वारल्यांचा संघर्ष.
३. बिरसा मुंडाची चळवळ, ताना भगताची चळवळ.
४. बस्तरचा आदिवासी लढा, तेलंगणातील आदिवासी चळवळी.
५. आदिलाबादची गोंड व कोलामांची चळवळ.
६. मुंडा आदिवासींची सरदारी चळवळ.
७. आप की जय अस्तित्ववादी चळवळ.
८. संथाळांची चळवळ.
९. लुशाई टेकड्यांवरील मिझोंच्या चळवळी.

या सर्वच अस्मितादर्शक चळवळींतून आदिवासींच्या स्वतंत्र राज्याची मागणी पुढे आल्याचे लेखक नमूद करतात. विशेष म्हणजे अशा समाजभान जागवणाऱ्या चळवळींच्या प्रेरणेतूनच आदिवासी साहित्याची चळवळ आकारास आल्याचे विचारसूत्रही डॉ. रोंगटे नोंदवतात.

मराठी साहित्यप्रवाहात आदिवासी जीवनाची पहिली दखल महात्मा फुल्यांनी घेतल्याचे सत्य, डॉ. रोंगटे नोंदतात. त्याचप्रमाणे बिगरआदिवासी लेखकांनी

आदिवासी जीवनावर लिहिलेल्या साहित्याची सप्रमाण दखलही घेतात, हे विशेष! डॉ. श्रीधर व्यंकटेश केतकर, गोदावरी परुळेकर, गो. नी. दांडेकर, भाऊ मांडवकर, बाबा आमटे, विजय तेंडुलकर, सुरेश द्वादशीवार, अनिल सहस्त्रबुद्धे, मधुकर वाकोडे, दुर्गा भागवत, विश्वनाथ खैरे, विलास मनोहर, एकनाथ साळवे, बाबा भांड अशा कितीतरी लेखकांच्या साहित्यकृतींची यथार्थ नोंद करून, प्रस्थापित समजल्या जाणाऱ्या समाजातील बिगरआदिवासींच्या लेखनकार्याचा सन्मान, डॉ. रोंगटे करतात. त्यांची संशोधक म्हणून असणारी समतोल भूमिका या जागेवर अधिक भावते.

सदर मांडणीत लेखकाने केलेले परखड आणि अभ्यासपूर्ण भाष्य महत्त्वाचे आहे. डॉ. रोंगटे म्हणतात की, ''मात्र वरील कलाकृतींपैकी फार थोड्याच जणांनी आदिवासी जीवनाला थोड्याबहुत प्रमाणात न्याय देण्याचा प्रयत्न केला आहे. इतरांनी मात्र उपाहासात्मक, बीभत्स, रोमॅन्टिक आणि असूयेपोटी आदिवासींचे जीवन कल्पकतेने रंगविल्याने, त्याला आदिवासी साहित्य म्हणायचे का?''

डॉ. विनायक तुमराम यांच्या प्रयत्नातून १० व ११ नोव्हेंबर १९७९ ला भद्रावती, जिल्हा चंद्रपूर येथे जे पहिले आदिवासी साहित्य संमेलन झाले, तो आदिवासी साहित्याचा पहिला उत्सवसोहळा असल्याची गौरवास्पद नोंद लेखकाने केली आहे. त्याप्रमाणे आदिवासी जीवनाला केंद्रस्थानी आणून साहित्यनिर्मिती करणाऱ्या असंख्य लेखकांची त्यांच्या कलाकृतींसह नोंद या ग्रंथात महत्त्वपूर्ण ठरली आहे.

आज तीनशेच्या वर आदिवासी कवी-लेखक मराठी साहित्य-प्रवाहात कलानिर्मिती करीत असल्याचे दिसते. व्यंकटेश आत्राम, गोविंद गारे, भुजंग मेश्राम, वाहरू सोनवणे, विनायक तुमराम, निलकांत कुलसंगे, कृष्णकुमार चांदेकर, वामन शेळमाके, माधव सरकुंडे, नजुबाई गावित, कुसुम आलाम, उषाकिरण आत्राम, सी. सी. राठवा, दशरथ मडावी, बाबाराव मडावी, तुकाराम धांडे, माहेश्वरी गावित, संजय लोहकरे, सुनील कुमरे इ. आदिवासी लेखकांच्या तीन-चार पिढ्यांची अर्थपूर्ण नोंद डॉ. रोंगटे यांनी घेतली आहे. या आदिवासी साहित्याने भारताच्याच नव्हे तर जगाच्या इतिहासात मानाचे स्थान सिद्ध केल्याचा डॉ. रोंगटे यांचा दावा आहे. अर्थात तशी अपेक्षा आपण निश्चित केली पाहिजे. जगात पसरलेला आदिवासी समाज आणि त्याच्या सांस्कृतिक मूल्यांनी बहरलेले जुने-नवे साहित्य हे विश्वसंस्कृतीचाही ठेवा आहेच. आदिवासींच्या अनेक बोली

दुर्लक्षित असून, इतर बोलींच्या तुलनेत त्या कुठेच कमी नसल्याचा निर्वाळा डॉ. रोंगटे देतात.

'मराठीचे मापदंड व समीक्षेचे निकष आदिवासी साहित्याला कसे लावता येतील?' हा डॉ. रोंगटे यांचा प्रश्न वादग्रस्त आहे. कारण मराठी भाषेत जर आदिवासींनी साहित्य लिहिले असेल तर, मराठीचे मापदंड व निकष लावले जाणारच! अर्थात दलित साहित्य प्रवाहाच्या वेगळ्या वाटेसारखी वाट शोधणाऱ्या आदिवासी साहित्यालाही वेगळ्या सौंदर्यशास्त्रासह स्वतंत्र व भिन्न समीक्षेचे निकष लावण्याचा आग्रह डॉ. रोंगटे सुचवत असतील, तर ते त्यांचे स्वातंत्र्य जरूर आहे.

डॉ. रोंगटे यांनी आदिवासींची लोकगीते, स्त्रीगीते आणि आदिवासींच्या लोककथांचा अभ्यासपूर्ण धांडोळा घेऊन, लोकसंस्कृतीमधील लोकतत्त्वाचे उत्तम संशोधन मांडले आहे.

दारिद्र्याची वेदना बारा महिने भोगणारा आदिवासी बांधव सुखी आणि समाधानी कसा होईल? या प्रश्नाचे उत्तर डॉ. रोंगटे यांनी सरोजिनी बाबर यांच्या विवेचनाच्या आधारे नोंदले आहे. 'पहाडी मंद शीतल वारा, पाना-फुलांचे सळसळणारे पार्श्वसंगीत, उशाला धोंडा व पांघरायला आभाळ', ही आदिवासींची दुनिया गंधर्वकन्या असल्याचे मत विलोभनीय आहे.

'वेठीने' गेलेल्या आपल्या आईने लवकर घरी येऊन लहान मुलाचे रडणे थांबवावे म्हणून, मोठा मुलगा सूर्यालाच हुकूम सोडून लवकर मावळण्याची सूचना करतो, अशा भावार्थाचे आदिवासी लोकगीत डॉ. रोंगटे यांनी नोंदवून, आदिवासी लोकसंस्कृतीतील काव्यात्मता व कलात्मकतेचा सुंदर नमुना सादर केला आहे. आदिवासी लोकगीतांतील प्रतिमासृष्टीही इथे गौरविली गेली आहे. नाद, ताल, लय आणि ठेका यांना लोकगीतात असलेले निर्णायक महत्त्व विशद करून लेखकाने आदिवासी लोकगीतांचे बदलते संदर्भही नोंदविलेले आहेत.

स्त्रियांच्या लोकगीतांमधील स्त्रीसुलभता, श्रममूल्यांची उपासना त्याप्रमाणे ईश्वरभक्ती आणि सासर-माहेरचे अनुबंध उदाहरणांसह विशद केले आहेत.

१. आणा फणी घाला वेणी
   जाऊ द्या राणी माहेराला

२. ह्या मापल्या पिकाला, घोस येऊ दे कणिस
   पोरं खाती पोटभर, असं सरू दे वरीस

या प्रातिनिधिक लोकगीतांच्या ओळींमधून आदिवासी जीवनातील ताण—

तणावांसह, सुख-दु:खाचा आविष्कारही झाल्याचे दिसते. अशी मोजकीच पण कलात्मकतापूर्ण वाङ्मयीन गुणवत्ता असणारी लोकगीते लेखकाने आपल्या प्रतिपादनात पेरली आहेत. आदिवासींच्या लोककथा या रोचक, भावपूर्ण व बोधप्रदही असल्याचा निर्वाळा डॉ. रोंगटे यांनी दिला आहे. या लोककथांमध्ये आदिवासींच्या संस्कृतीचे प्रतिबिंब आहे. तसेच गतकाळातील वास्तवांचा वारसा, आचार-विचार, धर्म, कुलगोती, नीतिशास्त्र आणि जीवनाचा दृष्टिकोन, आशा-आकांक्षा यांचेही प्रतिबिंब त्यांच्या लोककथांमध्ये पडलेले दिसून येते.

लोककथांचे दालन समृद्ध करणाऱ्या अलेक्झांडर क्रॉप, पास्कर क्रुक, मेरी पॉक्टर, लीच मारीया, सर रिचर्ड टेंपल, डॉ. वेरीअर एल्विन इ. विद्वानांच्या कर्तृत्वाची नोंद महाराष्ट्रीय विद्वानांच्यासह डॉ. रोंगटे करतात. अर्थातच ज्यांचे श्रेय त्यांना देण्याची त्यांची भूमिका योग्यच आहे. डॉ. सरोजिनी बाबर यांच्यासारख्या विद्वान विदुषीच्या मतासह अनेकांची मते अभ्यासून त्यांच्या आधारे आपले प्रतिपादन डॉ. रोंगटे यांनी प्रगल्भपणे मांडले आहे.

महाराष्ट्रात असलेल्या आदिवासींच्या ४७ जमातींचा मूळ पुरुष महादेव असल्याचा निर्वाळा, सर्व विद्वानांना व आदिवासींना मान्य आहे की नाही, हे आज कळायला मार्ग नाही. पण तो मान्य असल्याचे डॉ. रोंगटे यांचे म्हणणे आहे. आदिवासी, निसर्ग आणि महादेव या तीन सूत्रांचा अनुबंध, आदिवासी लोककथेशी जुळल्याचे सत्य डॉ. रोंगटे सांगतात. ते मान्य होण्यास हरकत नसावी.

एका पिढीकडून दुसऱ्या पिढीकडे मौखिक रूपाने जाणाऱ्या लोककथा, दैनंदिन संस्कृतीचे सार व जीवनाधार असल्याचे सत्य डॉ. रोंगटे नमूद करतात. मूळच्या मौखिक परंपरेतील लोककथांना ग्रंथरूप देणाऱ्या अन्डो लॅग, फ्रेझर, टायलर या विद्वानांची कृतज्ञापूर्वक नोंदही या विवेचनात सन्मानित झालीय. आदिवासींच्या लोककथा व दैवतकथांचे मूळ 'टोटेम' असून, त्यांचा कल निसर्गाकडेच का? याबाबतही संशोधन झाल्याचे प्रमाण या विवेचनात मिळते. या लोककथा आदिवासी साहित्याची 'गंगोत्री' म्हणूनच समजून घ्याव्या लागतील.

आदिवासी कवितेचा विचार करताना डॉ. रोंगटे १४ व्या शतकाच्या मध्यापर्यंत पोचून, जायबा मुकणे व सक्रू महादेव कोळी या कवींची नोंद करतात. त्याचप्रमाणे आजच्या काळातील वाहरू सोनवणे, भुजंग मेश्राम ते तुकाराम धांडेपर्यंतच्या कवींच्या काव्यकर्तृत्वाची नोंद घेतात. 'मोहोळ' सारख्या पहिल्या कविता संग्रहाचा इतिहासही सांगतात. माधव सरकुंडे आणि कुसुम आलामसारख्या

अव्वल प्रतिभेच्या प्रातिनिधिक कवींच्या कवितेची साक्ष नोंदवून वास्तव प्रश्नांची काव्यात्म ओळख या विवेचनात करून देतात.

आदिवासी कथेच्या संदर्भात सलीम अहमद शेख या कथाकारापासून सुरेंद्र वारघडेंपर्यंतच्या लेखकांचा धांडोळा या विवेचनात अर्थपूर्ण ठरलाय. उषाकिरण अत्राम, माधव सरकुंडेसारख्या प्रतिभावंताच्या कथावाङ्मयाचे मूल्यमापनही आदिवासी कथेचे भवितव्य उज्ज्वल असण्याची ग्वाही देताना दिसते. बिगरआदिवासी नाटककारांच्या नाटकांचा डॉ. रोंगटे यांनी घेतलेला आढावा त्यांच्या वाङ्मयीन आकलनाचे सामर्थ्य दर्शवतो. आदिवासी नाटककार विठ्ठलराव कन्नाके, महेश ताडेसाम, भुजंग मेश्राम, कुंडलिक केदारी यांच्या नाट्यकृती व एकांकिका महत्त्वाच्या असल्या तरी, आदिवासी नाटकांची संख्या अत्यल्पच असल्याचे दिसते. बिरसा मुंडा यांच्या कर्तृत्वावर प्रा. वामन शेळमाके यांनी लिहिलेल्या अलीकडच्या नाटकाची नोंद अपरिहार्य म्हटली पाहिजे.

आदिवासी साहित्यातील जीवनचित्रणाचा घेतलेला मागोवा डॉ. रोंगटे यांच्या सूक्ष्म अवलोकनाचे वाङ्मयीन सामर्थ्य सिद्ध करतो. मातृसंस्कृतीचा उदय आणि विकास सांगताना डॉ. रोंगटे प्राचीन काळात बुडी मारून सत्याचे प्रतिपादन करतात. कॉ. शरद पाटलांचे जटिल सिद्धान्त पचवून आपली भूमिका मांडतात. शोधाची जननी आदिवासी स्त्री असल्याचा त्यांचा दावा अर्थपूर्ण आहे. समूहजीवनातील मूल्यांची पूजा व जोपासना करणारी आदिवासी स्त्री हा डॉ. रोंगटे यांच्या चिंतनाचा व गौरवाचा खास विषय आहे.

आदिवासींच्या संदर्भात जागतिक व भारतीय साहित्यात घृणास्पद उल्लेख व नोंदी असल्याबद्दल डॉ. रोंगटे यांना सात्त्विक संताप आहे. तो योग्यच म्हटला पाहिजे. आदिवासींच्या संदर्भातील 'धरतीचे पापी', 'लुटारू', 'जंगली', 'हिंसक', 'काळेकभिन्न' अशा किळसवाण्या नोंदी आदिवासींवर सांस्कृतिक अन्याय करणाऱ्या आहेत. त्यांना रानटी व असंस्कृत ठरवल्याबद्दल रोंगटे यांना वेदना होणे अगदी स्वाभाविक आहे. मी या संदर्भात रोंगटे यांचे समर्थन करतो.

आदिवासींच्या प्राचीन इतिहासात त्राटिका, हिडिंबा, शूर्पणखा, पुतना, राणी दिती, राणी केतुमती, राजमाता मंदोदरी अशा सम्राज्ञी असून त्यांची नोंद प्रस्थापित इतिहासात नसल्याची खंतही डॉ. रोंगटे व्यक्त करतात. अर्थात वैदिक व अवैदिकांतीत संघर्ष आकलन करणे जसे आव्हानात्मक आहे, तसेच रामायण-महाभारतातील वर्णसंघर्षाचे सूक्ष्म व यथार्थ आकलनही आव्हानात्मक आहे.

एक-दोन सूत्रे मांडून हा संघर्ष पेलता येणार नाही.

आदिवासी नियतकालिकांच्या संदर्भातील डॉ. रोंगटे यांचे संशोधन हे सर्वाधिक अस्सल व वस्तुनिष्ठ निष्कर्ष देणारे दर्जेदार वाङ्मयीन कर्तृत्व आहे. या विषयावरच डॉ. रोंगटे यांची पीएच.डी. ची पदवी असून त्यावर आधारित त्यांचा स्वतंत्र ग्रंथही प्रकाशित आहे त्याचाच सारांश या पुस्तकात लेखरूपाने मांडला आहे. या संशोधनकार्यातील रोंगटे यांचे परिश्रम आणि मांडणी निर्विवाद महत्त्वाची ठरली आहे. एवढे एकच काम डॉ. रोंगटे यांनी केले असते, तरी त्यांची संशोधक म्हणून उंची सिद्ध झाली असतीच!

डॉ. रोंगटे हे आदिवासींच्या वेदनेशी व सुखाशी एकात्म झालेले संशोधक आहेत. म्हणूनच त्यांना आदिवासी समाजाच्या भवितव्याची चिंता सतत लागून राहिल्याचे दिसते. आदिवासी संस्कृतीच्या गाभ्यात रुजलेल्या अनेक मूल्यात्मक संदर्भांना त्यांनी उजाळा दिला आहे. प्रगती केलेल्या प्रस्थापित संस्कृतीच्या तुलनेत काही ठिकाणी आदिवासी संस्कृती कशी मूल्यात्मक व सुधारणावादी आहे, याच्या साक्षीही या ग्रंथात मिळतात. आदिवासींच्या अस्मितेच्या खुणा, प्राचीन काळापासून शोधून आजच्या वर्तमानातील साक्षीही या लेखात जाणीवपूर्वक नोंदल्या आहेत.

डॉ. रोंगटे हे सात्त्विक प्रवृतीनेच त्यांचे वैचारिक लेखन करतात. त्यामुळे त्यांच्या लेखनात आक्रमकता, शिव्या, द्वेष यांना थारा नाही. आर्यांनी प्राचीन काळापासून केलेली सार्वत्रिक लूट व आदिवासींवर केलेला अन्याय हा निंदनीयच असून एवढ्या एका मुद्द्यावर रोंगटेचा विरोध सर्व लेखनात वारंवार नोंदला गेला आहे. पण त्यात कुठेही तोल गेलेला नाही. रोंगटे यांनी समाजशास्त्र, धर्मशास्त्र, तत्त्वज्ञान व इतिहासासह वाङ्मयीन परंपरेचा अभ्यास करूनच आदिवासी संस्कृतीच्या विविध प्रवाहांना कवेत घेण्याचे धाडस सिद्ध केल्याचे दिसते.

आदिवासींच्या अंधश्रद्धा, विकृत रूढी, अज्ञान आणि हिंसाचाराच्या असंख्य घटना सतत समोर येत असतात. त्यांचे समर्थन डॉ. रोंगटेसह कुणीच करणार नाही. म्हणूनच त्या संदर्भातील आत्मपरीक्षणात्मक चिंतनसूत्रे या ग्रंथात अपेक्षित होती. हा मुद्दा अनेक आदिवासी कवी-लेखकांनी कळीचा म्हणून त्यांच्या कलाकृतींत मांडला आहे. डॉ. रोंगटे यांनी जंगलाचा प्राचीन व आधुनिक अनुबंध आदिवासींच्या संदर्भात कसा बदलला व उद्‌ध्वस्त होत गेला, याचे सुंदर व वस्तुनिष्ठ वर्णन विविध प्रश्नांच्या साक्षीने केले आहे. आदिवासी संस्कृतीचे

व्यापक वर्तुळ पेलण्याचा डॉ. रोंगटे यांचा प्रयत्न, नव्या पिढ्यांसाठी मार्गदर्शकच म्हटला पाहिजे.

डॉ. रोंगटे यांच्या विवेचनातील भाषा कमालीची अर्थपूर्ण व विषयाला न्याय देणारी आहे. तर्कशुद्ध चिंतन, वस्तुनिष्ठ मांडणी, प्रश्नांचे समर्थपणे केलेले आकलन, मान्यवर विद्वानांच्या मतांचा घेतलेला आधार, सप्रमाण विवेचन आणि वैचारिक चिंतनाने बहरलेली भाषाशैली या गुणांमुळे हा ग्रंथ आदिवासी साहित्यप्रवाहातील 'मैलाचा दगड' ठरू शकतो.

पाश्चात्त्य व भारतीय विद्वानांच्या संशोधनाची नोंद डॉ. रोंगटे यांनी स्पष्टपणाने घेतली आहे. अर्थात त्यामधील चकवे आणि मतभेदांचे मुद्देही पुरेशा गांभीर्याने पुढच्या काळात ते समजून घेतील, अशी अपेक्षा आहे.

आदिवासी संस्कृतिप्रवाहात विचारवंत व समीक्षकांची संख्या अत्यल्प आहे. बिगरआदिवासी प्रवाहातील विद्वानांवर आता फार मोठी जबाबदारी न टाकता, आदिवासी विद्वानांनी आपली वाट आपणच अधोरेखित केली पाहिजे. या पार्श्वभूमीवर डॉ. गोविंद गारे, व्यंकटेश आत्राम, विनायक तुमराम, नेताजी राजगडकर, भुजंग मेश्राम, वाहरू सोनवणे या प्रमुख विचारवंताच्या वारशात डॉ. तुकाराम रोंगटे यांचे नाव आता सन्मानित झाले आहे.

आदिवासींच्या प्रश्नांची सखोल जाण आपल्या लेखनातून अभिव्यक्त करताना डॉ. रोंगटे यांच्यातील संशोधक विचारवंत आदिवासींच्या उज्ज्वल भवितव्याच्या ध्येयवादाशी बांधील राहतो. म्हणूनच त्यांच्या वैचारिक लेखनाला मूल्यात्मकतेची जोड कायम मिळालेली दिसते.

राजकीय स्वातंत्र्यापासून सामाजिक-सांस्कृतिक समतेच्या सर्व आशय सूत्रात डॉ. रोंगटे यांनी असंख्य प्राचीन-अर्वाचीन व आधुनिक अस्मितेच्या मानदंडाना एकत्र गुंफण्याचे ऐतिहासिक कार्य केले आहे. भारतासह आंतरराष्ट्रीय स्तरावरील आदिवासींच्या लढ्याचे डॉ. रोंगटे यांनी पचवलेले मूल्यभान, त्यांच्या व्यापक भूमिकेचे दर्शन घडविते. एकाच ग्रंथात आदिवासींच्या प्राचीन ते आधुनिक संस्कृतिप्रवाहाचे सार्वत्रिक संचित अभिव्यक्त करण्याचा दुर्मीळ सन्मान, डॉ. विनायक तुमरामनंतर डॉ. तुकाराम रोंगटे यांनाच प्राप्त होताना दिसतो. म्हणूनच या तरुण सच्च्या संशोधकाच्या कार्याचा गौरव अटळ आहे. त्यांच्या पुढच्या वाटचालीस माझ्या हार्दिक शुभेच्छा!

-डॉ. श्रीपाल सबनीस

मनोगत

'आदिवासी साहित्य : चिंतन आणि चिकित्सा' हा ग्रंथ आपल्यासारख्या सुज्ञ वाचकांच्या हाती देताना विशेष आनंद होत आहे. सदर ग्रंथातील लेख हे पूर्वी विविध विद्यापीठे आणि महाविद्यालयांच्या चर्चासत्रांत सादर केलेले आहेत. त्यांची एकत्रित बांधणी म्हणजेच हा ग्रंथ होय.

आज आपल्याला २१ व्या शतकात पदार्पण करून एक तप उलटून गेले असून भ्रमणध्वनी, संगणक आणि अंतरजाल(इंटरनेट)ने जग कितीही जवळ आले असले, तरीही आदिवासींचे कितीतरी प्रश्न आणि समस्यांकडे म्हणावे तसे फारसे लक्ष गेलेले नाही. या देशातील महान संस्कृतीचा अग्रदूत आदिवासी आहे. निसर्गाशी त्याचे सख्य आहे. तो निसर्गाचा रखवालदार म्हणूनच वावरत आला आहे. निसर्गाच्या सोबतीनेच त्याला प्रथम गुणगुणता आले, जे ह्या पृथ्वीतलावरचे पहिले गाणे ठरले. म्हणूनच तर तो पहिला गीतकार, चित्रकार, वास्तुविशारद, विधिज्ञ, वैद्य, संशोधक, शास्त्रज्ञ आणि सर्वकाही तोच आहे. त्याच्या प्रामाणिकपणाचा व नि:स्वार्थीपणाचा गैरफायदा कसा घेतला गेला, आणि त्याला अरण्यात कसे हाकलण्यात आले, ह्याबाबतचे बारकावे सदर ग्रंथात मांडण्याचा प्रामाणिक प्रयत्न मी केला आहे.

वाचकांच्या सोयीसाठी सदर ग्रंथाची साहित्य आणि वैचारिक अशा दोन भागामध्ये विभागणी केली असून, आवश्यक तेथे आदिवासी बोलीतील शब्द आणि पारिभाषिक संज्ञा यांचे अर्थ दिले आहेत. आजवर मराठी साहित्यात आदिवासी जीवनावर कथा, कादंबरी, नाटक, कविता, चरित्र, आत्मचरित्र इ. साहित्यप्रकारांमधून त्यांच्या सामाजिक व सांस्कृतिक जीवनावर प्रकाश टाकण्याचा प्रयत्न झाला आहे. आजमितीला आदिवासींच्या पारंपरिक अस्सल जीवनशैलीला

अधोरेखित करण्याचे काम फार थोड्या साहित्यिकांनी केले. बाकीच्यांनी रोमॅन्टिक, बीभत्स, विद्रूप, अत्यंत वरवरचे, उथळ, काल्पनिक माहितीवजा आदिवासी चित्रण रंजनात्मक केले आहे.

एक गोष्ट आवर्जून आपल्याला सांगावीशी वाटते की, आदिवासींमधील काही स्वयंघोषित नेते, कार्यकर्ते यांना असे वाटते की आपल्याशिवाय चळवळ नाही. त्यांतील काहीजण खुर्चीला आणि पदाला हपापले असल्याने, प्रस्थापित अशा आदिवासींमधल्या स्वयंघोषित नेत्यांना, कार्यकर्त्यांना हाताशी धरून, आदिवासींविषयी खोटी सहानुभूती दाखवून समाजकार्याचा आभास निर्माण करतात. प्रसंगी आदिवासींच्या नावावर शासनाचे अनुदान लाटून आदिवासींविषयी काम करताना दिसतात. अशा ढोंगी लोकांमुळे आदिवासी आणि त्यांच्या चळवळीचे फार मोठ्या प्रमाणावर नुकसान होत आहे.

प्रस्तुत ग्रंथात आदिवासींची मूळ जीवनशैली, त्यांची संस्कृती, धर्म, परंपरा, त्यांचा निसर्ग, त्यांची कुलदैवते, आदिवासी साहित्य, इतिहास, चळवळ, क्रांतिकारकांचे योगदान इ. बाबींवर प्रकाश टाकण्याचा प्रयत्न केला आहे.

सदर ग्रंथाला ज्येष्ठ साहित्यिक, समीक्षक, पुरोगामी विचारवंत प्राचार्य डॉ. श्रीपाल सबनीस यांची अत्यंत अभ्यासपूर्ण आणि प्रदीर्घ अशी प्रस्तावना लाभली आहे. त्यांच्या व्यस्त कामातून वेळ काढून त्यांनी प्रस्तुत ग्रंथाचा चिकित्सकपणे अभ्यास करून परखडपणे भाष्य केले आहे. या निमित्ताने संशोधनाविषयी मौलिक सूचना त्यांनी केल्या आहेत. त्या मला पुढील संशोधनासाठी निश्चित मार्गदर्शक ठरतील. त्याबद्दल मी त्यांचे आभार न मानता त्यांच्या ऋणातच राहू इच्छितो. मराठी विभागाचे माजी विभागप्रमुख, माझे गुरुवर्य डॉ. अविनाश आवलगावकर यांनी आनंदाने या ग्रंथाविषयीचे मौलिक भाष्य मलपृष्ठावर करून या ग्रंथाचे मूल्य वाढविले आहे. त्याबद्दल मी त्यांचा ऋणी आहे.

पुणे विद्यापीठाच्या मराठी विभागात काम करत असताना माझे सहकारी विभागप्रमुख डॉ. विद्यागौरी टिळक, डॉ. मनोहर जाधव, डॉ. अविनाश सांगोलेकर व डॉ. प्रभाकर देसाई यांच्याशी अभ्यासक्रमाच्या निमित्ताने साहित्याविषयी होणाऱ्या चर्चा मला या कामी उपयुक्त ठरल्या. त्या सर्वांचे मन:पूर्वक आभार.

आमचे स्नेही प्रा. डॉ. जगदीश आवटे ह्यांनी ग्रंथाच्या मुद्रितशोधनाचे काम काळजीपूर्वक आणि आनंदाने केले, त्याबद्दल त्यांना धन्यवाद द्यावे तेवढे थोडेच. प्रकल्पसहायक म्हणून माझ्यासोबत काम करत असलेला माझा वर्गमित्र

प्रा. प्रमोद धिवार ह्यांनी सर्व लेखांचे वाचन करून ग्रंथ पूर्णत्वास नेण्यास मोलाची मदत केली. त्याचबरोबर डॉ. वैखरी खांडेकर-वैद्य, आमच्या विभागातील विद्यार्थी सुमित साळुंखे, उमेश शिरसट यांनी संदर्भसाहित्य मिळविण्यासाठी मोलाची मदत केली त्याबद्दल मी या सर्व मित्रांचा ऋणी आहे.

सदर ग्रंथाचे काम करत असताना माझी पत्नी प्रा. डॉ. सौ. सुरेखा रोंगटे हिने मला याबाबत प्रोत्साहनच दिले. तसेच माझी मुलगी कु. सुमेधा व मुलगा ऋतुपर्ण यांनी आपला हक्काचा वेळ मला या कामी दिला. या सर्वांचे प्रेम शब्दातीत आहे.

हा ग्रंथ अगदी परिपूर्ण आहे, असा माझा दावा नाही. मात्र विद्यार्थी, प्राध्यापक, अभ्यासक, संशोधक, समीक्षक यांना आदिवासी साहित्य व समाजाच्या अभ्यासाच्या दृष्टीने हा ग्रंथ निश्चितच दिशादर्शक ठरेल. आपल्या मौलिक सूचना मला पुढील संशोधनासाठी ऊर्जा देणाऱ्या ठरतील. हा ग्रंथ अत्यंत कमी वेळेत प्रकाशित करण्याची जबाबदारी ज्यांनी पार पाडली, ते दिलीपराज प्रकाशनचे प्रकाशक श्री. राजीव बर्वे व सौ. मधुमिता बर्वे ह्यांचा मी ऋणी आहे. अत्यंत सुबक आणि रेखीव पद्धतीने त्यांनी हा ग्रंथ प्रकाशित केला, त्याबद्दल त्यांचे व त्यांचे सहकारी सौ. नीता काळे, ज्युली थॉमस मॅडम यांचे मन:पूर्वक आभार!

डॉ. तुकाराम रोंगटे
सहयोगी प्राध्यापक,
मराठी विभाग, पुणे विद्यापीठ,
पुणे – ४११ ००७.
Email- tukaramrongate@gmail.com

अनुक्रम

आदिवासी साहित्य :
चिंतन आणि चिकित्सा

विभाग - अ

१

मराठी कवितेचा तेजोमय इतिहास : आदिवासी कविता

सन १९६०च्या दरम्यान ज्या साहित्यप्रवाहांची सुवर्णाक्षरांनी नोंद घेतली गेली, त्यात ग्रामीण साहित्य, दलित साहित्य, स्त्रीवादी साहित्य, जनवादी साहित्य, मुस्लीम, ख्रिश्चन आणि आदिवासी साहित्यालाही बंदिस्त करण्याचा खटाटोप केला गेला. तो काही तितकासा योग्य नाही. मुळात अशा संकुचित प्रवृत्तीमध्ये आदिवासी साहित्याला बंदिस्त करून आपल्याला मुळीच चालणार तर नाहीच, तसेच ते उचितही ठरणार नाही.

'आदिवासी साहित्य हे कोणत्याही साहित्याची प्रतिकृती नाही. कोणत्याही साहित्याच्या प्रेरणांचा आविष्कार नाही. ते स्वतंत्र, स्वयंभू आणि स्वयंसिद्ध आहे.'[१] असे डॉ. विनायक तुमराम यांनी केव्हाच सांगितलेले आहे. त्यामुळे ह्या साहित्याच्या प्रेरणाही त्याच्या अस्तित्वाइतक्याच प्राचीन आहेत. ह्या साहित्याने आज भारतीयच नव्हे तर जगाच्या इतिहासात आपले मानाचे स्थान सिद्ध केले आहे. कारण हे साहित्य ह्या देशातीलच नव्हे, तर अखिल विश्वातील मूळ मानवसमूहांचे व टोळ्यांचे सांस्कृतिक मूल्यांनी नटलेले नवे-जुने साहित्य एवढे व्यापक त्याचे स्वरूप आहे.

एखादा वाङ्मयप्रवाह जेव्हा स्व-अस्तित्व दाखवितो, तेव्हा त्यावर प्रस्थापितांकडून टीका झाली नाही तर नवलच! ज्यांच्या हातून दलित साहित्यही सुटले नाही, तर मग आदिवासी साहित्य कसे सुटेल? अनेकांनी 'आदिवासी साहित्या'ला नावे ठेवली, नाके मुरडली; मात्र आज त्यांचेच दात त्यांच्याच घशात गेल्याचे पाहणारे आपण सर्वजण साक्षीदार आहोत. म्हणून 'आदिवासी साहित्य' हेच खऱ्या अर्थाने साहित्याचे मूळ आहे. याची आज कुणाला साक्षपुरावे देण्याची गरज वाटत नाही. 'वेदांचा कर्ता कोण?' हे कोणालाही ठामपणे सांगता

येत नाही. मात्र आदिवासी साहित्याबाबत असे मोघमपणाचे उत्तर देऊन चालणार नाही. त्याचे कारण असे की, आदिवासींच्या अभिजात जनसाहित्याचा, विशेषतः आदिवासींच्या लोककथा, लोकगीते, जानपदगीते, गुराखीगीते, देवदेवतांच्या, मनुष्यप्राण्यांच्या उत्पत्ती आणि जन्म-मरणाच्या कथा; जनव्यवहाराचे वाद-संवाद, घात-प्रघात, बोलण्या-चालण्याचे आडाखे, म्हणी आणि वाक्प्रचार हा आदिवासी साहित्याचा आद्य प्रकार म्हणता येतो. अशा साहित्याचा उगम केव्हा आणि कुठे झाला? 'त्याचा कर्ता कोण?'[२] हेही कुणाला ठामपणे सांगता येत नसले, तरी आदिवासी अनादिकाळापासून या मौखिक साहित्यावर जगत आला आणि आजही जगतो आहे, म्हणूनच ह्या वाङ्मयाला आदिवासींचे 'अक्षर आणि अभंग वाङ्मय' म्हणण्यास कोणाची 'ना' असता कामा नये.

दुसरी अलीकडची लिखित नोंद मिळते, ती क्रांतिसूर्य महात्मा फुल्यांच्या समग्र वाङ्मयात. "त्या काळी बाहेरून आलेल्या सशस्त्र, स्वार्थी व ढोंगी आर्यांनी इथल्या मूळच्या निसर्गपूजक आणि शेती करण्याऱ्या आदिवासींवर हल्ले करून त्यांच्या श्रमावर आधारित आणि समूहाला प्राधान्य देणाऱ्या संस्कृतीचा नाश करायला सुरुवात केली."[३] त्यात जे त्यांच्या आड आले, अशांच्या कत्तली केल्या. लाखोंना कायमचा डोंगर-दऱ्यांचा आणि जंगल-जिव्हाराचा रस्ता दाखविला. हे सर्व वास्तव आणि इथला रक्तपात न्याहाळून मराठी साहित्यात आदिवासींच्या दैन्याची मोहोर महात्मा फुल्यांनी उमटविली.

आदिवासींच्या लिपीबद्ध साहित्याचा विचार सुरू झाला की, आदिवासी कवितेच्या विस्तीर्ण दालनाने आपले लक्ष वेधून घेतलेच समजा. इतर कवींप्रमाणेच आदिवासी कवींनीही आपले सुख-दुःख, वेदना, संस्कृतीचा ऱ्हास, श्रमाला दिलेला कमीपणा आपल्या कवितेतून मांडला. अशा कवितेबद्दल डॉ. विनायक तुमराम म्हणतात, "आदिवासी कविता म्हणजे आदिवासी साहित्याच्या गडाची पहिली पायरी होय. आदिवासी कविता ही साहित्यसृष्टीचे नक्षीदार, कोरीव व भरभक्कम महाद्वार होय. आदिवासी साहित्याची अस्तित्वनोंदच मुळी कवितेने झालेली आहे. ही कविता म्हणजे अस्तित्व आणि अस्मिता ह्यांच्या रक्षणार्थ, सुविद्य, सुजाण व सजग आदिवासी मानसिकतेने उभारलेल्या शब्दांचे शस्त्रागार. आज त्यासंबंधीचे काही प्राचीन पुरावे फारसे उपलब्ध नाहीत आणि जे आहेत ते हव्या तेवढ्या संख्येने नाहीत. त्यांचे उदासी वातावरण त्या दूरदूर वसलेले, गवती खोपट्यांचे लहान-लहान वाड्या, पाडे-टोले त्यातील माणूस म्हणून जगणाऱ्यांची

संदर्भशून्य वहिवाट आणि आदिवासी कवितेची पायवाट येथून सुरू होते आणि शहरांमधील चळवळींच्या महामार्गाला येऊन मिळते. असा हा कवितेचा प्रवास आहे.''४

एक काळ असा होता की, वेद वाचण्याची, ऐकण्याची आणि स्पर्श करण्याची परवानगी बहुजनांना नव्हती. जर चुकून कोणी तसे धाडसी पाऊल उचलले, तर त्यांचे डोळे काढले जात, हात कलम केले जात आणि कानांत शिसे वितळून ओतले जाई. ऋग्वेद आपल्याला साक्ष देतो की, असे काही घडले तर अनेक हृदयभेदक किंकाळ्या आणि आरोळ्या ऐकू येत. एवढेच नव्हे तर पर्वताखाली लोटून दिलेल्यांच्या, जळून मेलेल्यांच्या आणि कापून काढलेल्यांच्या कितीतरी आठवणी गर्दी करतात. त्या काळातील तो संग्राम साधासुधा नव्हे तर निर्दय, निर्घृण पद्धतीने लढविलेला आणि अनार्यांना ठेचून नष्ट करणारा होता. ऋग्वेदात या संग्रामाच्या खुणा पानोपानी विखुरलेल्या आहेत. त्या खुणा आजही तेवढ्याच बोलक्या आहेत. 'जालियनवाला बाग हत्याकांड'देखील त्याच्यापुढे फिक्के पडेल, एवढा मोठा तो नरसंहार होता. त्यात अनेक कलाकार, कार्यकर्ते, साहित्यिक खतम झाले नसतील कशावरून? मुळात आदिवासींची कला, साहित्य आणि अस्सल संस्कृतीची नाळ तोडून टाकणे हे आपले आद्य व इष्ट कर्तव्य मानणाऱ्यांपैकीच आर्य एक होते.

'वनराज' मासिकाचे संपादक हरिभाऊ केंगले म्हणतात, ''आर्य-अनार्य ह्यांच्यात जे घनघोर युद्ध झाले, त्यात आदिवासी प्रतिभावंतांचे साहित्य मोठ्या प्रमाणात माणसांसह जाळून खाक करण्यात आले. तर उरलेसुरले वाङ्मय येथील लबाड जातिवाद्यांनी कुठेतरी दडवून ठेवले अथवा त्याचे स्वरूपच बदलून आपल्याच नावावर खपविले. त्यांच्या कचाट्यातून त्यातील जे काही थोडेफार वाचले ते आदिवासींचे मौखिक लोकसाहित्यच पुढे प्रगतिपथावर येऊन आज स्वतःचे वेगळे अस्तित्व दाखवत आहे.''५

मध्ययुगीन काळापासून आदिवासी काव्याच्या काही खुणा दिसतात. १४व्या शतकाच्या मध्यभागाच्या सुमारास म्हणजे इ.स. १३४२ साली 'जायबा मुकणे' नावाच्या महापराक्रमी पुरुषाच्या जव्हार संस्थानात 'नारु भिल्ल' व 'सक्रू कोळी महादेव' असे दोन कवी होऊन गेले. त्यांनी समाजाला मार्गदर्शनपर काव्ये लिहिली. त्यात नारु भिल्लाने 'मधुपर्कादि' हे लग्नसोहळ्याच्या उत्सवातील दीर्घ काव्य लिहिले आहे. दुसरे कोळी महादेव सक्रू ह्यांनी त्या काळातील परिस्थितीवर

कडाडून टीका केली आहे. त्या काळी मुघलांच्या स्वाऱ्या कल्याण, ठाणे आणि शेवटी अहमदनगरच्या दिशेने चाल करून कशा आल्या आणि त्यांनी येथील हिंदू देवदेवतांची नासधूस केली, हिंदूंना बाटविले आणि छळले व त्यांच्यावर 'जिझिया' सारखे कर लादले. ह्या बाबतीतील वर्णन सक्रू कवीने अस्खलितपणे केले आहे. तो लिहितो,

'मुघलपाजी, दगाबाजी, स्वाऱ्या करिती आम्हांवर
बाटवली वो हिंदू देवता, सगळं धुळीला गेलं
झिजिया कराचा बोजा त्यांनी ठेविला आमुच्या शिरी
त्यानेच जीव आमुचा झाला घोरी-मोरी...' [६]

आदिवासी काव्याची खरी रुजवात झाली ती सन १९७९ साली भद्रावती, जिल्हा चंद्रपूर येथे भरलेल्या पहिल्या आदिवासी साहित्य संमेलनाने. ह्या गोष्टीला माणसांसोबत इतिहास आणि काळही साक्ष आहे. येथूनच खऱ्या अर्थाने शहरवासीयांच्या नजरेत भरणाऱ्या आदिवासी साहित्याच्या घोडदौडीचा प्रवास सुरू झाला. त्याआधी आदिवासींच्या लोकसाहित्याचा पाश्चात्त्यांनी जो अभ्यास केला. त्यात डॉ. वेरिअर एल्विन ह्यांच्या नावाला प्राधान्य द्यावे लागेल. त्यांनी सन १९३५ साली 'सॉंग्ज ऑफ फॉरेस्ट' हा लोकगीतांचा संग्रह प्रकाशित केला. पुढे कार्यकर्ते आणि चळवळींच्या माध्यमातून संशोधन होत राहिले.

आदिवासी काव्याचे लिपीबद्ध दालन :

सन १९७५ ते २०१२ हा जवळजवळ तीन तपांचा कालखंड 'आदिवासी क्रांतिकाव्या'चा कालखंड मानला जातो. कारण ह्या कालखंडात मोठ्या नैसर्गिक ताकदीनिशी 'आदिवासी काव्य' लिपीबद्ध होत राहिले. ते फुलले, बहरले आणि तितक्याच चांगल्या जोमाने विकास पावले. आज आदिवासी काव्याची निर्मिती चांगलीच पुष्ट असून अतिशय कसदार, ज्वलंत विषयांसह मुखर होते आहे. आता आदिवासी बोलू लागला आहे. इतरांनी दिलेल्या कुबड्या त्याने दूर फेकून दिल्या असून आत्मचिंतन करून आपल्या जीवनाचा रथ आपण ओढला पाहिजे. किती दिवस आपण दुसऱ्यांवर विसंबून राहायचे? ही ऊर्मी आतूनच आल्याने सच्च्या कार्यकर्त्यांच्या 'स्वकथन काव्य'निर्मितीला प्रारंभ झाला. त्यातूनच सत्तर ते नव्वदच्या द्विदशकात आदिवासी कवींचा 'काफिला' प्रमुख मार्गावर येऊन दाखल झाला. त्यातील अनेकांच्या स्वतंत्र काव्यकृती प्रसिद्ध झाल्या. एक स्वतंत्र

आणि प्राचीन संस्कृतीची आभूषणे ल्यालेले काव्यदालन निसर्गाच्या साक्षीने विराजमान झाले. त्यात महाराष्ट्रातील आदिवासींचा पहिला प्रातिनिधीक काव्यसंग्रह 'मोहोळ' हा सन १९८२ साली वणी येथे भरलेल्या दुसऱ्या साहित्य संमेलनात प्रसिद्ध झाला. ज्येष्ठ कवी भुजंग मेश्राम व प्रभू राजगडकर यांनी तो संपादित केला आहे. त्यानंतरच्या कालानुक्रमे कलाकृती... 'मेटा-पुकार अर्थात पहाडी फुलं' भाग-१ व भाग-२ सुखदेव बाबू उईके (१९६२), 'आदिवासी कविता' - भुजंग मेश्राम (१९७५), 'गोधड' - वाहरू सोनवणे (१९८७), 'गोंडवन पेटले आहे' - डॉ. विनायक तुमराम (१९८७), 'उलगुलान' - भुजंग मेश्राम (१९९०), 'इंद्रियारण्य' - रवी कुलसंगे (१९२०), 'वनसूर्य' - पुरुषोत्तम शेडमाके (१९९०), 'जागवा मने पेटवा मशाली' - प्रा. वामन शेळमाके (१९९१), 'म्होरकी' - उषाकिरण आत्राम (१९९७), 'मनोगत' - प्रा. माधव सरकुंडे, (१९९७), 'धिक्कार' - रामचंद्र जंगले (१९९७), 'अनुभूती' - डॉ. गोविंद गारे (१९९४), 'पतुसा' - कृष्णकुमार चांदेकर (१९९९), 'रानआसवांचे तळे' - सौ. कुसुम आलाम (१९९८), 'सुक्कासुकूम' - वसंत कन्नाके (२००२), 'तीरकमठा' - सुनील कुमरे (१९९९), 'पाखरं' - बाबाराव मडावी (२००२), 'वळीव' - तुकाराम धांडे (२००७) ते 'पानझडी' ह्या डॉ. संजय लोहोकरे (२०११) ह्यांच्या कवितेपर्यंतचा हा प्रवास काही येथेच थांबत नाही. ह्याव्यतिरिक्त कितीतरी कवींचे संग्रह प्रकाशित होत असून बरेच प्रकाशनाच्या मार्गावर आहेत. वरील संग्रहांतील काही प्रातिनिधिक काव्यपंक्ती जरी आपण विचारात घेतल्या, तरी आदिवासी कवितेचे निराळेपण आपल्या नजरेत भरल्याशिवाय राहणार नाही.

संस्कृतीवर गप्पा मारणाऱ्यांनी फक्त स्टेजवर जाऊन भाषणे ठोकायची नसतात. असं करून व्यवस्था कधीही बदलत नसते. कुचाळकीच्या भावनेने दुरावलेली माणसे आता नवीन संदर्भ शोधू लागले आहेत. म्हणूनच तर कवी कृष्णकुमार चांदेकर 'संस्कृती' या कवितेत लिहितात...

'गर्व करणाऱ्या संस्कृतीत आम्ही जगत आहोत
त्यांच्याच मर्जीनं मरत आहोत, परंतु...
जोशी बाईची मांडी दिसली तर ती अब्रू ठरते
आणि मडावी बाईची मांडी दिसली तर
ती संस्कृती ठरते, असे का?'

यावर व्यवस्था काहीच बोलत नाही. मूग गिळून बसते. आदिवासींच्या

संस्कृतीवर खुलेआम बोलले जाते. तिला 'फ्री सेक्स' म्हणूनही संबोधले जाते. खोट्या संस्कृतीचा बुरखा पांघरणाऱ्या आणि चार भिंतीच्या आत रोज झोंबाझोंबी करणाऱ्यांना कवयित्री कुसुम अलाम सावधानतेचा इशारा देते आहे त्या 'संस्कृती' या कवितेत लिहितात...

'मित्रा ठणकावून सांग त्यांना
जंगलात फिरलो आम्ही अर्धनग्न
कॅमेऱ्यापुढे विवस्त्र झाल्याच नाहीत आमच्या मायबहिणीं
आणि कुंठणखाणेही चालविले नाहीत
आम्हास पोट भरण्यास देखील
जंगलाचे कायदे आडवे आले
आमच्या मुक्त लैंगिकतेवर बोलाल तर खबरदार
विवाहासाठी ब्लडग्रुप चेकिंगची वेळ
आम्हांवर अजून यायची आहे.'

'गोटूल' ही आदिवासींचे सांस्कृतिक परंपरा आणि विवाहासाठी जोडीदार निवडण्याचे तसेच लैंगिक शिक्षणाचे वस्तुपाठ देणारी संस्कार केंद्रे होती. मात्र काही आंबट शौकीन नजरांनी या संस्कार केंद्राचे, युवागृहांचे विकृत दर्शन समाजाला घडविले. व्यभिचाराचे आणि स्वैराचाराचे केंद्र म्हणून युवागृहांची बदनामी केली. त्यामुळे कवयित्री आलाम स्वतःला पुढारलेले आणि सुसंस्कृत समजणाऱ्यांच्या वरच घणघाती हल्ला करून अशा व्यवस्थेला थेट प्रश्न करतात...

'तुम्ही भडवेगिरी केली
बलात्कार, छेडछाड केली
कुंठणखाणे चालविले
तरी तुमचे फावते
आम्ही मात्र... चांदण्यांना साक्षीला ठेवून
जीवनसाथी निवडण्यास गोटूलमध्ये येतो त्यावेळी तुम्ही म्हणता
गोटूल म्हणजे काय हो? व्यभिचाराचे, स्वैराचाराचे केंद्र का?
तो भडवेगिरी कधी करणार नाही. हवे तर हजारो वर्षांचा
इतिहास उलटून पालटून पहा जरा.'

आरक्षणाचा मुद्दा आज सगळीकडे तावातावाने चर्चिला जात आहे. घटनेने आदिवासींना 'आरक्षण' दिले, परंतु 'संरक्षण' तेवढे मिळाले नाही. त्यामुळे

'आरक्षणविरोधी' वातावरण निर्माण करण्यात काही स्वार्थी व मुजोर शक्ती गुंतलेल्या आहेत. त्यांचा 'माज' उतरवण्यासाठी कवी कृष्णकुमार चांदेकर लिहितात,

"उघड्याबोडक्यांची जिंदगी झाकलेल्यांनी कधी अनुभवली आहे काय? आणि वाकड्यातिकड्या काटेरी रानवाटा तुडविताना जखमाळलेल्या पावलांचा 'तोल' उपदेश करणाऱ्यांनी कधी सावरला आहे काय?" असे कुठेच होत नसल्याने 'आरक्षणा'वर तिखट भाष्य करताना कवी लिहितो,

'अजूनही माझी माय घरात नागवी राहून
लेकीला घराबाहेर पाठविते अथवा
लेकीला नागवी ठेवून माय घराबाहेर निघते
आणि त्यांच्या दिवसातून दहा साड्या फेडणाऱ्या माय-लेकी
एकाच वेळी सिनेमात जाऊन बसतात.
तरी भडवे म्हणतात, यांना 'आरक्षणा'ची गरज काय?...'

स्वातंत्र्याचा खरा अर्थ भल्याभल्यांना उमगलाच नसावा म्हणूनच तर माधव सरकुंडे 'मनोगत'मध्ये म्हणतात,

'भामरगडातल्या अर्धनग्न माडीया बाया बघितल्या
की स्वातंत्र्य म्हणजे अश्लील चेष्टाट वाटते मला
अश्लीलतेची गोष्ट निघाली म्हणून सांगतो
तुमचा एक साहेब आमच्या राहोट्यात हमेशा येतो
रात्री एखादी माडिया तरूणी रेस्टहाऊसवर घेऊन जातो
ब्रँडीच्या घोटाबरोबर तिचे तारुण्य चघळतो
तिच्या लाचार देहाशी मुक्तपणे खेळतो
मग आम्ही स्वातंत्र्य म्हणजे जबरदस्तीचा
संभोग म्हटलं तर तुम्हाला वाईट वाटायला नको.'

आदिवासींचा इतिहास पाहता एकलव्याबद्दल असे म्हटले जाते की, द्रोणाचार्यांच्या गुरूकुलात त्याचा रितसर प्रवेश नसताना उच्च निच्चतेचा आणि विषमतेचा अभ्यासक्रम शिकविल्या जाणाऱ्या गुरूकुलात एकलव्य साधा बहि:स्थ विद्यार्थी नसताना त्याने नेमबाजीच्या परीक्षेचा फॉर्मही भरला नव्हता. अत्यंत भयभीत बनविण्यासाठी धनुर्विद्येतील अंगठ्याचे महत्त्व माहित असूनही, कपटाने एकलव्याचा अंगठाच गुरूदक्षिणा म्हणून घेतला आणि ह्या पृथ्वीतलावर पहिला 'भ्रष्टाचार' आणि अंगठा कापणीचा 'फ्रॉड' घडवून आणला. ह्याबाबतील कवयित्री

कुसुम आलामांचे भाष्य रोखठोक आहे.

'एकलव्याचा कोणता अपराध होता
की त्याचा अंगठा हिसकावून
भ्रष्टाचाराची सुरूवात करावी गुरूने?'

भारत देशाला स्वातंत्र्य मिळून आज सहा दशकांचा काळ लोटला असला, तरीही आदिवासींवरील अन्याय-अत्याचार अजूनही थांबेलेले नाहीत. जमीन, जल आणि जंगलापासून ते थेट अब्रूपर्यंतची त्यांची लूट सुरूच आहे. प्रस्थापित व्यवस्थेकडून त्यांचा पाणउताराही थांबलेला नाही. त्यामुळे चिडलेला कवी मोठ्या धाडसाने विचारू लागतो.

'तुम्ही नायक' आदिवासींचे, तुम्हाला बघायचा आहे का खरा 'आदिवासी भारत?' ह्या प्रश्नाच्या तळाशी खूप काही खदखदत असल्याचे जाणवते. ज्येष्ठ कवी भुजंग मेश्राम वास्तवता रेखाटताना लिहितात,

'प्रजासत्ताक नि स्वातंत्र्यदिनाला आदिम कला
राजधानीत नाचते,
त्या वेळी संस्कृती महालांमध्ये 'कॅब्रे' करते
तिची पालखी आणि आमची धिंड एकाच राजमार्गावरून
मजा वाटते!
हे जंगलचे तुरुंग आता सर्वांनाच प्रिय
झाडांची रोज कत्तल होते म्हणून
'खांडववन' करता येत नाही.'

आदिवासींच्या अगणित दुःखांचा प्रतिनिधी दमडू आत्राम एका कवितेत भेटतो तोच मुळी सर्पदंश होऊन इलाजाअभावी प्राण सोडणारा. अशा दमडूचा बळी गेला तो केवळ पोटासाठी! जिंदगीसाठी!! चिल्यापिल्यांसाठी!!! मोहाचा घाटा आणि मिठाचा खडाच त्यांच्या वाट्याला, व्यवस्थेने वाढून ठेवला आहे. अशांच्याविषयी काय बोलावे? असाच एक वास्तव स्वानुभव कवी दशरथ मडावी रेखाटतात.

'एक रात मोहासाठी जागता जागता
नकळत आम्ही झोपी गेलो
मोहाच्या वासाने डोम्या नाग सरकत आला
माझ्या सोबतच्या दमडू आत्रामला डंख मारून निघून गेला

दमडूच्या तोंडाला फेस आणि माझा आवाज रानात घुमला
जिकडून तिकडून धावून आले, मंत्राचे सूर घुमले
जडी-बुटी दिली सारा उपाय केला
पण माझ्या डोळ्यांदेखत दमडू तडफडत मेला...'

आदिवासींच्या असहाय तडफडीच्या भावनांची ही नोंद काय सांगते? मोहांच्या फुलांची आणि त्यातल्या पहिल्या धारेची 'टेस्ट' काही औरच असते, असे पंख्याखाली बसून लज्जत चाखणारे म्हणतात. तेव्हा कवीला दमडू आठवतो. रानावनांतील आदिवासींचे वरवर स्वच्छंदी दिसणारे जीवन दुःखाच्या आणि भयानकतेच्या विंचू-काट्यांनी किती रक्तबंबाळ झाले आहे, हे शहरी हृदयांना कधी कळणार?

ज्येष्ठ साहित्यिक आणि समीक्षक डॉ. श्रीपाल सबनीस, कवयित्री कुसुम आलामांच्या कवितेबद्दल म्हणतात, ''एका सुंदर युगासाठी आलामांची कविता व्यापक आशयसूत्रांना घेऊन येते. अन्याय करणाऱ्याविरुद्ध युद्ध अटळ असल्याची जाणीवही कविता ठामपणे व्यक्त करते. त्यासाठी गोंड, माडिया, परधार, थोटी ह्या आदिवासींमधील जमातीच्या उतरंडी मोडण्याची गरजही कविता प्रतिपादन करते. आदिवासींची छाती मर्दानी असूनही त्यावर प्रस्थापितांचे प्रहार चालूच असून त्यांना थांबविण्यासाठी आपले सारे प्रवाह एक झाले पाहिजेत, अशी एकात्मतेची जाणीव ह्या शब्दांतून पेरली जाते. सुंदर युगाच्या स्वप्नांचे डोहाळे लागलेली ही कविता चिंतनात्मक दृष्ट्या विलोभनीय आहे.''[७]

अनेक वर्षांपासून चेष्टेने, कुचाळकीने हिणवण्यात आलेल्या आदिवासींच्या तळाशी प्रतिशोधाची आण दबा धरून बसणे नाकारता येत नाही. त्यामुळे ह्या कवितेवर आक्रमक, चिडखोर, सूड भावनेने पेटलेली अशी टीका करतीलही; पण म्हणून तिचे कवितापण नाकारणे काही शहाणपणाचे आहे का? उत्तर असेल, नाही.

आजमितीला शेकडो आदिवासी कवी-कवयित्रींचा जंगल काफिला रानवाटा सजवत आणि सुगंधित करत राजमार्गाकडे चालला आहे. नवनिर्माणाचा व वैश्विकतेचा विसर पडू न देता ही कविता अधिक तेजोमय होऊन विश्वकल्याणाच्या कामी येईल, असेच तिचे भवितव्य आहे.

❑

संदर्भ आणि टीपा :

१. तुमराम विनायक, 'शतकातील आदिवासी कविता', प्रस्तावना, हरिवंश प्रकाशन, चंद्रपूर, प्र. आ. २००३, पृ. क्र. १३.

२. गारे गोविंद, 'आदिवासी साहित्य', हाकारा, मे-जून-जुलै २००२, पृ. क्र. ११.

३. रोंगटे तुकाराम, 'आदिवासी कवितेचा उषःकाल आणि सद्यःस्थिती', संस्कृती प्रकाशन, पुणे, प्र. आ. २००७, पृ. क्र. ०८.

४. रोंगटे तुकाराम, 'आदिवासी साहित्य विशेषांक', सम्यक भारत मासिक, एप्रिल २००७, पृ. क्र. २६.

५. केंकले हरिभाऊ, 'शोधा म्हणजे सापडेल', वनराज, मुंबई, एप्रिल १९९७, पृ. क्र. ०३.

६. मते कौमुदी, 'जव्हार येथील लग्नसमारंभ', पुरवणी, चित्रमय जगत, मार्च १९१५, पृ. क्र. १३.

७. सबनीस श्रीपाल, 'आदिवासी, मुस्लीम, ख्रिश्चन साहित्यमीमांसा', अनुबंध प्रकाशन, पुणे-४३, प्र. आ. २००७, पृ. क्र. ६०.

२
आदिवासी साहित्य आणि चळवळ

सुमारे चार हजार वर्षांपूर्वी परकीय आर्य ह्या देशात येण्यापूर्वी भारत देशात अनार्य म्हणजे आदिवासी संस्कृती अस्तित्वात होती. ही संस्कृती म्हणजे माणसांसोबत माणुसकीने वागणारी संस्कृती! माणुसकीवर आधारित, प्रत्येकाशी समतेने वागणारी संस्कृती होय. ह्या संस्कृतीचा सुवर्णकाळ सांगण्यासाठी ती संस्कृती जोपासणारी त्या काळातील माणसे आज हयात नाहीत. मात्र तर्कशास्त्राच्या आधारे मोहेंजोदडो व हडप्पा ह्या दोन सुखी, संपन्न व समृद्धतेने जीवन जगणाऱ्या लोकांच्या शहरांच्या उत्खननात जे साहित्य सापडले, ते सर्व आदिवासी समाजाचा इतिहासच उलगडून दाखविणारे आहे. ह्या उत्खननात जी मातीची, दगडाची भांडी, प्राण्यांच्या हाडांच्या वस्तू सापडल्या, त्यांवरून आदिवासी संस्कृतीची ओळख निश्चितच पटते. ती वास्तवता कोणीही नाकारू शकत नाही.

'मूठभर आर्यांनी ह्या देशात गुरे चारण्याचे निमित्त करून खैबरखिंडीतून प्रवेश केला आणि भोळ्याभाबड्या आदिवासी जनतेला लाचार व गुलाम बनविले. त्यांचे सुसंस्कृत राज्य कपटाने स्वतःच्या ताब्यात घेतले. स्वतःचे राज्य परत मिळविण्यासाठी त्या वेळच्या आदिवासी राज्यकर्त्यांनी संघर्ष सुरू केला. गोंडांचे चंद्रपूरचे राज्य, महादेव कोळ्यांचे जव्हारचे राज्य, भिल्लांचे खानदेशचे राज्ये... अशी कितीतरी राज्यें आदिवासींच्या ताब्यात, नव्हे मालकीची होती. परंतु कपटी आर्यांनी ती हिसकावून घेतली. इथूनच आर्य-अनार्य संघर्ष पेटला. त्यात अत्याधुनिक शस्त्रांचा धाक दाखवत आर्यांनी अनार्यांना जे पिटाळले, ते लांब जंगलात. तेव्हापासून आदिवासींनी जो जंगलाचा आश्रय घेतला, तो आजपर्यंत'.[१]

आज ह्या देशाचा खरा वारसदार, खरा मालक जंगलात, डोंगरदऱ्यांत, पहाडी मुलखात किड्या मुंग्यांपेक्षाही हीन व दीन जीवन जगू लागला. पोटाची

खळगी भरण्याच्या नादात स्वतःच्या उत्थानाचा विचारही त्याच्या मनात आला नाही. असे असले तरी त्या काळी आदिवासींनी वैदिकांच्या वर्चस्वाखाली येणे कधीच पसंत केले नाही. वैदिकांचे गुलाम होऊन जीवन जगण्यापेक्षा आदिवासींनी जंगलातील ओढ्यानाल्यांचे पाणी पिऊन आणि जंगलातील कंदमुळे खाऊन स्वच्छंदी जीवन जगणेच पसंत केले. आर्यांनी मात्र मोठ्या मस्तवाल थाटात येथील गंगेच्या सुपीक प्रदेशात आपले बस्तान मांडून, काही अनार्यांना फसवून त्यांना मजूर म्हणून वापरून त्यांच्याकडून शेती करून घेत ते ऐषआरामात जीवन जगू लागले. आज तेच ह्या देशावर आपला मूळ हक्क सांगत आहेत. म्हणतातच ना, 'भटाला दिली ओसरी, अन् भट हातपाय पसरी.'

आदिवासी साहित्य हीच संपूर्ण विश्वाची गंगोत्री

आदिवासी साहित्याचा नेमका कर्ता कोण? हे सांगणे तसे अवघडच आहे. वेदांचा कर्तातरी कुठे कुणाला सांगता आला आहे. 'वेद ब्रह्माच्या मुखातून प्रगट झाले', असे मोघमपणे सांगणारे महाभाग ह्या देशात काही थोडे नाहीत.[२] 'वेदं वाक्यं प्रमाणं' वा 'व्यासोच्छिष्ठम् जगत्सर्वम्' असे मोठे नवलाईने सांगितले जात असले, तरी त्याला आधार काय? ते कुणालाही सांगता येत नाही. मग समजा, आदिवासी साहित्याचाही उगम असाच झाला आहे असा डांगोरा पिटवलाच तर? कदापिही नाही! आदिवासींच्या अभिजात जनसाहित्याचा, विशेषतः आदिवासींच्या लोककथा, लोकगीते, जानपदगीते, देवदेवतांच्या, मनुष्यप्राण्यांच्या उत्पत्ती, मरणाच्या कथा, जनव्यवहाराचे वाद-संवाद, घात-प्रघात, बोलण्या-चालण्याचे आडाखे, म्हणी, कोडी आणि वाक्प्रचार हा आदिवासी साहित्याचा आद्य प्रकार मानला जातो. ह्या सर्व प्रकारांचा कर्ता सांगणे जरी अवघड असले तरी आदिवासी मात्र अनादी काळापासून ह्या साहित्यावर जगला आणि आजही जगतो आहे. हे साहित्य मौखिक स्वरूपाचे असून पहिल्या पिढीकडून आजच्या पिढीकडे केवळ मौखिक परंपरेने चालत आलेले हे साहित्य होय. खरेतर हे साहित्य म्हणजे आदिवासींचे अक्षरवाङ्मय आहे.

पुढे आदिवासी साहित्याची पूर्वपीठिका अशीही सांगितली गेली की, वाल्याचा बनलेला वाल्मीकी ऋषी एके दिवशी भारद्वाज नावाच्या शिष्यासह तमसा नदीकाठी स्नानसंध्येस योग्य जागा शोधत होते. त्या वेळी त्यांना झाडावर एक कामासक्त असे क्रौंच पक्षाचे जोडपे दिसले. बरोबर दुसऱ्याच क्षणाला त्या

पक्ष्यांच्या दिशेने त्यांना सूऽऽ सूऽऽ सूऽऽ करत एक बाण येताना दिसला आणि जोडप्यापैकी नराचा अकारण वध झाला. बाणाने घायाळ झालेल्या आणि वेदनांनी तडफडणाऱ्या पक्ष्याला पाहून त्याची पक्षीण प्रेयसी करुण स्वरात विलाप करू लागली. वाल्मीकी ऋषींना ते दृश्य पाहून अतिशय वेदना झाल्या, त्यांचे हृदय दुःखाने काळवंडले गेले. मात्र त्याच वेळी त्यांच्या मुखातून जे सहजस्फूर्त उद्‌गार बाहेर पडले, ते उद्‌गार असेतसे नव्हते तर रामायणाच्या पहिल्या श्लोकाची सुरुवात त्याने झाली आणि इथूनच आदिवासी काव्याची खऱ्या अर्थाने मुहूर्तमेढ रोवली गेली. तो रामायणाचा नि आदिवासी काव्याचा पहिला श्लोक असा...

'मा निषाद प्रतिष्ठाम त्वमगमः शाश्वती समः ।
यत्क्रौंचमिथुनादेकमवधी काम मोहितम् ।।'

हे उद्‌गार वाल्या कोळ्याचा वाल्मीकी झालेल्या आदिवासीचे होते. हे उद्‌गार त्याने नेहमीच्या पद्धतीने उच्चारले नाहीत; तर ते होते छंदोबद्ध. आणि पृथ्वीवरील अभिनव कवितेचा अशा प्रकारे पहिला जन्म झाला. हीच आदिवासी काव्याची पहिली गंगोत्री मानायला कुणाचीही ना असू नये.

वास्तव साहित्याचा व इतिहासाचा आदिवासींना मज्जाव

साहित्य हा समाजजीवनाचा आरसा आहे असे ओरडून सांगणारे तत्त्ववेत्ते नि समीक्षक ह्या देशात काही थोडे नाहीत; पण त्यांना आदिवासी कुठेच दिसला नाही. मराठी साहित्याचा प्रारंभ संतांच्या काव्याने झाल्याचे सांगितले जात असले, तरी संत तुकाराम, गाडगेमहाराज, बंडखोर कवी केशवसुत व कुसुमाग्रज ही काही नावे सोडली, तर इतर संतांनी आदिमांच्या जीवनाला स्पर्श करणे तर सोडाच, पण समता-बंधुतेचा टाहो फोडणाऱ्या समाजहितकारकांना उपेक्षित आदिवासींची भुकेची साधी किंकाळी ऐकू आली नाही. अर्वाचीन साहित्याचा मागोवा घेतल्यास समाजप्रबोधनाचे प्रवर्तक म्हणविणाऱ्या व स्वतःला विद्याविभूषित समजणाऱ्या महाभागांनी ह्या देशाचा मूळ मालक असणाऱ्या आदिमानवांना नेस्तनाबूत करावे? त्याला पूर्ण मराठी साहित्यातून खड्यासारखे बाजूला उचलून टाकावे? ही खेदाची बाब म्हणावी लागेल.

रामायण, महाभारत, उपनिषद आणि ब्राह्मणके ह्या जुन्या वाङ्मयात त्यांचे वर्णन 'कावळ्यापेक्षा काळे', 'धरतीचे पापी प्राणी', 'खुजे', 'चपट्या नाकाचे,' 'राक्षस,' 'नरभक्षक', 'लुटारू', 'स्त्रियांशी पाशवी वर्तन करणारे' अशा उपहासात्मक

व हीन लेखणाऱ्या शब्दांनी केलेले आढळते. अशा खोट्या आणि काल्पनिक साहित्याने त्याकाळी आदिमांविषयी साहजिकच लोकांमध्ये गैरसमज पसरविले होते. वर म्हटल्याप्रमाणे रामायणाची निर्मिती करणारा महाकवी वाल्मीकी दुसरातिसरा कोणी नसून तो आदिवासीच होता. मात्र त्याने आदिवासींच्या दुःखांची आणि वेदनेची नोंद कुठेही न करता उलट त्याला 'निषाद' म्हणून हिणविले, तर मत्स्यगंधा ह्या आदिवासी स्त्रीच्या पोटी जन्माला आलेल्या व्यासांनी आदिवासींना अंधारातच का बरे ठेवावे, हा खरा संशोधनाचा विषय आहे.

ज्या काळी आदिवासींकडे कोणी येत नव्हते आणि तेही कोणाकडे जात नव्हते, त्या काळी निसर्गातील झाडे, पशुपक्षी, ऊन, वारा, पाऊस यांच्याशी तो मोठ्या आपुलकीने बोलत होता, त्यांच्याशी एकरूप होत होता. मात्र त्यानंतर तो 'माणूस' नावाच्या सुधारक प्राण्याच्या संगतीत आला. तिथे त्याचा हसऱ्या रानफुलांशी आणि पाखरांशी जो संवाद होत होता, तो संपला आणि त्याच्या मानसिक पारतंत्र्याचे युग सुरू झाले. त्याचे स्वच्छंदी जीवन संपले आणि साऱ्याच गोष्टींची बंधने आली. आदिवासी राहत असलेल्या जंगलात शेती करण्याची मोहीम आखण्यात आल्याने झाडांची कत्तल करून त्याला तेथून हाकलण्यात आले. त्यामुळे त्याची स्थिती 'ना घर ना घाट का' अशी झाली होती. मनुष्यप्राणी काही गोष्टी सहन करतो; मात्र गळ्यापर्यंत आल्यानंतर तो काहीतरी स्वतःची हालचाल करतो. तसेच आदिवासींचे झाले. आपल्या पायाखालची जमीन हादरते आहे म्हटल्यावर संपूर्ण भारत देशात आदिवासींनी ठिकठिकाणी संघर्ष केले आणि सक्षम लढे उभारले. उदाहरण द्यायचेच झाले तर रोहतास गढ आंदोलन, गडाकटंगाचे आक्रमण, चकाकोटचा संग्राम, गोदावरी इंद्रावती संग्राम, राणी गाईडलूचे आंदोलन, चिपको आंदोलन अशी कितीतरी आंदोलने; त्यातूनच त्यांच्या अनेक नेत्रदीपक चळवळी आदिवासींच्या स्वरक्षणासाठी उदयाला आल्या.

आदिवासींच्या चळवळींचा इतिहास

आदिवासींचे अनेक जटिल प्रश्न गुतागुंतीचे होत होते. विशेषतः जंगल, जमीन, जल. सावकारी शोषण चालू होते. त्यातून त्यांची सुटका होण्याची चिन्हे दिसत नसल्याने आदिवासींनी जंगल आणि जमिनीवरील हक्क प्रस्थापित करण्यासाठी व अन्याय, अत्याचार आणि शोषणाविरुद्ध आवाज उठविण्यासाठी स्वातंत्र्यपूर्व काळात आदिवासींनी अनेक जीवनविषयक चळवळी आणि सक्षम लढे उभारले

होते. त्यात प्रथम १७८७ साली बिहारमधील पहाडीया सरदारांचा इंग्रजांविरुद्धचा संघर्ष, मुंबई राज्यातील महादेव कोळी जमातीचा संघर्ष, बिरसा मुंडाची चळवळ, ताना भगताची चळवळ, बस्तरच्या अदिवासींचा लढा, तेलंणातील आदिवासींची चळवळ, गोंड आणि कोलामांची आदिलाबादमधील चळवळ, कोयांची चळवळ, मुंडा आदिवासींची सरदारी चळवळ, मुंबई राज्यातील वारल्यांची चळवळ, सावकार-जमीनदारांविद्धची लाल बावट्याची चळवळ, आपकी जय अस्तित्ववादी चळवळ, संताळ परगण्यातील संताळी लढे, लुशाई टेकड्यांतील मिझोंच्या चळवळी इ. चळवळींनी आदिवासींच्या जीवनमानाला दिशा देण्याचा प्रयत्न जरूर केला. ह्यांतून आदिवासीचे सर्वच प्रश्न सुटले असे नाही; मात्र त्यातून अनेक नवीन लढ्यांना व चळवळींना खतपाणी मिळाल्याने आदिवासी राज्याच्या मागणीची चळवळ, स्वतंत्र दंडकारण्य प्रदेशाच्या मागणीची चळवळ अशाही चळवळी उदयाला आल्या. ह्यांतून आदिवासी साहित्याची निर्मिती झाली नाही तर नवलच!

आदिवासी साहित्याची निर्मिती

स्वातंत्र्योत्तर काळातील आदिवासींना थोड्याबहुत प्रमाणात शिक्षणाची दारे खुली झाली. कामापुरते शिकलेली माणसे आपल्या बांधवांचे अश्रू पुसण्यासाठी खेडोपाडी भटकू लागली. काही अनुभव आपल्याजवळ बाळगून असलेले काही आदिवासी जेव्हा साहित्यजगतात डोकावू लागले, तेव्हा त्यांचे साहित्य रोमॅन्टिक स्वरूपाचे, खोटेनाटे अवास्तव लिहिले गेले. जागतिक पातळीवरही असेच साहित्य निर्माण झालेले दिसते. मात्र मराठी साहित्यात आदिवासी जीवनाची पहिली दखल घेतली ती महात्मा फुल्यांनी. ते लिहितात,

'गोंड, भिल्ल क्षेत्री होते मूळधनी।
इराणी मागनी आले येथे।।
शूर भिल्ल कोळी शराने तोडीलेक।
हाकलून दिले रानीवनी।। '
(समग्र वाङ्मय, पृ. क्र. ४५७)

गोंड, भिल्ल आणि महादेव कोळी ह्या आदिम जमातींच्या आदिम वास्तव्यावर व त्यांच्या सामाजिक दुर्दशेवर म. फुल्यांनी प्रखर प्रकाश टाकला आणि त्यानंतर काही बिगरआदिवासी अभ्यासकांचे लक्ष आदिवासी जीवनाकडे वेधले गेले.

बिगर आदिवासींचे साहित्य

१९५०-६० या काळात मराठी साहित्यात अनेक साहित्यप्रवाह उदयाला आले. अशा प्रवाहांची उदंड चर्चा आणि चिकित्सा होत राहिली. त्यांत दलित साहित्य, ग्रामीण साहित्य, जनवादी साहित्य, आदिवासी साहित्य, स्त्रीवादी साहित्य, ख्रिस्ती साहित्य, मुस्लीम साहित्य असे प्रवाह निर्माण झाले आणि आपल्या पद्धतीने ह्या साहित्यप्रवाहांनी स्वतःची ओळख पटवून दिली. नुसती ओळखच पटवून दिली असे नाही, तर उत्तम तऱ्हेने स्वतःची पृथगात्मगताही सिद्ध केली. अशा प्रवाहांपैकी दलित आणि ग्रामीण ह्या प्रवाहांची जेवढी चर्चा झाली, तेवढी चर्चा इतर प्रवाहांची झालेली दिसत नाही.

आदिवासी साहित्याबद्दल बोलायचे झाल्यास सुरुवातीच्या काळात नैसर्गिक आकर्षणाने आणि नवीन प्रवाहामुळे काही बिगरआदिवासी लेखक-लेखिकांनी समाजसेवा करता करता आलेले अनुभव मांडण्याचा प्रयत्न केला. त्यामुळे बऱ्याच कलाकृती साकारल्या गेल्याचे पाहावयास मिळते. उदा., श्रीधर व्यंकटेश केतकरांच्या १९२६ सालातील 'गोंडवनातील प्रियंवदा' ह्या कादंबरीने आदिवासी जीवनाचे विविध कंगोरे समाजशास्त्रीय दृष्टिकोनातून वाचकांसमोर ठेवले. पुढे गोदावरी परुळेकरांचे 'जेव्हा माणूस जागा होतो,' गो. नी. दांडेकरांची 'भिल्लवीर कलिंग', 'जैत रे जैत'; र. वा. दिघेंची 'सोनकी,' 'पानकळा', 'नलिनी'; सहस्रबुद्धेंची 'राणी दुर्गावती', वसंत नारगोळकरांचे 'जंगलचे राजे', भाऊ मांडवकरांचे 'आदिम व कोलाम', बाबा आमटेंचे 'ज्वालामुखी आणि फुले'; विजय तेंडुलकरांचे 'आक्रोश', सुरेश द्वादशीवारांच्या 'हाकुमी' आणि 'तांदळा', डॉ. अनिल सहस्रबुद्धे ह्यांच्या 'डांगाणी', 'अहिनकुल', 'मातंगी'; महाश्वेतादेवींचे 'अरण्येर अधिकार', डॉ. मधुकर वाकोडेंचे 'झेलझपाट', दुर्गा भागवतांचे 'महानदीच्या तिरी', दादा देशकरांचे 'न्यायदंड', विश्वनाथ खैरेंचे 'एकलव्य', जगदीश गोडबोलेंचे 'पारध', शरद दळवींचे 'एकलव्य म्हणतो', जी. ए. कुलकर्णींचे 'गोरीला', विलास मनोहरांचे 'एका नक्षलवाद्याचा जन्म', ॲड. एकनाथ साळवेंचे 'एन्काऊंटर', बाबा भांडांचे 'तंट्या भिल्ल' अशा कितीतरी बिगरआदिवासी साहित्यिकांनी व अभ्यासकांनी आदिवासी जीवनाचे व लोकसंस्कृतीचे दर्शन घडविले आहे. मात्र ह्यांपैकी फार थोड्याच जणांनी आदिवासी जीवनाला थोड्याबहुत प्रमाणात न्याय देण्याचा प्रयत्न केला आहे. इतरांनी मात्र उपहासात्मक, बीभत्स, रोमॅन्टिक आणि असूयेपोटी आदिवासींचे जीवन कल्पकतेने रंगविल्याने त्याला आदिवासी साहित्य

म्हणायचे का? असा वाद दरम्यानच्या काळात निर्माण झाला होता. आदिवासींतूनच काही होतकरू कार्यकर्ते पुढे आले आणि त्यांनी आपल्या बांधवांवर होणाऱ्या अन्याय, अत्याचार आणि शोषणाविरुद्ध आवाज उठवला. त्यातून काही संघटना उदयास आल्या.

महाराष्ट्रातील आदिवासींच्या संघटना

'राजमाता फुलवा देवींची 'आदिवासी सैनिक संघ', श्रीमंत यशवंत मुकणे 'महादेव कोळी समाज शिक्षण प्रसारक संघ', पी. डी. साबळे 'ॐ आदिशक्ती आदिवासी सेवा संघ', काळूराम दोधडे 'भूमिसेना', बाबूराव मडावी 'आदिवासी युवाशक्ती संघटना', यशवंतराव भांगरे 'आदिवासी उन्नती सेवा मंडळ', बाबूराव शेंडे 'सत्यनिकेतन संस्था, राजूर', वाहरू सोनवणे 'श्रमिक मुक्ती दल, एकता परिषद', डॉ. गोविंद गारे 'आदिवासी विकास प्रतिष्ठान', डॉ. विनायक तुमराम 'क्रांतिवीर नारायणसिंह ऊईके समिती', सुखदेव ऊईके 'आदिवासी सेना प्रतिष्ठान', कृष्णकुमार चांदेकर 'स्वायत्त परिषद', बाळकृष्ण तिराणकर 'अखिल महाराष्ट्र विकास मंच'; आदिवासी साहित्य परिषद, आदिवासी विकास परिषद, आदिवासी समाज कृती समिती, आदिवासी शिक्षण संस्था, महासंघ, महाराष्ट्र सेवा संघ ह्याचबरोबर विदर्भातील अनेक संघटनांनी कार्यकर्ते तयार केले'.[३] त्यांतील बरेच कार्यकर्ते आपल्या स्वानुभवातून काही मांडू लागले, त्यांना आलेल्या अनुभूति-विश्वातून मौलिक आणि दर्जेदार साहित्य निर्माण झाले.

आदिवासी साहित्याचे नवे दालन

आदिवासी साहित्यिक, समाजसेवक डॉ. विनायक तुमराम ह्यांनी भद्रावती जि. चंद्रपूर येथे दि. १० व ११ नोव्हेंबर १९७९ पहिलेवहिले आदिवासी साहित्य संमेलन आयोजित केले होते. हा खऱ्या अर्थाने आदिवासी साहित्याचा उत्साह-सोहळाही म्हणता येईल. येथूनच खऱ्या अर्थाने आदिवासी साहित्याचा युगप्रवास सुरू झाला. भद्रावतीच्या पहिल्या संमेलनाने पन्नास-साठ आदिवासी कवी, साहित्यिकांची ओळख मराठी सारस्वताला करून दिली. आज ही संख्या २०० ते ३०० च्या वर गेली आहे. आपल्या अस्खलित प्रतिभेने आदिवासी नवसाहित्यिक आज विविध विषयांना मोठ्या ताकदीनिशी हाताळू लागले आहेत. ह्यातूनच पुढे आदिवासी साहित्याचे नवे लिखित दालन खुले झाले. त्यातच यवतमाळ, नांदेड, धुळे, ठाणे,

अमरावती आणि फेब्रुवारी २००९ मध्ये आठवे संमेलन मोठ्या ताकदीनिशी नाशिक येथे पार पडले. ह्यातूनही काही दर्जेदार साहित्यिक प्रकाशझोतात आले.

आदिवासींच्या स्वहस्तलिखाणाला वेळ लागला असला, तरी सर्वांत प्रथम गंगाराम जाणू आवारी ह्यांचे 'आदिवासींची लोकगीते', व्यंकटेश आत्राम 'दोन क्रांतिवीर', डॉ. गोविंद गारे 'महाराष्ट्रातील दलित : शोध आणि बोध', मोतीराम कंगाली 'कोया नृत्याचा पूर्वेतिहास', महादेव गोपाळ कडू 'आदिवासींची गोड गाणी' असे ग्रंथ निर्माण झाले. कवी भुजंग मेश्राम ह्यांनी प्रथमच 'आदिवासी कविता' आणि 'मोहळ' हे दोन संपादित काव्यसंग्रह प्रकाशित केल्याचे दिसून येते. डॉ. गोविंद गारे 'आदिवासी क्रांतिवीरांचा इतिहास', डॉ. विनायक तुमराम 'गोंडवन पेटले आहे, शतकातील आदिवासी कविता', डॉ. निलकांत कुलसंगे 'इंद्रियारण्य', पुरुषोत्तम शेळमाके 'वनसूर्य', सुखदेव ऊईके 'मेटा पुंगार अर्थात पहाडी फूल भाग – १ व २', वाहरू सोनवणे 'गोधड', भुजंग मेश्राम 'उलगुलान', प्रा. वामन शेळमाके 'जागवा मने पेटवा मशाली', प्रा. माधव सरकुंडे 'मनोगत', कृष्णकुमार चांदेकर 'पतुसा', कुंडलिक केदारी 'छळ आणि विरह', नजूबाई गावीत 'आदोर, तृष्णा आणि भिवा फरारी', उषाकिरण आत्राम 'म्होरकी', कुसुम आलाम 'रानपाखरांची माय, रानआसवांचे तळे', वसंत कन्नाके 'सुक्का सुकूम', चामुलाल राठवा 'माझी सणद कुठे आहे?', दशरथ मडावी 'ब्रेन', बाबाराव मडावी 'टाहो', सुनील कुमरे 'तिरकमठा', डॉ. गोविंद गारे 'अनुभूती', तुकाराम धांडे 'वळीव', रामदास डगळे 'ठिगळ', डॉ. माहेश्वरी गावीत 'आदिवासी साहित्य विचार', डॉ. संजय लोहकरे 'रानपाखरांची गाणी'... अशा आणि ह्यांपेक्षाही कितीतरी साहित्यिकांनी स्वतःच्या बोलीत, शैलीत सहजसुलभ मांडणी करून आदिवासी संस्कृतीशी एकनिष्ठ असलेले आणि जीवनाशी एकरूप बनलेले साहित्य निर्माण करण्याचा प्रयत्न केला. ह्या निर्मितीत आदिवासी साहित्यिकांना कादंबरी, कथा, नाटक, चरित्रे ह्यांना फारसे यश आलेले दिसत नाही. मात्र कवितेच्या प्रांतात त्यांनी चांगलीच गगनभरारी घेतली, एवढे मात्र खरे. काही कवी आणि कवयित्री आपल्या कवितेतून अत्यंत समर्पक, वास्तव जीवनानुभूती मांडत आले आहेत, ते खालील कवितेतून लक्षात येईल.

'आता सायचे नाही' ह्या कवितेत कवी माधव सरकुंडे लिहितात,
वारूळाच्या तोंडावर बसून,
तुझ्या स्वर्गीय थापा ऐकल्या,

पोटाला पीळ देऊन तुझ्या शास्त्रोक्त भडवेगिरीचे चोचले पुरविले,
तू सांगितले ते धडे गिरविले,
तू म्हणाला त्या दिशेला तोंडही फिरविले,
तू फाडत गेला, मी फाटत गेलो,
आता मला तुझे काहीच मान्य नाही.
तू खोटा, तुझा बाप खोटा, तुझा देव खोटा,
तुझ्या प्रत्येक फुलात लपला आहे
निवडुंगाचा विखारी काटा...'

धोरणी शासनाने जाणीवपूर्वक सर्व पर्यटनस्थळे आदिवासींच्या मालकीत काढल्याने हौसेगवसे पर्यटक आता जंगलात पार्ट्या करायला, मजा मारायला येऊ लागले आहेत. त्यांच्या वागण्या-खिदळण्याने आदिवासी कमालीचा त्रासिक बनला आहे. त्यांचे स्वच्छंदी जगणेही आता त्यांचे राहिले नाही. गरिबीने बेजार झालेल्या स्त्रीला जुनेराने आपली इज्जत झाकण्याचेही भान नसते. ती बिचारी तिच्या कामातच मग्न असते, बरोबर हीच संधी काही पर्यटक साधतात. ह्या गोष्टीचे भान असलेल्या कवयित्री सौ. कुसुम आलाम 'बेडीबंद' ह्या कवितेत आपल्या भगिनींना सावधानतेचा इशारा करतात,

'सखे, लक्षात घे,
कदाचित झुडपाआडून एखादा कॅमेरा,
तुझ्या असीम सौंदर्याला 'बेडीबंद'तर करत नाही ना?
तुझ्या छातीवर नसलेला पदर ...! आणि
दारिद्र्यापोटी उघड्या ठेवाव्या लागणाऱ्या मांड्या-पोटऱ्या
त्यांच्या फोटोग्राफीला यश मिळवून देतील आणि...!
आर्ट गॅलरीत फेरफटका मारणारे लाळघोटे जिभल्या चाटत निरखतील...
मात्र ह्या साऱ्यांचा निषेध करशील तरच...!
तुझी 'नुमाईश' थांबेल.
नाहीतर प्रत्येक आंबटशौकीनाच्या दिवाणखान्यात
नग्न होऊन बसशील पोस्टररूपात!
आणि बघे म्हणतील... वा! क्या माल है!

आदिवासी साहित्याची पहिली गंगोत्री लोकसाहित्यच आहे, नंतर हळूहळू

ललित साहित्य लिहिले गेलेले दिसते. 'रुणझुणुत्या पाखरा, जा रे माझ्या माहेरा...' असे पक्ष्यामार्फत पाठविलेले निरोप आपणास ठाऊक आहेत, पण फुलपाखरास 'निरोप्या' म्हणून पाठवणारी ही एक ठाकर तरुणी खास दर्दी कवयित्री नाही का? ती फुलपाखराजवळ निरोप देते...

> 'झारू झुरू मैना ग । आचडा निरोप मैना ग
> सांग जो बापालं, मैना ग...'

ठाकरबांधवांच्या दृष्टीने पाहुणा हा देवासमान असतो. तो उपाशी जाता कामा नये. तो कोणाकडे आला आहे, ह्याला महत्त्व नाही. त्याचा पाहुणचार मात्र राहता कामा नये.

> 'आमुच्या गावामंदीरं पाहुणा यायचा पारीरं,
> पर उपासी जायचा नाही रं...'

अशा अस्सल आणि वास्तवतेला बगल न देता लिहिल्या गेलेल्या गोष्टीला साहित्य म्हणायचे नाही तर मग काय म्हणायचे? त्याला साहित्य म्हणून मान्यता ते जन्माला येतानाच मिळाली आहे. आज आदिवासी साहित्य हा ओळखपत्राने पटवून देण्यासारखा विषय राहिलेला नाही. 'मराठी साहित्याचे वैभवलेणे,' 'मराठी साहित्याची मुहूर्तमेढ' असा ह्या साहित्याचा सगळीकडे उत्स्फूर्त गौरव होऊ लागला आहे. अनेक मान्यवरांनी त्याला संमतीही दिली आहे. परंतु आदिवासी साहित्य हे केवळ मराठी साहित्याचेच नव्हे तर विश्वसाहित्याचे 'वैभवलेणे' आहे, हे विसरून चालणार नाही.

'आदिवासी साहित्य हे कोणत्याही साहित्याची प्रतिकृती नाही. कोणत्याही प्रेरणांचा आविष्कार नाही. ते स्वतंत्र, स्वयंभू व स्वयंसिद्ध आहे',[४] असे डॉ. विनायक तुमराम ह्यांनी केव्हाच सांगून टाकले आहे. ह्या साहित्याच्या प्रेरणाही त्याच्या अस्तित्वाइतक्याच प्राचीन आहेत. ह्या साहित्याने आज भारतीयच नव्हे, तर जगाच्या इतिहासात आपले मानाचे स्थान सिद्ध केले आहे. कारण हे साहित्य हे ह्या देशातीलच नव्हे, तर अखिल विश्वातील मूळ मानवसमूहांचे व टोळ्यांचे सांस्कृतिक मूल्यांनी नटलेले नवे-जुने साहित्य, एवढे व्यापक त्याचे स्वरूप आहे.

त्रुटी एकच की, आदिवासींच्या अनेक बोलीभाषा अस्तित्वात आहेत. त्या अतिप्राचीन असल्या तरी दुर्दैवाने त्या दुर्लक्षित आहेत, उपेक्षित आहेत. आदिवासी बोली ह्या मराठीच्या आधीच्या व अत्यंत प्राचीन आहेत. रूप-गुणांनी व शब्दसंपत्तीने त्या मराठीहून यत्किंचितही कमी नाहीत. मग अशा बोलीभाषांमधून

अवतरलेल्या साहित्याला मराठी वाङ्मयातील प्रवाह का व कसे मानायचे? मराठीचे मापदंड, समीक्षेचे निकष आदिवासी साहित्याला कसे लावता येतील? कारण ह्या साहित्याचे अनेक शब्द, व्याकरण, सौंदर्यशास्त्र, तिची लिपी ह्या गोष्टी आधी अभ्यासकांना व समीक्षकांना शिकाव्या लागतील. एवढेच काय, पण ह्या साहित्याचे स्वतंत्र अभ्यासशास्त्रच विकसित करावे लागेल. म्हणजे आपोआपच पुढील मार्ग खुला होईल. तेव्हा ह्या साहित्याला जर कोणी मराठी साहित्यातील एक साधा प्रवाह समजत असतील, तर त्यांनी प्रथम ते नीट तपासावे व मगच त्याविषयी बोलावे.

❏

संदर्भ आणि टीपा :

१. तुकाराम रोंगटे, 'आदिवासी जीवन साहित्य : दशा आणि दिशा', साहित्य गोंदण, सुमेध प्रकाशन, पुणे, प्र. आ. २०११, पृ. क्र. ६७-६८.

२. गोविंद गारे, 'आदिवासी साहित्य : स्वरूप आणि भूमिका', आदिवासी साहित्य संमेलन अध्यक्षीय भाषणे, सुगावा प्रकाशन, पुणे, प्र. आ. २००५, पृ. क्र. १५.

३. गोविंद गारे, 'स्वातंत्र्यलढ्यातील आदिवासी क्रांतिकारक', श्रीविद्या प्रकाशन, पुणे, प्र. आ., पृ. क्र. ४-५.

४. विनायक तुमराम, 'शतकातील आदिवासी कविता', हरिवंश प्रकाशन, चंद्रपूर, प्र. आ. २००३, पृ. क्र. ११.

३
मूल्यगर्भित विचार पेरणारी आदिवासी कथा

पृथ्वीतलावर मनुष्यप्राणी जन्माला आला, त्या वेळी लोकरंजनाची कोणतीच साधने उपलब्ध नव्हती, तेव्हापासून कथा रंजनाचे, प्रबोधनाचे कार्य करीत आल्या आहेत. खरेतर मानवाचा इतिहास जेथून सुरू होतो, त्याआधीपासूनच आदिमांच्या गुहेत कथा जन्माला आल्याचे आपल्या निर्दशनास येईल. झाले इतकेच की, लोकसमूहामधली कथा मौखिक रूपात एका पिढीकडून दुसऱ्या पिढीला सांगण्यात आली. मात्र लिपीबद्ध कथा यायला तसा उशीरच लागला. त्यातही इतर प्रकारांप्रमाणेच आदिवासी कथा ही आदिवासीतरांनी लिहिलेली दिसते. त्यामुळे स्वानुभवाअभावी, वातावरणाअभावी ह्या कथा वरवरच्या आणि उथळ असल्याचे जाणवल्याशिवाय राहत नाही. त्यासाठी सन १९९० नंतरच्या बिगरआदिवासीच्या कथांचा विचार करता येतो. त्यांतील काही मोजक्याच मात्र तेवढ्याच सकस कथा ह्या नियतकालिकांतून प्रकाशित झाल्या. तिसऱ्या टप्प्यात मात्र आदिवासी लेखकांच्या कथा येतात.

बिगरआदिवासींच्या निवडक कथा :

सन १९३१ साली कथाकार दिवाकर कृष्ण ह्यांची 'दंडकारण्यातील प्रणयिनी' ही कथा 'चित्रमयजगत' ह्या नियतकालिकात प्रकाशित झाली, आणि नंतर ती राम कोलारकरांनी सर्वोत्कृष्ट मराठी कथा खंड-२, पूर्वार्ध १९२१ ते १९३४ ह्या संपादनात समाविष्ट केली. वरील कथेत आर्य आणि अनार्य संघर्ष आला आहे. आर्यांनी भारतात येताना आपल्याबरोबर स्त्रिया आणल्याचा उल्लेख कोणत्याच ग्रंथात मिळत नाही. त्यामुळे त्यांची शारीरिक गरज भागविण्यासाठी येथील 'दस्यूकामिनी' कशा भ्रष्ट केल्या जात होत्या, ह्याचे चित्रण दिवाकर कृष्ण

ह्यांनी ह्या कथेत ओघवत्या भाषेत चितारले असले, तरी बऱ्याच ठिकाणी अतिशयोक्ती दिसते. ज्या वेळी आदिवासी कन्या नीलम देवव्रताच्या ताब्यात असते, तेव्हा ती त्याला विचारते , ''माझं तुमी करणार तरी काय?''

''ज्याला तू सापडली, त्याला काही सोपस्कारानंतर देऊन टाकणार. मग तो तुझा उपभोग घेणार.''

''लग्न करणार नाही का?''

''दस्यूकन्येशी कुणी लग्न करते का?''[१]

ह्या संवादावरून 'दस्यूकन्या' फक्त उपभोगाची वस्तू. वापरायची आणि टाकून द्यायची, असे इंग्रजांच्या लेखी होते. त्यावर नीलम म्हणते, ''आम्ही दस्यूकन्या आपल्या इच्छेविरुद्ध कोणालाही आपला देह अर्पण करत नाही. मला ह्या विटंबनेतून वाचवा!'' पण तिच्या मदतीला कोणीही येत नाही. ही कथा वाचकाला रुखरुख लावून जाते.

शांताराम ऊर्फ के. ज. पुरोहित ह्यांचा सन १९३२ साली गाजलेला कथासंग्रह म्हणजे 'लाटा' हा होय. त्यातील 'बळी' ही कथा अतिशय करुणामय अशी आहे. कथेतील 'नागो गोंड' आणि त्यांची पत्नी 'झिमा' आणि 'धनिरामशेट' ही पात्रे येतात. गावातील धनाढ्य धनिरामशेठ कामातून झिमाच्या असहायतेचा फायदा घेऊन तिच्याशी अनैतिक संबंध ठेवतो. आदिवासी बायका म्हणजे आपलीच मालमत्ता असा त्याचा समज असतो. मात्र एके दिवशी नागो गोंड धनिरामाच्या छातीवर बसून त्याचा मुडदा पाडतो. ह्या कथेतून 'गोंड-माडिया' जमातीच्या शोषणाचे दर्शन घडते.

कथेला एक नवीन आयाम मिळवून देणारा वामन कृष्ण चोरघडे ह्यांचा कथासंग्रह सन १९६० मध्ये 'चोरघडे ह्यांची कथा' ह्या नावाने प्रसिद्ध झाला. ह्या कथासंग्रहात चोरघडे ह्यांनी 'मातीची भांडी' ही कथा 'गोंड' जमातीच्या अमानुष छळावर प्रकाश टाकण्यासाठी लिहिली आहे. कथेत काशी व तिची आई लक्ष्मी ही पात्रे येतात. पोट भरण्यासाठी इथल्या जीवांना किती नरकयातना सहन कराव्या लागतात, त्याचे वर्णन चोरघडे अतिशय मार्मिकपणे करतात. शिवाय काशी तरुण आणि चारचौघींत दिसायला बरी असल्याने गावातील उच्चभ्रू पुरुष तिच्या अब्रूची लूट करतात. याबाबत जमातपंचायत काशीलाच दोषी ठरविते, ह्याचेही वर्णन चोरघडे करतात. काशीच्या आईजवळ जे संचित व्यवहारज्ञान आहे ते असे- ती आपल्या मुलीला उद्देशून म्हणते, ''काशी, मातीचं भांडं दुसऱ्याला कसं गवसू

दिलंस बया? माणसाचं काय, तांब्याचं भांडं. नेहमीच खणखण आवाज देतं. त्याला दोष नाय. पुन्हा आपली जात पडली ती अशी.'' ह्या संवादातून 'गोंड-माडियां'च्या खालच्या स्तराचा, प्रथांचा समाचार घेऊन गोंडी बोलीचा परिणामकारक वापर चोरघडे ह्यांनी केल्याने कथेचे तंत्र उल्लेखनीय झाले आहे.

आदिवासी जीवनावर प्रकाश टाकणारे महत्त्वाचे कथाकार म्हणजे सलीम अहमद शेख हे होत. त्यांचा सन १९८३ साली प्रकाशित झालेला 'रानातली माणसं' हा कथासंग्रह होय. सलीम शेख ह्यांनी आदिवासी वास्तवतेचे स्वरूप अतिशय जवळून पाहिल्याने काही अंशी ते रेखाटण्यास शेख ह्यांना यश आल्याचे जाणवते. ह्या संग्रहात एकूण दहा कथा आल्या असून, ठाणे जिल्ह्यातील डहाणू, तलासरी, पालघर, मोखाडा आदी भागांतील दुबळा, वारली, कातकरी, कोळी मल्हार, कोळी महादेव या जमातींचे राहणीमान आणि जीवन जगण्याची तऱ्हा परिणामकारकरित्या मांडली आहे. मात्र शेख ह्यांच्या कथाशैलीवर आक्षेप घेताना डॉ. विनायक तुमराम म्हणतात की, ''आदिवासींच्या दैनंदिन बोलीतील शब्द व जगण्यातील दुःख, वेदना घेऊन शेख ह्यांनी हा कथासंग्रह मांडला आहे. ह्यातील चित्रण आदिवासी जाणिवेच्या संवेदनेच्या किती जवळ किती दूर आहे, हा मुद्दा थोडासा बाजूला ठेवल्यास शेख सलीम ह्यांचे ही कथाकर्तृत्व दखलपात्र जरी वाटत असले, तरी आदिवासींच्या जखमांवर सहानुभूतीचे औषध चोळताना घ्यावयाची काळजी शेख ह्यांनी घेतलेली दिसत नाही. संवादांची गर्दी आणि निवेदनशैलीचा अभाव ह्यामुळे कथा काहीशा उथळ वाटतात.''[२]

वाचकांचे लक्ष वेधून घेणारा आणि नव्या दमाचा कथाकार म्हणून सुरेंद्र वारघडे ह्यांच्याकडे पाहिले जाते. काही वर्षांपूर्वी त्यांचा 'अरण्यपुरुष' हा कथासंग्रह प्रकाशित झाला. ह्या संग्रहात सिंह आणि माणूस, लांडगा, वणवा, मंगासिंग आणि कस्तुरीमृग, माहुलीचा नरभक्षक, शिकार, डमरूबाबा अशा एकूण नऊ कथा आल्या आहेत. ह्या कथांतून आंध, गोंड, भिल्ल, पावरा इ. जमातींच्या जीवनाचे चित्रण वारघडे ह्यांनी रेखाटले आहे. मात्र ह्या कथा म्हणाव्या तेवढ्या सरस जाणवत नाहीत.

नियतकांलिकातून प्रकाशित झालेल्या आदिवासी-बिगर आदिवासींच्या कथाः

सन १९९० ते २०१० ह्या कालावधीत प्रकाशित झालेल्या नियतकालिकांचा

जर विचार केला तर 'हाकारा', 'कालतरंग', 'आदिवासी साहित्य स्मरणिका', 'अक्षर वैदर्भी', 'महासंघ', 'आदिवासी भारत', 'आदिरंग' ह्यांतून अतिशय दर्जेदार अशा आदिवासी जीवनावरच्या कथा प्रकाशित झाल्या आहेत. 'आदिवासी भारत' ह्या अहेरी येथे सन १९८४ साली भरलेल्या साहित्य संमेलनावरील विशेषांकात उषाकिरण आत्राम ह्यांची 'आक्रोश' ही कथा आली आहे. उषाकिरण आत्राम ह्यांनी आदिवासी स्त्रीचे लैंगिक शोषण धनाढ्य शेतकरी, शेठ, सावकार कसे करतात, हे चित्र 'आक्रोश' कथेतून मांडले आहे. सुको नावाच्या एका निरपराध माडिया स्त्रीशी लगट करणारा आणि तिच्यावर अत्याचार करायला टपलेला कामांध सावकार ह्या कथेत दिसतो. संबा माडिया आणि त्याची बायको सुको हे सावकाराच्या वाड्यावर सांगेल ती कामे करून जीवनाशी झुंज देतात. एके दिवशी संबाला नियोजनपूर्वक बाहेरगावी पाठविल्यावर गोदामात धान पाखडणाऱ्या सुकोकडे पाहून सावकार म्हणतो, "हे काय सुको, तुहा वान कावून सुकला... रातभर झोपली नायका? संबा गावाला गेला म्हणून? काय न्यार रूप तुहं... तुले पहून वाटते... देवानं लई अन्याय केला. तुले कोणतं सुख देतो संबा... ए न मह्यापशी..." अशी राजरोसपणे शरीरसुखाची मागणी करणारा सावकार वासनेने वखवखला होता. असे वातावरण अनेक कथांमध्ये येते. मात्र उषाकिरण आत्राम चार पावले पुढे जाऊन सावकाराला प्रतिकार करणारी, स्वाभिमानी आणि वास्तवाशी झगडा देणारी सुको चितारतात. ती सावकारावर वाघिणीसारखी उसळत गुरकते आणि म्हणते, "खबरदार! सावकार, तुमचा काम करतो... म्हणून काय आम्हाला इज्जत नाय व्हय...?"

एके दिवशी मालकिणीच्या मदतीने लांडग्याच्या प्रवृत्तीचा लंपट सावकार दहा रुपयांची नोट पुढे करून सुकोवर अतिप्रसंग करतो. त्या वेळी सर्व ताकदीनिशी पळ काढणाऱ्या सुकोला आडवत मालकीण म्हणते, जे काही बोलते, तो प्रसंग आत्राम ह्यांनी अतिशय बोलका आणि वाचकाला मंत्रमुग्ध करणारा लिहिला आहे. मालकीण लाडेलाडे म्हणते, "काय झालं सुको? लई गरम झाली व तू... गंमत केली असलं म्हणून काय झालं? मालक नं व तुमचे आम्ही. तुमी लोक बेअकली. तुम्हाले प्रेमाणे बोललं तरी भडाभडा उतू जाता... म्हणून तर तुमची अशी गत झाली आहे. कुत्र्यावाणी..."[३]

'आक्रोश' ह्या कथेत गोंड-माडिया यांचे राहणीमान, त्यांचे नाचगाणे, तरुणींचा गोंदण शृंगार, किर्र्र... दाट झाडीत त्यांच्या फाटक्या शरीरासारख्याच

उसवलेल्या गवती झोपड्या, त्यांचे विधी, गोटूल इ.चेही प्रत्ययकारी चित्रण ही कथा करते.

श्री. चुडाराम बल्हारपुरे ह्यांची 'वेडी कमला' ही कथा वाचल्याशिवाय कमळेला वेड का लागते, हे समजणार नाही. भुकेची आग काहीही करायला लावते. दारिद्र्यापोटी वणवण भटकणाऱ्या कमलेला एके दिवशी भूक शांत बसू देत नाही. वेळ रात्रीची होती. भुकेने व्याकूळ बनलेली कमला पाच वासनांध तरुणांच्या तावडीत सापडते आणि त्याची शिक्षा तिला जन्मभर भोगावी लागते. ही कथा बल्हारपुरे ह्यांनी सत्यघटनेवर लिहिली असून भाकरीच्या एका चतकोरासाठी कमळेची उभी जिंदगी कशी बरबाद होते, ह्याचा ठाव घेणारी ही कथा अंतर्मुख करायला लावणारी आहे. चतकोर भाकरीच्या मोबदल्यात त्या हैवानांनी कमळीच्या उदरात जे 'बी' पेरले त्यातून निसर्गनियतीनुसार रोपटे उगवणारच. मात्र भुकेचा हा सौदा किती अमानवी असू शकतो, हे वाचकांपर्यंत पोचविण्यात ही कथा यशस्वी झाली आहे.

'झिपरी' ही कथा बल्हारपुरे ह्यांचीच असून त्यांनी एका निरागस आदिवासी युवतीच्या फसवणुकीची ही कहाणी सांगितली आहे. एक फॉरेस्ट गार्ड 'झिपरी'ला फसवून तिचा भोग घेतो. जेव्हा ती गर्भवती राहते, त्या वेळी मात्र षंढासारखा पलायन करणारा फॉरेस्ट गार्ड अनेकांच्या नजरेसमोर येतो. लेखक बल्हारपुरे ह्यांनी फॉरेस्ट गार्ड आणि झिपरीमधला एक संवाद अतिशय फसवा पण अनोखा केला आहे. तो जाळ्यात ओढण्यासाठी 'झिपरी'ला म्हणतो,

''झिपरे...'',

''काय गारडसाहेब?''

''मी तुला घेऊन जाणार हाय, माज्या सोबत''

''कुठं जी!''

''आगं माज्या घरी. माजी लग्नाची बायकू म्हणून''[४] आणि मग काय हेच स्वप्नं रंगवत 'झिपरी' आपण साहेबाची बायको होणार म्हणून फसते. बल्हारपुरे ह्यांनी घटनाक्रम, कथेचे तंत्र अतिशय सहजतेने हाताळल्याने ही कथा अंतर्मनाला स्पर्शून जाते.

आदिवासी स्त्रियांच्या इज्जतीचे धिंडवडे मांडणारी 'लिलाव' ही कथा श्री. किशोर घोरपडे ह्यांनी सन १९६६ साली जव्हार येथून 'कालतरंग' ह्या नियतकालिकातून प्रसिद्ध केली आहे. आदिवासी वाड्या-पाड्यावर टोल्या-

वस्तींवर सरपंच आणि पोलीस पाटील मन मानेल तसा कारभार करतात. कुणाच्या मनात आले एखाद्याचा संसार उद्ध्वस्त करायचा, की त्याला फार वेळ लागत नाही. मदतीला हाताखालचे चोंबडे आणि वरून पहिल्या-दुसऱ्या धारेची झिंग आणणारी सुरा मिळाली की, पिसाळल्यागत करू लागतात.

ह्या कथेत धूर्त आणि कावेबाज सरपंच हरि रिकामा, धर्मा, तुकाराम नोकर, पारू आणि महादू अशी पात्रे येतात. महादूची पत्नी पार्वती नाकीडोळी नीटस असल्याने सरपंचाच्या मनात भरली होती, मात्र ती त्याला झिडकारते म्हटल्यावर व्यसनी आणि जुगारी महादूला खूप दारू पाजून, तुझ्या बायकोला धर्मापासून दिवस गेले आहेत, असे संशयाचे भूत त्याच्या मानगुटीवर बसवून नामानिराळा होतो. आदिवासी पाड्यांवरची प्रथाच अशी आहे की, बायकोचा संशय आला, की तिचा लिलाव करायचा हे घोरपडे ह्यांनी मांडले आहे ते धादांत चुकीचे आहे. कारण आदिवासी स्त्रियांना असली बंधने नाहीत. ती मुक्तपणे संचार करू शकते. म्हणून हे न पटणारे विधान आहे.

पुढे घोरपडे लिहितात की, संशयी पार्वतीला आणि धर्माला गावकरी लाठ्या-काठ्यांनी इतके काही मारतात की, 'लिलाव' होण्याआधीच पार्वतीचा मृत्यू होतो. घोरपडे यांचे हे म्हणणे आणि 'लिलाव' हा शब्द आदिवासी संस्कृतीमध्ये कुठेच बसत नाही. तेव्हा हा आदिवासी संस्कृतीचा विपर्यास नव्हे का?

गौरवशाली शूरता जपणाऱ्या कथा :

पत्रकार दयानंद मुकणे ह्यांची 'बायजा' ही कथा विचार करायला लावणारी आहे. 'बायजा' ही आदिवासी कुटुंबातील मुलगी. तिचा जन्म जव्हार संस्थानातील करवळपाडा ह्या गावी झाला होता. एके दिवशी 'बायजा'वर फार मोठा प्रसंग गुदरतो. देवळाली कॅम्प येथील सैनिक मुंबईकडे जात असताना मैत्रिणींबरोबर खेळत असलेल्या 'बायजा'चा पाठलाग करतात. ती जोराची मुसंडी मारून आपल्या झोपडीत शिरते आणि झोपडीतून लगेच फरार होते. झोपडीत तिचे म्हातारे वडील झोपले होते. सैनिकांनी 'बायजा'च्या झोपडीत घुसून तिचा शोध घेतला, मात्र 'बायजा' सापडली नाही म्हटल्यावर तिच्या झोपडीलाच आग लावून निघून गेले. इकडे 'बायजा'चे वडील आणि दहा-पंधरा झोपड्या जळून खाक झाल्या. संपूर्ण गाव दहशतीने घाबरला. 'बायजा' मात्र ह्या सैनिकांचा सूड घ्यायचे ठरविते. त्यासाठी ती शिक्षण घेऊन पोलीसखात्यात भरती होते आणि

विजयादशमीच्या सणाला ती जव्हारमध्ये बंदोबस्तासाठी असताना तिला फरारी झालेला सैनिक दिसतो. तिने त्याला मोठ्या शिताफीने पकडले आणि प्रजासत्ताक-दिनी राष्ट्रपतींकडून मिळणाऱ्या शौर्य पदकाची ती मानकरी ठरली. दयानंद मुकणे ह्यांनी सत्य घटनेवर आधारित ही कथा लिहिली असून आदिवासी तरुणींना ती निश्चित प्रेरणा देणारी आहे.

सौ. सुनंदा ठाकूर ह्यांनी 'झलकारी' ही अशीच एका शूर नायिकेची कथा लिहिली आहे. 'झलकारी' ही कातकरी समाजाची असून अतिशय चपळ आणि काटक होती. तिची चूक एकच की, लहान जमातीत जन्माला आलेली ही वाघाबरोबर दोन हात करणारी मुलगी, राणी लक्ष्मीबाईंना भेटायला घाबरते. मात्र एके दिवशी राणी लक्ष्मीबाईंना 'झलकारी'चा हा महापराक्रम समजतो. त्या स्वतः जाऊन तिला भेटतात आणि म्हणतात, ''शूर मुली, एवढ्या लहान वयात तू हा पराक्रम केला. फारच कौतुकास्पद आहे.'' राणीने पुढे सैन्यात एक स्त्रियांची पलटण खडी केली आणि त्याची प्रमुख 'झलकारी'ला केले. 'झलकारी' हुबेहूब राणी लक्ष्मीबाईसारखी दिसत असल्याने त्याचा फायदा घेऊन झाशीवरून पलायन करणारी लक्ष्मीबाई सुखरूप निसटते. मात्र 'झलकारी'ला तोफेला सामोरे जावे लागते. ही आदिवासी तरुणी शूरवीर मर्दानी असल्याने ती कुठेही पलायनवादी भूमिका घेत नाही. प्रेरणा देणारी कथा म्हणून तिची नोंद घेण्यासारखी आहे.

खेड्यात-पाड्यावर काही जातींमध्ये मुलगी म्हणजे परक्याचे धन, 'पोरीच्या जातीला शिकवून काय करायचे', असे वातावरण आहे. ह्या आशयाची लक्ष्मण खेताडे ह्यांची 'अक्षर कळे संकट टळे' ही कथा शिक्षणाचे महत्त्व पटवून देणारी आहे. खेताडे ह्यांनी विमल आणि स्नेहा ह्या मैत्रिणींशी पिंगा घालणारी ही कथा चितारली आहे. त्यात स्नेहा शिकलेली तर विमल अशिक्षित. आपणही स्नेहासारखे शिकावे, असे तिला वाटते, मात्र आपल्या हेकट आई-वडिलांपुढे तिचे काही चालत नाही. शाळेत न जाता स्नेहा विमलला लिहिण्यावाचण्याचे शिकविते आणि थोड्याच दिवसांत विमलला बघण्यासाठी मुलगा येतो. त्याचे म्हणणे मुलगी शिकलेली हवी. विमल भरभर वाचून दाखविते. ते पाहून तिच्या आई-वडिलांना शरम वाटते आणि आपली चूक लक्षात येते. ह्या कथेतून घोरपडे ह्यांनी अशिक्षित आई-वडिलांनी आपल्या मुलीला चांगले शिकविले पाहिजे, हा बोध घेतला तरी कथेचे सार्थक झाले, असे खेताडे ह्यांना वाटते.

किशोर घोरपडे ह्यांची 'आता फसायचे नाही', ही एक आदिवासी युवतींना

उद्‌बोधन आणि चिंतन करायला लावणारी कथा आहे. स्त्री आणि पुरुषप्रधानतेतून आलेली आहे. हे ह्या कथेतील सगुणाला चांगलेच माहीत आहे. कारण ती साक्षरता वर्गाला जाते. सरकारकडून कर्जरूपाने काय काय मिळते ह्यावरती उत्तम रित्या चर्चा करते. एके दिवशी माधव आणि फकिरा चर्चा करतात की, 'संसाराच्या रथाची दोन चाके म्हणजे पुरुष आणि स्त्री.' मात्र सगुणाला ते मान्य होत नाही. ती त्याला कडाडून विरोध करते आणि नवरा–बायकोचा संसार म्हणजे 'सायकल' असा जालीम मात्र परिणामकारक बदल सांगते. इथे घोरपडे ह्यांनी आदिवासी स्त्री किती सूक्ष्मपणे आणि नेटका विचार करू शकते, ते दाखविले आहे. त्यासाठी घोरपडे पात्रांचा जो संवाद घडवितात, तोही परिणामकारक आहे. माधव आणि फकिरा सगुणालाच वेडी ठरवतात, "काय वेडी का खुळी! सायकल कधी संसार व्हयील का?" त्यावर सगुणा स्पष्टीकरण देऊन पुरुषप्रधानतेचे वस्त्रहरण करते. ती म्हणते, "सायकलचे पुढचे चाक म्हणजे नवरा, त्यावर हॅन्डेल, दिवा, घंटी म्हणजे सम्दा रुबाबच. आता मागचे चाक म्हणजे बायको." त्यावर फकिरा, माधव ओठांचा चंबू करत म्हणतात, "ऑऽऽ ते कसं काय!..." तेव्हा ती सांगते, "मागच्या चाकावर कॅरिज असते. कॅरिजवर सामान नाहीतर कुणीतरी बसतेच. म्हंजी समदा भार मागच्या चाकावर. नवरा पुढे, बायको मागे. कॅरेज म्हणजे तिच्या डोक्यावर भार, कड्यावर मुलं", हे ती ठणकावून सांगते. हे चित्र बदलायला हवे. संसाराचा भार दोघांच्याही खांद्यावर असावा. दोघांनीही कामाचा समान वाटा उचलायला हवा. लेखकाने एक आदर्श सगुणा निर्माण करून आदिवासींनी आपल्या मुलींना शिकविले पाहिजे, ह्यावर लक्ष केंद्रित केले आहे. घोरपड्यांची या कथेतील अनुभूती म्हणजे विशिष्टता आणि विश्वात्मकतेचा प्रत्यय देणारी उत्कृष्ट कथा आहे.

आदिवासींचे कथालेखन

उषाकिरण आत्राम –

आदिवासी साहित्य चळवळीतील कथाकाराचा मान पहिल्यांदा ज्यांच्याकडे जातो त्या उषाकिरण आत्राम होय. त्यांचा सन १९९६ साली प्रकाशित झालेला पहिला कथासंग्रह म्हणजे 'अहेर' होय. ह्यात एकूण सहा कथा आल्या असून, जनी, परिवर्तन, भूक, संघर्ष, बाजा आणि अहेर ह्या त्या होत. लग्नसोहळ्याच्या पहिल्याच रात्री जमीनदार सावकाराकडून लुटली जाणारी देखणी आदिवासी गोंड

तरुणी 'अहेर' ह्या कथेत येते. पेशवाईच्या काळात शेठ, सावकार आणि जमीनदार हे आदिवासी स्त्रियांशी कसा नीच व्यवहार करीत, ह्याचे प्रत्ययकारी चित्रण ह्या कथेत आले आहे. लग्न लागले की, नव्या नवरीने साडी, चोळी आणि बांगड्यांचा अहेर घ्यायला वाड्यावर जायचे, हा इथला रिवाज. कथेतील सोमा हा तरुण लग्न करतो, पण बायकोला वाड्यावर जाऊ देत नाही. तेव्हा खवळलेला प्रतापराव पेशवे सोमाला दरडावतो, ''कारे पोट्या? लगन करायचं माहीत आहे, न् जमीनदाराचा अहेर घेतल्याबिगर संसार करायची मनाई आहे, हे कसं ठाऊक नाही?'' तेव्हा सोमा हतबल होतो. नाइलाजास्तव त्याची पत्नी 'रमी' जमीनदाराकडून वाड्यावर लुटली जाते. येथे कथेचा शेवट करताना आत्राम ह्यांनी लुटल्या गेलेल्या रमीला चंडिकेप्रमाणे बनविले. ती नंतरच्या नववधूंना सतर्कतेचा इशारा देते. आदिवासींना एकजूट करण्यास सांगते. म्हणते, ''ऐका आदिवासींनो, ह्यापुढे कोणीही आपली बायको 'अहेर' वा 'पूजे'साठी वाड्यावर पाठवायची नाही. तुमा साऱ्यांना ह्या निसर्गाची शप्पथ आहे.''

वरील परिच्छेदावरून नक्कीच आत्राम ह्यांच्या कथांना परिवर्तनाची धार आलेली जाणवते. त्यांची 'जनी' नावाची कथाही तेवढीच बोलकी आहे. 'बाजा' ह्या कथेत शेठ, सावकार व जमीनदार बाजाचे कसे हालहाल करून त्याला मारतात, ह्याचे हृदयविदारक चित्रण येते. तळे राखणारा पाण्याची चव घेतल्याबिगर राहत नाही, असे जे म्हणतात, ते इथल्या रक्षणकर्त्यां पोलिसांविषयी म्हणता येईल. एक पोलीस तर पोलीस स्टेशनमध्येच एका गरीब आदिवासी स्त्रीवर बलात्कार करतो. ती त्यातून सावरते आणि अन्यायाविरुद्ध लढण्यास सज्ज होते. अशा ह्या लढाऊ आणि धीट स्त्रीच्या वाटचालीचे चित्रण 'संघर्ष' कथेत आले आहे. आत्राम ह्यांच्या इतरही कथांनी अन्याय, अत्याचार, शोषण आणि संघर्षाचे चित्रण केले आहे.

प्रा. माधव सरकुंडे –

ह्यांचा कथासंग्रह म्हणजे सन २००० साली प्रकाशित झालेला 'सर्वा' हा होय. ह्या संग्रहात एकूण दहा कथा आलेल्या आहेत. बैंगणदा, लुगडं, झाड, डफडं, दीपस्तंभ, बरड, एस. टी., वाट चुकलेली वस्ती आणि बापू ह्या त्या कथा होत. सतत दारिद्र्याच्या गर्तेत अडकलेली अंगठेबहाद्दर माणसे संसार रेटता रेटता आपल्या पोराबाळांच्या शिक्षणाकडे लक्षच देत नाहीत. ह्याचे चित्रण 'सर्वा' ह्या

कथेत येऊन जाते. 'बरड' ही कथा आदिवासींचा भुताखेतांवर, मंत्रतंत्र आणि गंडेदोऱ्यांवर किती विश्वास आहे, हे दाखविते. आपल्या पोटच्या गोळ्यालाही बळी द्यायला ते मागेपुढे पाहत नाहीत. कथाकार तर प्रत्यक्ष आदिवासी जमातीतील आहेत, शिवाय तेवढ्याच पोटतिडकीने त्यांनी वास्तवाचे भान ठेवत वातावरण-निर्मिती केली आहे. 'ताडम' हा सन २००१ मधला सरकुंडे ह्यांचा दुसरा कथासंग्रह प्रकाशित झाला असून पुढे कुंडलिक केदारी ह्यांचा सन २००७ साली 'अस्वस्थ मी' हा कथासंग्रह प्रकाशित झाला असून तो आदिवासींच्या दैन्य-दारिद्र्यावर भाष्य करणारा आहे. ह्यानंतरही काही मोजके कथासंग्रह प्रकाशित झाले असून त्यांबद्दल फारशी चर्चा झालेली दिसत नाही. आज मात्र बऱ्याच अंशी आदिवासी कथा विविध नियतकालिकांतून प्रकाशित होत असून काही लेखकांचे कथासंग्रह प्रकाशनाच्या वाटेवर आहेत.

असा हा आदिवासींच्या कथांचा प्रवास येथे अल्पसा दिसत असला, तरी त्यांचे जीवनमरणाचे प्रश्न, त्यांच्यावर होणारे अत्याचार, जागतिकीकरणातील त्यांचे स्थान, विस्थापित आदिवासींची गाऱ्हाणी अशा लाखो प्रश्नांची चर्चा करणारे आदिवासी कथेचे दालन ह्यापुढे विस्तीर्ण आणि सक्षम होईल, अशी आशा वाटते.

❑

संदर्भ आणि टीपा :

१.   दिवाकर कृष्ण, 'दंडकारण्यातील प्रणयिनी', संपा. राम कोलारकर, सर्वोत्कृष्ट मराठी कथा, खंड-२, पॉप्युलर प्रकाशन, मुंबई, प्र. आ. १९७७, पृ. क्र. २१८.

२.   तुमराम विनायक, 'आदिवासीतरांच्या कथा', मराठी वाङ्मयाचा इतिहास, महाराष्ट्र साहित्य परिषद, पुणे, खंड-७, भाग-१, प्र. आ. २००९, पृ. क्र. ४१५, ४१६.

३.   आत्राम उषाकिरण, 'आक्रोश', आदिवासी भारत, अहेरी साहित्य संमेलन विशेषांक, सन १९८४, पृ. क्र. ०९, वणी, यवतमाळ.

४.   बल्हारपुरे चुडाराम, 'एका आदिवासी युवतीच्या फसवणुकीची कहाणी', हाकारा, पुणे, जानेवारी-जून १९९२, पृ. क्र. ४९.

४
१९६० नंतरच्या आदिवासी नाटकातील वास्तवता

मराठी नाटकांचा विचार करता, ज्यांना नाट्यलेखनाची उत्तुंग आणि प्राचीन परंपरा लाभली आहे, अशा परंपरेचा वारसा चालविणाऱ्या अनेक प्रथितयश नाटककारांनी आपले नाव वाङ्मयेतिहासाच्या पटलावर सुवर्णाक्षरांनी कोरून ठेवले. त्यामुळे हे नाट्यदालन विविध कलात्मकतेने नटले आणि विपुल संख्येने बहरत राहिले. भारत देशाचा विचार करता ग्रामीण भारत आणि शहरी भारत असे संबोधले जाते. थोडक्यात, ग्रामीण भारत म्हणजे आदिवासी भारत होय. अशा आदिवासी भारताची संख्या ही देशाच्या संख्येच्या सरासरीत ८.५ टक्के असताना, आदिवासी इथल्या भूमीचे पहिले संतान, प्रारंभीचा गहिवर आणि इथल्या भूमीवरचा मूळनिवासी असताना, ज्यांची संस्कृती अत्यंत महान आहे; ज्याने निसर्गाला सर्वस्व मानले आणि ज्याच्या नसानसांत कला-क्रीडा आणि पूजनीय संस्कृती वसली आहे, ज्याला 'वाचन संस्कृतीत मागासलेला मात्र 'नाचण' संस्कृतीत पुढारलेला' असे संबोधले जाते. ज्याचे जीवन नाट्यमय रसांनी ओतप्रोत भरले आहे, अशा आदिवासींकडून खूप काही शिकण्यासारखे असूनही ज्येष्ठ आणि श्रेष्ठ नाटककारांनी आदिवासींच्या ह्या निष्पाप, निरागस जीवनाकडे डोळेझाक करावी, ह्याचे आपल्याला नवल वाटल्याशिवाय राहणार नाही.

आदिवासींच्या जीवनशैलीची आणि सामाजिक अभिसरणाची वाट चोखाळून, जंगल-जिव्हाऱ्यातील काटेरी वाटा तुडवून रक्तबंबाळ झालेल्या पाऊलखुणा तपासण्यात कोणत्याही नाटककराला रस वाटला नाही. त्यामुळे आदिवासींच्या जीवनावर नाट्यकृतींच्या द्वारे प्रकाश टाकण्यात सहसा कोणी धजावलेलेच दिसत नाही. ज्यांनी कुणी थोड्याबहुत अंशाने प्रयत्न केले, ते नगण्यच म्हणावे लागतील. मात्र अशा नाट्यधार्जिण्यांनी आदिवासींच्या हिंसेची

बाजू अधिक प्रकाशझोतात आणण्यात धन्यता मानली, हे काही सुज्ञ वाचकाला नव्याने सांगण्याची गरज नाही.

आदिवासी जीवन चित्रित करणाऱ्या नाट्यकृतींचा विचार सुरू झाला की, आपल्याला सदर कालखंडाचाही विचार करावा लागतो. सन १९५० ते २०१२ ह्या कालखंडातील नाटकांचा विचार पुढे येतो, त्या वेळी आदिवासी नाटके फारशी दिसतच नाहीत. जी दिसतात ती कुठेतरी टाकाऊ विषय घेऊन पुन:पुन्हा चघळण्यासाठी. बस, ह्या व्यतिरिक्त फारसे काही दिसत नाही. कारण ही नाटके बिगरआदिवासींनी लिहिलेली आहेत. ह्यावरून आपल्याला बिगरआदिवासी आणि आदिवासींच्या नाटकांचा विचार करता येतो, तो पुढीलप्रमाणे,

बिगरआदिवासींची नाटके
'तंट्या भिल्ल' – शां. गो गुप्ते

सन १९३७ च्या सुमारास नाटककार शां. गो. गुप्ते ह्यांनी ज्याची भारतीय इतिहासात 'रॉबिनहूड'शी तुलना केली आहे, अशा तंट्यामामा उर्फ तंट्या भिल्लावर 'तंट्या भिल्ल' ह्या शीर्षकाचे पहिलेवहिले नाटक लिहिले असून, सदर नाटक तत्कालीन रंगभूमीवर कितीही यश मिळवून गेले असले तरी तंट्याच्या प्रामाणिकपणाचा, त्याच्या लढाऊ बाण्याचा, मस्तवाल शेट-सावकार, इंग्रज आणि धनदांडगे मुजोर ह्यांच्या विरोधात जे जे बंडाचे रणशिंग फुंकले आणि त्यांना पळती भुई थोडी केली, अशा घटनांवर गुप्ते ह्यांनी अजिबातच प्रकाशझोत टाकला नाही. मात्र आदिवासींवर होणारे अन्याय, अत्याचार, त्यांना नको त्या हिंसेला कसे सामोरे जावे लागत होते, आदिवासी स्त्रियांची अब्रू सर्वांच्या समक्ष दिवसा-ढवळ्या लुटली जात होती, त्यांच्या इज्जतीचे धिंडवडे काढून त्यांचे जगणे कसे मुश्किलीचे केले जात होते, अशा गोष्टी अधोरेखित करायला गुप्ते अजिबात विसरत नाहीत.

ह्या नाटकातील आदिवासींच्या संदर्भातील एवढी बाजू सोडली तर, सदर नाटकात गुप्ते ह्यांनी आदिवासींच्या सामाजिक, सांस्कृतिक आणि धार्मिकतेवर जसा नेटका प्रकाश टाकायला हवा होता, तसा कुठेही टाकलेला दिसत नाही.

'एकलव्य' – विश्वनाथ खैरे

नाटककार विश्वनाथ खैरे ह्यांनी सन १९७२ साली निषादशिरोमणी धनुर्धारी

'एकलव्य' ह्याच्या जीवनावरील तीनअंकी नाटक लिहिले असून ते साधना प्रकाशन, पुणे ह्या संस्थेने प्रकाशित केले आहे. हिरण्यधनू नावाच्या निषादाधिपतींचा एक तेजस्वी आणि धनुर्धारविद्येत पारंगत असलेला एकलव्य खैरे ह्यांनी उत्तम तऱ्हेने उभा केला आहे. असे असले तरी त्याला मर्यादा पडतात. ते लिहितात, 'एकलव्या, मी यांचा पालक त्यामुळे यांनी जरी इच्छा नसतानाही तुझा स्वीकार केला, तरी माझे पालनकर्ते जे यांचे पितृपितामह, ते तुला आणि मलाही सुतराम क्षमा करणार नाहीत. कारण ते माणसांचे स्वामी असले, तरी व्यवस्थेचे दास आहेत, हे आपल्याला विसरून चालणार नाही. त्यामुळे मला कितीही वाटत असले की तुला शिष्य म्हणून स्वीकारावे, पण ते शक्य नाही. तू जा '१ वरील संवादावरून त्या काळी वर्णवादाची पकड व तिचा धाक तत्कालीन राज्यकर्त्यांच्या, विद्यादान करणाऱ्यांच्या मानसिकतेवर कसा होता, हे विश्वनाथ खैरे ह्यांनी सदर नाटकात रेखाटले आहे.

असे असले तरी महाभारतात द्रोणाचार्यांनी एकलव्याकडून उजव्या हाताचा अंगठा 'गुरुदक्षिणा' म्हणून मागितला, ती खरी कथा अशी आहे.... ''एके दिवशी द्रोणांची परवानगी घेऊन कौरव आणि पांडव शिकारीसाठी जंगलात गेले होते. योगायोगाने तेथे एक मनुष्य आपल्या कुत्र्याला बरोबर घेऊन त्यांच्या पाठोपाठ चालू लागला. कौरव-पांडव जंगलात हिंडत असताना तो कुत्रा नेमबाजीत तल्लीन झालेल्या एकलव्याकडे पाहून धावत जाऊन जोरजोरात भुंकू लागला. क्षणार्धात त्या धनुर्धारीने अतिशय चपळतेने आपल्या एकाग्रतेत व्यत्यय आणणाऱ्या श्वानाचे तोंड सपासप सात बाण सोडून बंद केले. अशा अवस्थेत बाणांनी तोंड भरलेला कुत्रा धावतच पांडवांकडे गेला. त्याला त्या अवस्थेत पाहून पांडव चकित झाले. अर्जुन तर भयभीतच झाला. बाण मारणाऱ्याची कमालीची चपळाई, अचूक शरसंधान आणि आवाजावरून वेध घेण्याचे कौशल्य पाहून कुत्र्याच्या तोंडाला थोडीही जखम न करता आवाज थांबवणारा असा जंगलात कोण बरे धनुर्धारी आहे, असे म्हणून सर्वजण चपापले आणि ते तेथून धावत थेट द्रोणाचार्यांनाच ही हकीकत सांगण्यासाठी गेले. द्रोणाचार्यांनी लगेच वनात येऊन त्या धनुर्धारीची खातरजमा केली आणि त्यांना त्याच्या तेज:पुंजतेची आणि नम्रतेची कल्पना येऊन गेली. हा साधासुधा नव्हे तर जगविख्यात महान धनुर्धारी होणार. द्रोणांच्या मनात कपटी वासना आली. हीच नामी संधी आहे म्हटल्यावर द्रोणांनी एकलव्याला तुझे गुरू कोण? असे विचारल्यावर तिथेच फसगत झाली. एकलव्याने द्रोणांच्या

पुतळ्याकडे हात करत सांगितले, ‘‘तुम्हीच माझे गुरू’’. द्रोणाच्या मनात कपटकारस्थान आले. ते म्हणाले, ‘‘तू जर माझा शिष्य असशील, तर नियमानुसार तू मला ‘वेतन’ दिले पाहिजे.’’[२]

अतिशय प्रामाणिक आणि पर्यावरणाचे पालन करणारा एकलव्य द्रोणांच्या गोड बोलण्याला फसला आणि इथेच कपटनीतीने द्रोणाचार्यांनी ‘वेतन’ म्हणून एकलव्याचा अंगठा ‘गुरुदक्षिणे’च्या नावाखाली घेतला आणि मोठी हिंसा घडवून आणली. ही कथा लक्षात घेतली असता वर उल्लेख केलेल्या संवादात द्रोणाचार्यांनी व्यक्त केलेले मत हे खैरे यांचे वैयक्तिक चिंतन असल्याचे दिसते. वास्तविक धनुर्विद्येतील अंगठ्याचे महत्त्व माहीत असूनदेखील द्रोणाचार्य एकलव्याकडे अंगठाच मागतात हे किडलेल्या संस्कृतीचे, मनोवृतीचे दर्शनच नाही का? हे कोणत्याही सामान्य माणसाला न पटणारे असे आहे. त्यामुळे वरील संवाद हा केवळ खैरे यांचेच मत आहे. तो त्यांच्या विचारातील विरोधाभास दर्शवितो.

‘आदिलीला’ १९८६ – प्रा. रमेश कुबल

प्रा. रमेश कुबल ह्यांनी ठाणे, रत्नागिरी जिल्ह्यातील वारली संस्कृतीवर आधारित असलेले हे नाटक पारंपरिक लोकरंगभूमीच्या तंत्राचा आणि वारली बोलीचा वापर करून लिहिले आहे. ‘आदिलीला’ ह्या नाटकाचा नायक ‘हिवऱ्या’ व नायिका ‘मालू’ असून हिवऱ्याच्या लग्नप्रसंगानेच नाटकाला प्रारंभ होतो. परंतु वरातीनंतर हळद काढण्याच्या विधीसाठी हिवऱ्या आपल्या पत्नीला तिच्या आई-वडिलांच्या घरी घेऊन जाऊ शकत नाही. ‘‘मात्र हळद काढण्याच्या विधीला वारलीत अनन्यसाधारण महत्त्व आहे. नाटकाचा नायक हिवऱ्यालाही आई-वडील नसल्याने खलनायक पाडेखोत हीच संधी साधतो आणि हिवऱ्याला खूप दारू पाजून त्याचा घात करतो. मालूची हळद उतरविण्यासाठी पाडेखोताच्या रानात तिला नेले जाते. पाडेखोत मालूची हळद पुसतो आणि तिच्यावर पाशवी बलात्कार करतो. ह्या प्रकाराने हिवऱ्या आणि मालू संतप्त होतात. पाडेखोताचा काटा काढायचा म्हणून हिवऱ्या प्रयत्न करत असतो. ही गोष्ट लग्न लावणाऱ्या धवलेरीला समजते. तेव्हा तिला मागचे दिवस आठवतात. तिचीही पाडेखोताच्या बापाने वरातीच्या दिवशीच इज्जत लुटलेली असते. त्यामुळे पाडेखोताचा समूळ नाश करण्यासाठी हिवऱ्याला ती मदत करत असते. ’’[३]

सदर नाटकात कुबल ह्यांनी वारली जमातीच्या बोलीचा आणि पारंपरिक

कलाप्रकारांचा वापर केल्याने ही नाट्यछटा अधिक जिवंत झाली आहे. नाटककाराने 'बोहड्या'सारख्या मुखवटेधारी विधिनाट्यातून मालू आणि हिवऱ्याला शिकवण देणाऱ्या मास्तरांची भूमिकाही चित्तवेधक बनविली आहे. मास्तर जाणीवपूर्वक बकासुराची भूमिका पाडेखोताला देतात आणि स्वतःच भीमाची भूमिका घेऊन पाडेखोताचा निदान नाटकात का होईना, वध करतात. ह्यातून वारली जमातीला पाडेखोतप्रवृत्तीच्या जोखडातून बाहेर काढण्यासाठी जे काही प्रयत्न हिवऱ्या, मालू आणि मास्तर करतात, ते नाटककाराने ह्या नाटकात अधोरेखित केले आहेत. त्यासाठी 'बोहाडा' हे हिंसेचे शस्त्र हाती घेऊन शोषणाचे साधन बनविणाऱ्या धर्मांध प्रवृत्तींना कसे उखडून काढता येऊ शकते, हे नाटककार कुबल ह्यांनी लिहिले आहे.

वास्तविक प्रत्यक्षात ज्याच्यावर अन्याय झाला आहे, त्याला वास्तवात न्याय मिळण्याची शक्यता फार थोडी असते. कारण आपली व्यवस्थाच त्याला कारणीभूत आहे. परंतु नाटकाच्या माध्यमातून नाटककार कुबल यांनी मात्र पाडेखोतसारख्या प्रवृत्तीचा नाटकामध्ये वध करून एकप्रकारे अशा अन्याय करणाऱ्या प्रवृत्तींना शिक्षा झालीच पाहिजे, हाच संदेश देण्याचे काम केले आहे.

'मरीमायचा भुत्या' – व्ही. आर. पाकलवार

विलास पाकलवार ह्यांनी १९९० साली 'मरीमायचा भुत्या' ह्या वास्तवदर्शी नाटकाची निर्मिती केली असून नाटकाचे बरेच प्रयोगही रंगभूमीवर सादर झाले आहेत. चंद्रपूरच्या किर्र्र अरण्यात वास्तव्यास असलेली 'माडिया गोंड' ही आदिवासी जमात. त्यांच्यात अजूनही भुते-खेते, तंत्र-मंत्र, गंडा-दोरा, जादू-टोणा, भगत-पुजारी अशा अंधश्रद्धा असल्याचे अधोरेखित केले जाते; मात्र त्यांच्या वैश्विक त्यागाची आणि मनमिळाऊ स्वभावाची कुठेच दखल घेतली जात नाही. जंगलातील रक्षकांपासून ते गावातील पोलीसपाटील नावाच्या लांडग्यापर्यंत त्यांचे शोषणच केले जाते. त्यामुळे चिडून पाड्यावरील माणसांनी एके दिवशी जंगल अधिकाऱ्याचा खून केला आणि संपूर्ण गावावरच दहशत निर्माण केली. त्यातून ह्या नाटकाने रसिकांमध्येही घबराट पसरविण्यास यश मिळविले आहे.

'मरीमायचा भुत्या' ह्या नाटकात माडीया, दलसू गोंड, पुजारी, गुरुजी, वंजारी, वनपाल, सुकरी, शिपाई, पोलीस आणि इन्स्पेक्टर अशी पात्रे आली असून ती व्यवहारात जशी वागतात, तशीच नाटकातही खुलेआमपणे वावरतात. नाटककार

स्वतः जंगल अधिकारी असल्याने पोट भरण्यासाठी आदिवासी जंगलात वनोपज मिळवण्यासाठी गेल्यावर फॉरेस्ट गार्ड कशी त्यांची फरपट करतो, स्त्रियांवर किती अमानुष अत्याचार होऊन ते जंगलातच कसे गुडूप होतात, त्याचबरोबर त्यांचे नृत्य, संगीत, साज-शृंगार, पेहराव, बोलीचे नमुने ह्या सर्व घटकांच्या बारकाव्यांनिशी हे नाटक वाचकांच्या मनाला भिडल्याशिवाय राहत नाही. ह्यातील जिवंत चित्रण म्हणजे 'माराजा... कर्रा... सांगते! मंगू गायता सांगला, तो ते डफेदारीले नि ते दलसुले खतम केला आमी! आठ माणसा मारला, आता आमी मरते. दंडा मारते तो ईकळे जीव ठंडा होते'[४] असा हा खुलेआम पारदर्शीपणा पाकलवार ह्या पात्रांच्या अंगी पेरून नाटकाला एक कलात्मक उंची गाठून देतात. येथे हिंसा घडते ती केवळ अंधश्रद्धेपोटी, नव्हे तर आदिवासींच्या कित्येक पिढ्या येथे संपल्या. वनाचे रक्षण करणाऱ्यांनी आदिवासींचे कायम शोषण चालवल्याने आदिवासींची हिंसा करणाऱ्यांचीच आदिवासी कशी हिंसा करतात, हे वरील नाटकात दाखविल्याने 'मरीमायचा भुत्या' हे नाटक सशक्त नाटकांच्या पंक्तीला आपसुकच जाऊन बसते.

'कमला' – विजय तेंडुलकर

प्रथितयश नाटककार विजय तेंडुलकर ह्यांनी सन १९९३ मध्ये लिहिलेल्या 'कमला' ह्या दोनअंकी नाटकात 'कमला' ह्या आदिवासी समाजाच्या स्त्रीसंदर्भात चित्रण केले आहे. दिल्ली शहरातील एक प्रसिद्ध पत्रकार जयसिंग जाधव ह्यांनी कमलाला आपल्या स्वार्थी हितासाठी आणून एक नवा प्रश्न चर्चिला आहे. आदिवासी स्त्रियांची अजूनही राजरोसपणे जनावरांप्रमाणे विक्री होते, ह्या पुराव्यासाठी तो बिहारमधील लुहारडागाच्या बाजारातून कमलाला विकत घेतो आणि प्रेस कॉन्फरन्समध्ये आपली पत्रकारिता किती रोखठोक आहे, हे सिद्ध करण्यासाठी सर्वांसमोर तिला नको ते अश्लील प्रश्न विचारून भंडावून सोडले जाते. 'कमला' नाटकातील दुसरी एक बाजू म्हणजे कमलाकडे एक स्त्री म्हणून तर पाहिले जाते; शिवाय ती आदिवासी समाजातील आहे म्हणून तिचे विकृतीकरण करण्यात नाटककाराने धन्यता मानावी का? तसेच 'बिहारसारख्या भागात आदिवासी स्त्रियांचा का लिलाव होतो?' ह्या वास्तवतेमागचे खरे कारण नाटककार कुठेही शोधत नाही.

एका खेडेगावात स्त्रियांचा खरेदी-विक्रीचा बाजार चालतो, ह्यावर नाटकात

नाटककाराने या घटनेविषयी जाता जाता निषेध नोंदविला असता अथवा भाष्य केले असते, तर नाटक अगदी एका विशिष्ट उंचीपर्यंत जाऊन पोहोचले असते. परंतु असे जरी नसले, तरी कमला ह्या नाटकाचे मोल तसूभरही कमी होत नाही, ही वस्तुस्थिती नजरेआड करून चालणार नाही. आजपर्यंत ह्या दृष्टिक्षेपातून कोणीही ह्या स्त्रियांच्या गुलामीकडे, त्यांच्या प्रश्नांकडे डोळस वृत्तीने न पाहिल्याने कितीतरी पिढ्यांनी त्यांच्या अश्लीलतेची चेष्टा केली, अब्रूचा बाजार मांडला आणि अशा घटनांतून कितीतरी आदिवासी स्त्रियांची हिंसा झाली नसेल, कशावरून? हा प्रश्न शेवटपर्यंत अनुत्तरितच राहतो.

'रानभूल'– प्रा. रमेश कुबल

प्रा. रमेश कुबल ह्यांनी रत्नागिरी, रायगड, ठाणे जिल्ह्यांत भटकंती करून तेथील जंगल-जिव्हाऱ्यात खासगी व शासकीय मालकीच्या जंगलात धनदांडग्या सावकारांनी घुसखोरी करून जंगल तोडून कोळशाच्या भट्ट्या लावून जंगलाचे विकृतीकरण करण्याचे कार्य खुलेआमपणे चालविले होते. ह्या कामी आदिवासींना विश्वासात घेऊन, तर कधी दंडुक्याची भाषा वापरून त्यांच्यावर बळजबरी करून वेठबिगार म्हणून त्यांना कसे वापरून घेतले जात होते, ह्याचे चित्रण २००८ साली प्रसिद्ध झालेल्या 'रानभूल' ह्या नाटकात प्रा. रमेश कुबल ह्यांनी प्रांजळपणे रेखाटले आहे. 'कोळशाच्या भट्ट्या लावण्यासाठी भट्टीमालक कातकरी आदिवासी पुरुष-स्त्रियांपासून ते थेट छोट्या मुलांनाही कंत्राटी पद्धतीने भट्टीवर कामासाठी आणत. त्यांच्या भोळ्याभाबड्या अज्ञानाचा फायदा घेऊन मस्तवाल व्यापारी आदिवासींची फसवणूक करत. त्यांनी पळून जाऊ नये म्हणून जंगलातच त्यांना डांबून ठेवणे, त्यांच्या मुलांची ताटातूट करणे, हातपाय तोडण्याची धमकी देणे आणि आदिवासी स्त्रियांवर राजरोसपणे अत्याचार करणे अशी दहशत निर्माण करून त्यांच्याकडून मेहनतीची कामे करून घेतली जात. अशा दहशतीखाली वावरणाऱ्या आदिवासींच्या मदतीला कोण येणार?'[५] ह्याची चाहूल ॲड. सुरेखा दळवी आणि प्रकाश लवेकर ह्या सामाजिक कार्यकर्त्यांना लागल्याने त्यांनी आदिवासींची संघटना बांधण्याचे व कोळसा भट्ट्यांविरोधात आवाज उठविण्याचे प्रयत्न केले. मात्र ते मलमपट्टी केल्यासारखे झाले. धनदांडग्यांची मदांध सत्ता, शासकीय यंत्रणेतील भ्रष्टाचार, राजकीय संपत्तीची राजरोसपणे केली जाणारी लूट आणि त्याचबरोबर आदिवासींचीही केली जाणारी लूट ह्यांवर नाटककाराने प्रकाश

टाकला आहे.

'लोककथा ७८' – रत्नाकर मतकरी

नाटककार रत्नाकर मतकरी ह्यांनी 'लोककथा ७८' हे सामाजिक विषयावरचे नाटक सन १९९९ साली लिहिले असून भारतीय सैन्यात देशाचे रक्षण करताना गोळी लागून एक हात गमावलेल्या 'जगन झिलू'ची ही कहाणी संबंधित नाटकात रेखाटली आहे. ह्या नाटकाचे कथानक असे की, 'बेटक बिलोरी' गावातील दिगंबर पाटलांचे सुपुत्र, पाटलाचा पुतण्या व त्यांचे मित्र हे संतुबाई चांभारणीची बारा वर्षांची मुलगी बसंतीवर बलात्कार करतात. पुरावा नाहीसा करण्यासाठी ते तिचा खून करतात. आपल्या लेकराची हिंसा करणारे हैवान तिच्या डोळ्यांदेखत हिंडतात; मात्र भूक आणि दारिद्र्याने हतबल झालेली संतुबाई कोणाकडेच तक्रार करत नाही. कारण इथली व्यवस्था तशी असते. त्यांच्याशी वैर पत्करून काय उपयोग? म्हणून संतुबाई बलात्काराच्या घटनेकडे दुर्लक्ष करून जगते.

नाटकाचा नायक जगन जेव्हा बंडखोरी धारण करतो, त्या वेळी तोच पोलिसांत तक्रार करून त्या नराधमांना अटक व्हावी म्हणून पाटलांच्या विरोधात बंडाचा पवित्रा घेतो. आंदोलन, धरणे ह्या माध्यमातून बसंतीच्या बलात्कार आणि खुनाच्या प्रकरणी न्याय मिळविण्यासाठी लढतो. मात्र अशा बंडखोर कार्यकर्त्याला अद्दल घडविण्यासाठी दिगंबर पाटील गावगुंड पाठवून जगनवर प्राणघातक हल्ला करून गावात दिवसाढवळ्या जगनच्या शरीराचे पाच तुकडे करून न्यायाच्या बाजूने लढणाऱ्या कार्यकर्त्याला संपवून टाकतो. पुढे जगनवरील अशा भ्याड हल्ल्याचा विरोध म्हणून जगनचा मित्र लहानू व जगनची विधवा पत्नी सावित्री 'कोळी महादेव अन्याय निवारण समिती' स्थापन करून पाटील घराण्याला शिक्षेची मागणी करतात. जगनच्या खूनप्रकरणातील माहिती प्रसारमाध्यमांना दिली म्हणून सावित्रीच्या घराला आग लावणे, तिची नग्न धिंड काढण्याची धमकी देणे असे प्रकार घडतात. अन्यायनिवारण समितीतर्फे हे प्रकरण मुख्यमंत्र्यांपर्यंत पोचल्यानंतर समितीला सरकारी मदत मिळाली. परंतु न्याय मात्र मिळत नाही.

रत्नाकर मतकरी ह्यांनी वास्तव घटनेच्या आधारे सुशिक्षित कोळी महादेव जमातीतील बंडखोर तरुण जगन ह्याला अन्याय कसा सहन होत नाही एवढेच नव्हे तर धाडसी, तडफदार आणि बंडखोर वृत्तीचा जगन न्यायासाठी प्राण देण्यासही मागेपुढे पाहत नाही. त्याला ग्रामपातळीवरील प्रस्थापितांची सहानुभूती पसंत

नाही. गावातील सत्ताधारी, हुजरेगिरी करणाऱ्यांची लाचारी तो झिडकारतो. त्याचे फळ म्हणजे जगनची झालेली हत्या होय. अशा या घटना नाटककार रत्नाकर मतकरी यांनी अत्यंत हुबेहूब पद्धतीने मांडण्याचा प्रयत्न केला आहे.

एकांकिका :'कातळी निखारे' – डॉ. अनिल सहस्रबुद्धे

डॉ. अनिल सहस्रबुद्धे ह्यांनी 'कातळी निखारे' ही एकांकिका सन २००३ मध्ये मोरया प्रकाशन, डोंबिवली आणि पुणे येथून प्रकाशित केली आहे. सदर एकांकिकेत १८२७ ते १९३५ ह्या काळातील अहमदनगर जिल्ह्याच्या अकोले तालुक्यातील डोंगरकपाऱ्यांतील आदिवासींनी इंग्रजांच्या विरोधात जे युद्ध पुकारले होते, त्यातूनच आपल्या स्वत्व, स्वाभिमानाचे जे दर्शन घडविले आहे, त्याची एक झलक म्हणजे डॉ. अनिल सहस्रबुद्धे ह्यांची 'कातळी निखारे' ही एकांकिका होय.

डोंगरदऱ्यांत वास्तव्याला असणाऱ्या आदिवासी वाघांनी त्या काळी इंग्रज सरकारला कसे जेरीस आणले होते, आदिवासींना जेरबंद करण्यासाठी आणि प्रसंगी लाचखोरीने अंकित करण्यासाठी इंग्रजांना नाना युक्त्या कशा शोधाव्या लागत होत्या, ह्याचे चित्रणही सहस्रबुद्धे ह्यांनी सदर एकांकिकेत केले आहे. 'इंग्रज अधिकाऱ्यांचे डावपेच आणि आदिवासींनी ते उधळून लावताना दाखविलेली कर्तबगारी, त्यांतील बाणेदारपणा, कणखरपणा, रागटपणा आणि तितकाच चाणाक्षपणा दाखविणारी ही एकांकिका शीर्षकेंद्री आहे.'[६] संघटित झालेल्या कोळी महादेव, ठाकर समाजाचे बंड मोडून काढणे तेव्हा इंग्रज सरकारचा कॅप्टन मॅकीनटोस ह्या अधिकाऱ्याला दुरापास्त झाले. शिवाजीमहाराजांच्या राज्यासाठी जिवाचे ज्यांनी रान केले, त्यासंबंधीही सहस्रबुद्धे ह्यांनी दृष्टिक्षेप टाकला आहे. कॅप्टन मॅकीनटोस, राघोजी भांगरे व गोविंद खाडे ह्यांच्यातील संघर्षपूर्ण संवादातून नाट्य उभे राहते. त्यातील खालील झलक पाहण्यासारखी आहे.

रामजी : आरडतो कह्यापायी सायेबा? तुला काय करायचा कर ना. पर ह्यो ध्यानात घे– ह्या रानाचं जनावर तुह्या उष्ट्या अन्नाकरता लालचावणार नही.

कॅ. मॅकीनटोस : ओ, यू. स्वीफ्ट. टेक हिम अवे! चामडी लोळवा ह्याची. मशालाने चटके द्या त्याला. त्याच्या किंकाळ्या मी येथे बसून ऐकतो!

रामजी : आरे भ्याडा. हत्तीच्या पायी दिला, कड्यावरून ढकलला,

तरी भ्येत नही आमी! आरं मरणाला भेत नहीत, तुह्या वांझुट्या डरकाळ्यांना भेणार कोण? अरं मरणार पर इमान इकणार नही. 'हरहर महादेव'.

आदिवासींच्या स्वभावाचे आणि बलिदानाचे दर्शन घडविणारे असे कितीतरी प्रसंग सहस्रबुद्धे ह्यांनी एकांकिकेच्या नाट्याभिनयात उभे केले आहेत. सन १९५० ते २०१२ ह्या कालावधीतील एकांकिकांचा विचार करायचा झाल्यास त्यात रमेश कुबल ह्यांची 'निष्पर्ण वृक्षावर' ही एकांकिका १९८७ ला लिहिली गेली. तिचे वैशिष्ट्य म्हणजे त्यात आदिवासी बोलीचा वापर केल्याने ती नजरेत भरणारी आहे. प्रा. विनोद मोरांडे ह्यांनी २००० साली लिहिलेल्या 'स्पेशल ॲक्शन प्लॅन' ह्या एकांकिका संग्रहात 'कथा एका त्यागाची', 'अबोली', 'राजकारण करा जपून करा', 'विशाखा' इ. एकांकिका वरील संग्रहात समाविष्ट केल्या असून प्रा. मोरांडे ह्यांनी आदिवासींचे वरवरचे जीवन न पाहता प्रत्यक्ष त्या जीवनाशी भिडून, रममाण होऊन रेखाटले आहे.

आदिवासींचे नाट्यलेखन :

'जय बुळहालपेन'– विठ्ठलराव कन्नाके

ह्यांनी सन २००६ मध्ये वरील नाटक गोंडी बोलीत लिहिले आहे. भगवान शंकराला त्या त्या प्रदेशानुसारच जी काही वेगळी नावे दिली गेली, त्यांतीलच 'जय बुळहालपेन' हे नाव येथे सार्थ करण्यासाठी कन्नाके ह्यांनी प्रयत्न केले आहेत. ह्या बड्या देवाविषयी हे नाटक प्रकाशझोत टाकताना दिसते.

'आली रंगात राणी' १९९९, 'आक्रोश' २००३ आणि 'कथा इंद्रापुरीची' २००५ ही तीनही नाटके पुण्यातील कुंडलिक केदारी ह्यांची आहेत. 'आली रंगात राणी' हे उत्तम दर्जाचे वगनाट्य असून ह्या वगनाट्याचे आतापर्यंत बरेच यशस्वी प्रयोगही झाले आहेत. ह्या नाटकात पहिल्या अंकात मावशी, पेंद्या, कृष्ण, तात्या, बापू, म्हादबा, सादबा, राधा, चंद्रावळ, नंदिनी, सरपंच आणि नर्तिका अशी बरीच पात्रे आहेत; तर दुसऱ्या अंकात शिपाई, हवालदार, राजा रोमसिंग, राजकुमारी रूपराणी, फुलवंती, वीरभद्र व चंद्रसेन अशी पात्रे येतात.

नाटककार केदारी हे मूळचेच नाटकवेडे आणि दर्दी कलावंत असल्याने पुणे येथे ललित रंगभूमीची स्थापना करून नाट्यकलावंतांना प्रेरणा मिळावी म्हणून ते नाटकांचे विविध कार्यक्रम घेत असतात. ह्या नाटकात केदारी ह्यांनी 'पाच शिरे

आणि दहा पाय ते असुनी चालतो अधांतरी असा कोणता प्राणी आहे, सांगशील का पृथ्वीवरी?' असा राजकुमारीच्या तोंडी आपल्या विवाहासाठी प्रश्नात्मक कोडे टाकून एक विलक्षण जुगलबंदी केली आहे. त्यावर राजकुमार चंद्रसेनने तेवढ्याच ठसक्यात कोड्यातच दिलेले उत्तरही वास्तावचे भान आणून देणारे आहे. तो म्हणतो, "मनुष्य मरता नेती तयाला उचलूनी चवघे तिरडीवर. पाचवा मडके धरूनी चाले, पाचवा असे तरी तो अधांतरी." केदारी ह्यांनी शिपाई आणि हवालदार ह्या पात्रांच्या मुखी विनोदी शैलीचे संवाद घातल्याने नाटकाला खास रंगतदारपणा आला आहे.

केदारी ह्यांचे दुसरे महत्त्वाचे 'आक्रोश' हे नाटक राखीव जागांच्या प्रश्नांवर भाष्य करणारे आहे. भारतदेशाला स्वातंत्र्य मिळून ६५ वर्षे झाली असली तरी इथल्या उच्चभ्रूंच्या मनातील जातीची तेढ कमी झाली नाही, तर ती अधिकच खोलवर रुतून बसली. सवर्णांतील प्रबळ गटाचा आदिवासी समाजातील कोळी महादेव जमातीतील उमेदवाराकडे बघण्याचा दृष्टिकोन किती पूर्वग्रहदूषित आहे, हे नाटककार कुंडलिक केदारी ह्यांनी 'आक्रोश' ह्या नाटकात अतिशय वस्तुनिष्ठपणे दाखवण्याचा प्रयत्न केला आहे. एका सरकारी कार्यालयात कोळी महादेव जमातीच्या तुकाराम दगडू साबळे रा. खैरपूर, ता. जुन्नर, जि. पुणे ह्या तरुणाला आलेले ज्वलंत अनुभव म्हणजे वरील नाट्य होय.

नाटकाची कथा अशी आहे... 'त्या कार्यालयातील अधिकारी विष्णू देशपांडे ह्यांचा भाचा अशोक जोशी ह्याचीच नेमणूक केली जाते. मात्र आरक्षणातील एका तरुणाला डावलून ती केली जाते, हे सरकारी अधिकाऱ्यांच्या लक्षात आल्यावर शासनाकडून आदेश दिले जातात आणि आदेशाची अंमलबजावणी होऊन अशोक जोशीला नोकरीवरून पायउतार व्हावे लागल्याने अनुसूचित जमातीच्या तुकाराम साबळे ह्या उमेदवाराची रीतसर नेमणूक होते आणि तेथूनच ब्राह्मणशाहीने अस्पृश्यांना त्रास द्यायला सुरुवात केल्याचे निदर्शनास येते.'

पुढे तर साबळे या उमेदवाराने नोकरी सोडून जावे म्हणून सर्वतोपरी प्रयत्न केले जातात. उमेदवाराची कागदपत्रे, फाईल गहाळ करूनही फार काही फरक पडत नाही म्हटल्यावर कार्यालयातील स्टेनोटायपिस्ट मीनल गोडबोले हिच्याशी सलगी दाखवून चारित्र्यहनन करण्याचा प्रयत्न केला आहे. आपल्याच जातीतील तरुणाला नोकरी मिळावी म्हणून कोणत्याही स्तराला जाणे ही भूमिका येथे अधोरेखित केली गेली आहे. कार्यालयातील चतुर्थ कर्मचाऱ्यापासून ते अधिकाऱ्यापर्यंतचे सर्व

ब्राह्मण साबळे ह्यांचा छळ करतात. भारतीय प्रशासन व्यवस्था आणि नोकरशाहीमध्ये जातीच्या तटबंदी अधिकच रुंदावत गेल्याचे भयानक वास्तव श्री. कुंडलिक केदारी ह्यांनी 'आक्रोश' नाटकाद्वारे वाचकांसमोर ठेवले आहे.

श्री. महेश तोडसाम ह्यांचे 'सोनेता कुर्स' हे गोंडी बोलीतील नाटक प्रकाशित झाले असून सदर नाटकात अंधश्रद्धेचा विषय चित्रित केला आहे. त्याचबरोबर श्री. दशरथ मडावी ह्यांचे 'महासूर्य बिरसा' आणि प्रा. वामन शेळमाके ह्यांचे 'महाबिरसा' ही दोन्ही नाटके अलीकडेच प्रकाशित झाली असून ती हाती न आल्याने इथे विचार केलेला नाही. अलीकडे तीन-चार वर्षांत काही अभ्यासू नाटककार आदिवासी जीवनशैलीवर नाटके लिहू लागले आहेत. ती प्रकाशनाच्या वाटेवर आहेत.

आदिवासींच्या एकांकिका :

आदिवासींचे नाट्यलेखन जरी अत्यल्प असले, तरी एकांकिाका मात्र विविध नियतकालिके आणि ग्रंथांच्या रूपाने प्रकाशित झाल्या आहेत. त्यात भुजंग मेश्राम ह्यांच्या 'सवारी', 'औतान', 'मातामाय' आणि 'सोंग' ह्या एकांकिका उल्लेखनीय आहेत. पैकी 'हाकारा' ह्या नियतकालिकात भुजंग मेश्राम ह्यांची 'सवारी' ही एकांकिका प्रकाशित झाली असून महाराष्ट्र व आंध्रप्रदेशच्या सीमेवरील परधान व रेड्डी ह्यांच्या जीवनसंघर्षाची कहाणी मेश्रामांनी उत्तम रीत्या रेखाटली आहे. ह्या एकांकिकेत हिंदी व परधानीमिश्रित भाषेचा वापर आला आहे. निजामाच्या इनामदारांनी आदिवासी दसऱ्या परधानला एक घोडा भेट दिला होता. कारण जंगलात दसऱ्या परधानने वाघापासून नबाबाचे प्राण वाचविले होते. हातनूर गावाने दसऱ्याला सहानुभूतीवर घोड्याची व्यवस्था केली होती. मात्र सहानुभूती असह्य झाल्यावर दसऱ्या परधानाने रेड्डीच्या विरोधात दंड थोपटले होते. त्यातच आगीत तेल ओतावे तसा प्रकार म्हणजे रामा रेड्डीची कन्या रेणुका आणि दसऱ्याचा मुलगा जंगा ह्यांच्या प्रेमप्रकरणाचा नाजूक धागा गुंफून रामा रेड्डीची हुसण्याबद्दलची वैरभावना संपुष्टात आणण्याचा प्रयत्न एकांकिकाकाराने सहजतेने केला आहे. सवर्णांच्या मनात मागासवर्गीयाबद्दल नेहमीच कशी द्वेषाची घृणा तयार होते, ते भुजंग मेश्रामांनी दाखविले आहे. 'भागोजी नाईक' ही कुंडलिक केदारींची १९९५ साली लिहिलेली एकांकिका असून त्यांनी पुढे 'छळ', 'शापित', 'विरह' अशाही एकांकिका लिहिल्या आहेत. ह्याशिवाय कितीतरी एकांकिका आज लिहिल्या

जात असून त्यांमध्ये 'धूर्त', 'निर्दयी', कपट-कारस्थान करणाऱ्यांचेच चित्रण येताना दिसते आहे.

एकूणच आदिवासी नाटकांचा बाज हा हिंसेच्या अंगाने नेण्याचा प्रयत्न झालेला आहे, असे म्हणता येईल.

❏

संदर्भ आणि टीपा :

१. विनायक तुमराम, 'मराठी वाङ्मयाचा इतिहास खंड- ७, भाग-१', प्र. आ. २००७, पृ. क्र. ४०७.

२. आ. ह. साळुंखे, 'एकलव्य, शंबुक आणि झलकारी बाई', लोकायत प्रकाशन, सातारा, प्र. आ. २०१२, पृ. क्र. ०९.

३. ज्ञानेश्वर वाल्हेकर, 'आदिवासी मराठी साहित्य : एक अभ्यास', स्वरूप प्रकाशन, औरंगाबाद, प्र. आ. २००९, पृ. क्र. २७३.

४. विनायक तुमराम, 'मराठी वाङ्मयाचा इतिहास, खंड-७, भाग-१', पृ. क्र. ४०८.

५. रमेश कुबल, 'रानभूल', प्रस्तावना, कर्मवीर प्रकाशन, पुणे, प्र. आ. २००८, पृ. क्र. ०४.

६. उज्ज्वला जाधव, 'डॉ. अनिल सहस्रबुद्धे यांचे साहित्यः स्वरूप आणि आविष्कार', क्रिएटिव्ह कम्युनिकेशन, अहमदनगर, प्र. आ. २००३, पृ. क्र. १४४.

५
आदिवासी आशयसंपन्न मराठी कादंबरी

    ब्रिटिश राजवटीमध्ये आदिवासींच्या एकूण जीवनपद्धती, त्यांचे निसर्गजीवन, त्यांची संस्कृती, त्यांचा धर्म, त्यांच्या समस्या, अडचणी या संदर्भात तोडगा काढण्यासाठी त्यांच्यामध्ये प्रक्रिया सुरू झाली. या प्रक्रियेतून आदिवासींच्या सांस्कृतिक जीवनात परिवर्तन होऊन त्यांच्यात अस्मिता जागृत होऊ लागली. परिणामी, रानावनांतील आदिवासी संघटित झाले. मुंडा, भिल्ल, गोंड, महादेवकोळी, संथाल, बैगा, कोकणा अशा किती तरी जमातींनी अनेक बंडाळ्या केल्या. त्यामुळे आदिवासींच्या जीवनाचे चित्र हळूहळू बदलत गेले. प्रबोधनाच्या अनेक चळवळी सुरू झाल्या आणि आदिवासींच्या सामाजिक व सांस्कृतिक जडण-घडणीस प्रारंभ झाला. या सर्व गोष्टींचा परिणाम आदिवासी साहित्यनिर्मितीवर झाला; त्याला आदिवासी कादंबरी हा वाङ्मयप्रकारसुद्धा अपवाद नाही.

    मराठी 'कादंबरी' या वाङ्मयप्रकाराचा विचार केला असता; स्वातंत्र्योत्तर कालखंडात दलित, ग्रामीण, स्त्रीवादी, प्रादेशिक अशा अनेक प्रकारांनी कादंबरीचा विकास व विस्तार होत गेला. याच काळात फडके-खांडेकरांच्या कादंबरीपेक्षा वेगळ्या स्वरूपाची कादंबरी जन्माला आली. काळानुसार लेखनाच्या प्रेरणाही बदलत गेल्या, तसेच कादंबरीचे लेखनक्षेत्रही विस्तारत गेले. या लेखनक्षेत्राचा विचार करता, आदिवासींचे जीवन कादंबऱ्यांचा विषय होऊ लागले. ''परंतु आदिवासी साहित्य हे कोणत्याही इतर साहित्याची प्रतिकृती नाही. ते स्वतंत्र, स्वयंसिद्ध आहे. त्याच्या प्रेरणा त्यांच्या अस्तित्वाइतक्याच प्राचीन व पृथक् आहेत.''[१] हे डॉ. विनायक तुमराम यांचे म्हणणे लक्षात घेऊन आदिवासी कादंबरीलेखनाचा विचार करावा लागेल.

    आदिवासी कादंबऱ्यांचा विचार केला असता; एक गोष्ट लक्षात येते की,

आदिवासी लेखकांनी लिहिलेल्या कादंबऱ्यांपेक्षा बिगर आदिवासी लेखकांनी लिहिलेल्या कादंबऱ्यांची संख्या मोठी आहे. बिगर आदिवासी लेखकांनी लिहिलेल्या कादंबऱ्यांच्या लेखनामागे मानवी स्वभाव-कुतूहल जरी असले; तरी अनेक बिगर आदिवासी लेखकांनी आदिवासींवर होणाऱ्या अन्यायाला, त्यांच्या शोषणाला, पिळवणुकीला, लैंगिक शोषणाला, शेठ-सावकारांकडून होणाऱ्या फसवणुकीला कादंबरीलेखनाद्वारे वाट करून दिली आहे, हे सत्य नाकारता येणार नाही. यामध्ये प्रामुख्याने गोंडवनातील प्रियंवदाह्न श्री. व्यं. केतकर (१९२६), पाणकळा (१९३९) र. वा. दिघे, सराई (१९४३) र. वा. दिघे, जंगलातील छाया (१९४५), शं. रा. भिसे, गोदाराणी (१९४७) वि. वा. हडप, अन्नदाता उपासी (१९४७), वि. वा. हडप, पहिली सलामी (१९४८), प. त्रि. सहस्त्रबुद्धे, वाडगीण (१९५१) वा. ब. कर्णिक, महानदीच्या तीरावर (१९५३) दुर्गा भागवत, जिजाऊ (१९५४), दा. गो. बोरसे, तांबडा दगड (१९५७) ना. रा. शेंडे, निगुडा (१९६२) वि. शं. पारगावकर, जैत रे जैत (१९६५) गो. नी. दांडेकर, राणी दुर्गावती (१९७५) सौ. नलिनी सहस्त्रबुद्धे, सोनकी (१९७९) र. वा. दिघे, भिल्लवीर कालिंग (), गो. नी. दांडेकर, झडीचे दिवस (१९८१) अनंतराव पाटील, न्यायदंड (१९८२) ॲड. दादा देशकर, आरेण्येर अधिकार (१९८३) महाश्वेतादेवी, अहिनकुल, (१९८६) डॉ. अनिल सहस्त्रबुद्धे, डांगाणी (१९८५) डॉ. अनिल सहस्त्रबुद्धे, वावटळ (१९८७) अनिल सहस्त्रबुद्धे, एकलव्य (१९८८), शरद दळवी, झेलझपाट (१९८८) डॉ. मधुकर वाकोडे, आंदोलन (१९८८) दीनानाथ मनोहर, पारध (१९८९), जगदीश गोडबोले, हाकुमी (१९८९), सुरेश द्वारदशीवार, बिलामत (१९९४), दिनकर दाभाडे, एका नक्षलवाद्याचा जन्म (१९९२) विलास मनोहर, अरण्येकांड () अनंत मनोहर, नक्षलनामा () प्रकाश कोळवण, कुळवाडी () सुरेश शर्मा, आदोर (१९९२) नजुबाई गावित, तृष्णा (१९९५) नजुबाई गावित, वाडा (१९९६) प्रा. माधव सरकुंडे, पारधी (१९९७) शंकरराव खरात, टाहो (१९९८) बाबाराव मडावी, जांभुळपाडा (१९९८) रमेश पटवर्धन, एन्काऊन्टर (१९९८) ॲड. एकनाथ साळवे, मन्वंतर (१९९९) दीनानाथ मनोहर, तंट्या (२००१) बाबा भांड, बळी (२००६) विभावरी शिरूरकर, लाडी (२००७) रामचंद्र नलावडे, ठाकराचा तुक्या (२०११) माचीवरचा बुधा (२००५), गो. नी. दांडेकर आदी बिगर आदिवासी लेखकांनी आदिवासी जीवनावर महत्त्वपूर्ण लेखन केले आहे. त्यांतील प्रमुख कादंबऱ्या पुढीलप्रमाणे पाहता येतील.

'एकलव्य' ही शरद दळवी यांची कादंबरी म्हणजे एकलव्याला द्रोणाचार्याने शिष्य म्हणून स्वीकारण्यास नकार देणे, एकलव्याने त्यांना गुरू मानून स्वयंशिक्षण घेणे, यावर द्रोणाचार्याने गुरुदक्षिणा म्हणून एकलव्याचा अंगठा घेणे- एवढीच माहिती असणाऱ्यांसाठी लेखकाने एकलव्याचे चरित्र नव्या जाणिवेतून, अनेक दुर्लक्षित प्रश्न उपस्थित करून कादंबरीच्या रूपाने मांडले आहेत. एकूणच, एकलव्याचा जीवनपटच त्यांनी आपल्यासमोर मांडला आहे. तो मांडत असताना संस्कृती, रूढी, धर्म, शास्त्र, नीती-अनीतीच्या अनेक प्रश्नांना वर्तमानामध्ये ताडून एक नवी दृष्टी देण्याचा प्रयत्न लेखक शरद दळवी यांनी केला आहे; तो निश्चितच कौतुकास्पद आहे. कसा, ते आपल्याला पुढील उदाहरणांवरून दिसून येईल.

''विद्यादानाचं व्रत म्हणजे, आचार्य, केवळ शिष्याची योग्यता पारखून नि:पक्षपाती व निरपेक्ष विद्यादान, असाच त्या व्रताचा अर्थ.'' (पृ.९६) अशी 'आचार्य' म्हणजे काय- याची जाणीव शंबराने करून देऊनदेखील केवळ आर्य नसल्यामुळे व ''मी राजकुमारांचा गुरू आहे'' असे म्हणून एकलव्याला विद्या शिकवण्यास नकार दिला. पुढे एकलव्याकडून गुरुदक्षिणा म्हणून कपटाने उजव्या हाताचा अंगठा मागून घेतला. धनुर्विद्येतील अंगठ्याचे महत्त्व माहीत असूनदेखील द्रोणाचार्यांसारखा गुरू अंगठा मागून घेतो, याला कारण एकच दिसते. ते स्वत:च एकलव्याला विद्या नाकरण्याची भीती व्यक्त करताना म्हणतात, ''आर्येतरांनी आर्यविद्या- तीही युद्धविद्या शिकून जर आर्यांविरुद्ध वापरली, तर...?'' (पृ. ९४) याचाच अर्थ अनार्य जर युद्धकौशल्य शिकून तरबेज झाले, तर आपल्यालाच प्रतिकार करतील.

मानवी स्वभावच असा आहे की- 'कर नाही त्याला डर कशाला', या न्यायाने द्रोणाचार्य यांनी एकलव्याला विद्या शिकविली पाहिजे होती. परंतु, भविष्यात आपण केलेल्या जाचक नियमांना अनार्यांनी विरोध म्हणून आपल्याच विद्येचा वापर आपल्या विरोधात केला तर... ही भीती द्रोण यांना असावी. तसेच उद्या अनार्यांनी आपल्यावरच वर्चस्व प्रस्थापित करू नये, त्यांनी कायमच दुबळे व आपले आश्रित म्हणून राहावे; म्हणूनच एकलव्याला धनुर्विद्येचा हक्क त्यांनी नाकारला असावा. त्यामुळे एकलव्याने महत्प्रयासाने, कष्टाने, प्रतिकूल परिस्थितीमध्ये धनुर्विद्या शिकल्याचे जेव्हा त्यांना कळते; तेव्हा अत्यंत धूर्तपणे ते एकलव्याचा अंगठा गुरुदक्षिणेच्या नावाखाली कापून घेतात.

रूढींनी घालून दिलेल्या नियमांमुळे कर्णालासुद्धा विद्या देण्याचा हक्क

नाकारला, याविषयी द्रोणाच्या अंतर्मनाची अवस्था टिपताना लेखक शरद दळवी यांनी अनेक प्रश्न उपस्थित करून एकलव्यावर झालेल्या अन्यायाला उठाव देण्याचा प्रयत्न केला आहे. द्रोणाच्या अंतर्मनातील संवाद असा- ''तू ब्राह्मण, तापस, ज्ञानसाधक; मग तू ही शस्त्रसाधना का केलीस?'' तसेच, ''अरे, विद्यासाधना सोडून देऊन तू शस्त्रविद्या घेतलीस. तेदेखील असो. विद्यासाधना शस्त्रविद्येची असली, तरी ब्राह्मणाला चालेल; पण तू ब्राह्मण- विद्याविक्रय करतो आहेस. त्याच्यासाठी कुरुकुलाचं दास्य स्वीकारलं.''(पृ. ७१) यांसारख्या अनेक संवादांतून दळवींनी अनेक प्रश्न अधोरेखित केले आहेत; जेणेकरून एकलव्यावरील झालेला अन्याय हा कसा जाणीवपूर्वक होता, हेच यातून दाखविले आहे. तसेच शंबराच्या अनेक संवादांतून द्रोणाच्या माहात्म्याची टरच उडविली आहे. किंबहुना, एकूणच या व्यवस्थेचा उपहासात्मक निषेध नोंदविण्याचे धाडस लेखक शरद दळवी यांनी केले आहे.

थोडक्यात, एकलव्याच्या संपूर्ण चरित्रावर सांगोपांग प्रकाश टाकण्याचा प्रयत्न दळवी यांनी केला आहे. हे करत असताना महाभारतातील अनेक प्रसंग- मग तो युद्धाचा असो वा द्रोण, एकलव्य, अर्जुन, शंबर, कृष्ण यांच्या संवादांतील असो- अतिशय ताकदीने त्यांनी वातावरणनिर्मिती करून प्रसंग उभे केले आहेत. तत्कालीन समाजव्यवस्था, रूढी, नीतिमूल्ये, राजकीय वातावरण यांच्याशी समर्पक असलेल्या व्यक्तिरेखा अतिशय ताकदीने दळवींनी रंगविल्या आहेत. एक प्रकारे एकलव्यावर झालेल्या अन्यायाद्वारे या कादंबरीच्या रूपाने आपल्याला अंतर्मुख करून एकलव्य या व्यक्तिरेखेला न्याय मिळवून देणे, हाच हेतू दळवी यांचा दिसतो. त्यांनी कादंबरीविषयीची भूमिका स्पष्ट करताना जरी म्हटले असले की, ''कुणाला न्याय देण्याचा किंवा कुणाच्या चरित्राचे उदात्तीकरण करण्याचा जाणीवपूर्वक प्रयत्नही केला नाही.''[२] तरी दळवी यांनी 'एकलव्य' या पात्राला न्याय देण्याचे काम केले आहे, यातच त्यांचे मोठेपण आहे. एकूणच मूल्यांच्या सर्व कसोट्यांवर कादंबरी उल्लेखनीय ठरली आहे.

'तांबडा दगड' ही ना. रा. शेंडे यांची स्वातंत्र्योत्तर कालखंडातील कादंबरी आहे. भंडारा जिल्हातील पळसगाव व प्रतापगड या दोन गावांतील संघर्ष लेखकाने रेखाटला आहे. या दोन भागांतील आदिवासी जीवनाचे यथार्थ दर्शन अधोरेखित करताना आदिवासींच्या संस्कृतीचे दर्शनही लेखकाने घडविले आहे.

आपापसातील वर्चस्व प्रस्थापित करण्यासाठी या दोन गावांमध्ये होणारा

संघर्ष, त्यातून सामान्य आदिवासींची होणारी फरफट, त्यांच्यामधला संघर्ष लेखकाने मोठ्या खुबीने रंगविला आहे. या आदिवासींमध्ये सुधारणा घडवून आणून त्यांच्यामध्ये बंधुभाव निर्माण करण्यासाठी काही सुधारणावादी कार्यकर्ते मोहन, रायभान, धोंडिबा, शिवबा आणि संताजी यांची धडपडही या कादंबरीत चित्रित झाली आहे. थोडक्यात, दोन गावांत उद्‌भवणारा संघर्ष आणि या संघर्षानंतर निर्माण होणारा बंधुभाव या बदलाचे चित्रण कादंबरीत आले आहे.

पळसगाव, मोरगाव व प्रतापगड असे तीन रस्ते ज्या ठिकाणी एकत्र येतात; त्या ठिकाणी एक शेंदूर फासलेला भला मोठा तांबडा दगड असतो. पळसगावचा राजा ब्रिजराज व प्रतापगडचा राजा चुडामणी या दोघांमध्ये हाडवैर होते. याला कारण म्हणजे, या दोन गावांतील एका तरुण-तरुणीचे एकमेकांवर असलेलं प्रेम. यातून रंगणारे मानापमानाचं नाट्य. पळसगावच्या तरुणानं प्रतापगडच्या तरुणीला फूस लावून पळवून नेलं, म्हणून प्रतापगडच्या लोकांना आपल्या गावाची अब्रू गेली, याचा राग होता; तर प्रतापगडच्या लोकांनी पळसगावच्या तरुणाला मारलं, याचा पळसगावकऱ्यांना राग होता.

यावरून हे दोन्ही गावांतील लोक एकमेकांवर छुपे हल्ले करत असत. याचा परिणाम म्हणजे, दोन्ही गावांतील लोक एकटे कामाला जाईनासे झाले. कोणताच दैनंदिन व्यवहार ते एकटे करू शकत नव्हते. त्यामुळे यामध्ये सामान्य आदिवासी कात्रीत सापडून भरडला जाऊ लागला. असे टोकाचे वैर असलेल्या गावात सेवाभावी वृत्तीने कार्य करणारे कार्यकर्ते रायभान, धोंडिबा, शिवबा, संताजी, जग्गू वस्ताद व गीता हे सर्व पुरोगामी, नव्या विचाराचे कार्यकर्ते दोन्ही गावांत जाऊन, त्यांच्यात मिसळून दोन्ही गावांतले शत्रुत्व संपविण्यासाठी हळूहळू प्रयत्न करतात. राष्ट्रसेवा, ऐक्य, बंधुभाव, सहिष्णुता याचे महत्त्व त्यांना ते पटवून देतात.

आदिवासींमध्ये जर सुधारणा घडवून आणायची असेल, तर त्यांनी शिकले पाहिजे. शिक्षणाशिवाय आदिवासींचा उद्धार शक्य नाही, असेही त्यांना पटवून देतात. परंतु शिक्षणाविषयी महत्त्व पटवून देताना, जेव्हा गावकऱ्यांनी रायभानला 'गणेशचतुर्थी' व 'श्री' म्हणजे काय? हे विचारल्यावर रायभान त्यांना याचे महत्त्व सांगून पुढे म्हणतो, ''गणांचा- जनसमूहांचा अधिपती म्हणजे गणेश. ब्रह्मा-विष्णू-महेश या तिन्ही प्रमुख देवांच्या गुणांचं 'श्री' हे प्रतीक. विद्या, कला, शक्ती सर्व काही याच 'श्री'च्या ठायी एकवटलं आहे. ऋद्धी-सिद्धीचा तो नायक आहे. दु:खितांचं दु:ख हरण करून जनतेला सुख देणारा तो दाता आहे. त्याच्याजवळ

कसलाही पंक्तिप्रपंच नाही, भेदभाव नाही; सर्व सारखे. जनकल्याण साधणारा तोच आद्य देव आहे. म्हणूनच सर्वप्रथम पूजेचा मान त्याला दिला जातो. विद्या, कला व शक्ती प्रदान करणारी हीच देवता असल्यानं आज तिची पूजा करून विद्या ग्रहण करण्याचा शुभारंभ आपण करू या.''(पृ. ८५) असे जेव्हा रायभान गावकऱ्यांना सांगतो; तेव्हा एक गोष्ट लक्षात येते की- जर 'श्री' म्हणजे विद्या, कला, शक्तीची देवता; तिच्या लेखी सर्व समान- असे जर असेल; तर आजपर्यंत ही समानता कुठे गेली होती? या विद्येच्या देवतेला आदिवासी शाळेचे संलग्नीकरण मिळाले नव्हते का? आदिवासींनी शिकावे, शिक्षणाशिवाय त्यांचा विकास नाही- हे सांगण्याची वेळ रायभानसारख्या कर्यकर्त्यावर आली, हेच मुळी विसंगत वाटते.

एकीकडे आदिवासींच्या विकासासाठी त्यांनी शिकले पाहिजे, असे पोटतिडकीने सांगतात; दुसरीकडे मात्र 'श्री'चे महत्त्व सांगताना ब्रह्मा-विष्णू-महेश यांचे दाखले देताना जे स्पष्टीकरण दिले जाते; त्यातून केवळ आदिवासींच्या भोळेपणाचा- त्यांच्या प्रामाणिकपणाचा फायदा घेऊन त्यांना अंधश्रद्धाळू बनविणे, हाच यामागे कुटील डाव दिसतो. आदिवासींचे गाढे अभ्यासक डॉ. विनायक तुमराम 'तांबडा दगड' या कादंबरीविषयी लिहिताना म्हणतात, ''अविद्या-अंधश्रद्धा यांनी वेढलेल्या आदिवासींच्या दु:ख-व्यथांना वाचा फोडून त्यांना ज्ञानवंत व विज्ञाननिष्ठ होण्याची प्रेरणा देणारी व्रतस्थ जाणीव त्यातून खुणावताना दिसते.''[३] वरील स्पष्टीकरणावरून हेच दिसते की, डॉ. तुमराम यांचे हे म्हणणे एक तर स्वत:चा बुद्धिभेद करणारे असे आहे किंवा गरीब, प्रामाणिक, भोळ्या आदिवासींचे दिशाभूल करणारे असे आहे. किंबहुना, ज्यांना आदिवासींच्या व्यथा-वेदना जास्त कळलेल्या आहेत, अशा आदिवासी साहित्य-संस्कृतीच्या अभ्यासकाने कादंबरीविषयी नोंदविलेला हा अभिप्राय वाचून खेद वाटतो. विज्ञाननिष्ठ होण्याची प्रेरणा देणारी जाणीव डॉ. तुमराम यांना कादंबरीत कुठे दिसली, हे तुमरामांनी स्पष्ट केले असते तर अधिक बरे झाले असते.

आदिवासींसाठी 'शुश्रूषागृह' आणि 'आदिवासी सेवा संघ' या इमारतीच्या भूमिपूजनासाठी मोहनमहाराज येतात, तेव्हा त्यांची पंचारती ओवाळल्यानंतर, ''मोहनमहाराजांनी तांबड्या दगडाच्या जागी शास्त्रोक्त पद्धतीनं भूमिपूजा करून संगमरवरी दगडाची शिळा बसविली.''(पृ. १३३) डॉ. तुमरामांना दिसलेली 'विज्ञाननिष्ठ जाणीव' हीच काय? किंवा ''तांबड्या दगडाची अशुभ समजली गेलेली जागा आता शुभ नि पवित्र झाली आहे.''(पृ. १३३) या शुभ-अशुभाच्या

कल्पनेमध्ये डॉ. तुमरामांना दिसणारी 'विज्ञाननिष्ठ जाणीव' दडलेली आहे काय?

दोन्ही गावांचे शत्रुत्व संपण्यासाठी हे सर्व सेवाभावी कार्यकर्ते आपल्या सेवेने, कार्याने गावांमधील वैरभाव संपवितात, हे तितकेच खरे. परंतु हे करत असताना त्यांच्याकडून अशा काही गोष्टी घडतात की, त्यांचा हेतू नेमका काय आहे, हेच समजत नाही. त्यांच्यातच मिळून-मिसळून राहणारे शिवबा, रायभान, धोंडिबा, संताजी प्रभृती हे कार्यकर्ते 'आम्ही तुमच्यातलेच आहोत' याची खात्री देणारे. कोनशिला समारंभाच्या दिवशी सजविलेल्या हत्तीच्या अंबारीत बसून मिरवणुकीने समारंभास्थळी येतात- याचा अर्थ काय? त्यांना आपण आदिवासींपेक्षा किती मोठे आहोत, तुम्ही क्षुद्र आहात; किंबहुना- आपल्या भव्यतेने आदिवासींना दिपवून त्यांना स्वत:च्या दबावात, धाकात ठेवायचे की काय- असे वाटते. ''तुमचे कंठमणी सरदार ब्रिजराज आज पुन्हा तुमच्यात येत आहेत. ते आता शिवमंदिराचे पुजारी म्हणून राहतील.''(पृ. १३४) हा मोहनमहाराज यांनी घेतलेला निर्णय म्हणजे आदिवासींना केवळ दुबळे बनवून ठेवणे. कारण ब्रिजराजसारखा वाघासारखा शूर आदिवासींचा नायक, सेनापती याला मंदिराचा पुजारी म्हणून राहण्यास सांगणे, हे मुळीच रुचत नाही. अशा शूरवीराला- की, ज्याला रणांगणाची भाषा समजते, त्याला- पूजा-पठणाचे धडे देऊन दुबळे बनविण्याची ही प्रक्रिया नाही काय? असेच ब्रिजकन्येच्या बाबतीत घडते. ब्रिजकन्या ही धाडसी, शूर, तेजस्विनी, धनुर्विद्येत निष्णात असणारी, प्रसंगी वाघाबरोबर तसेच कोणत्याही हिंस्र पशूशी झुंज देणारी स्वाभिमानी राजकन्या असून आपल्या पित्याच्या अपमानाचा बदला घेण्याची अर्थात चुडामणीचा वध करण्याची ती जाहीरपणे प्रतिज्ञा घेऊन ती पूर्ण करते. संपूर्ण स्त्रीवर्गाला अभिमान वाटावा असं तिचं कर्तृत्व असतानाही शेंडे यांनी आदिवासींमध्ये सुधारणा घडवून आणण्यासाठी आलेल्या कार्यकर्त्यांपैकी शिवबा हा त्यांचा प्रमुख असल्याने, कादंबरीच्या उत्तरार्धामध्ये चुडामणीचा वध केल्यानंतर जग्गो वस्तादाने शिवबाची ओळख करून दिल्यानंतर, ब्रिजकन्या धाव घेऊन शिवबाच्या चरणांवर निष्ठेने डोकं ठेवते. अशा पद्धतीने एका शूर, धाडसी राजकन्येला लेखक शेंडे यांनी शरण यायला लावावे, हे खटकणारे आहे. त्या राजकन्येच्या कर्तृत्वाचे मोठेपण झाकण्याचा हा खटाटोप नाही का?

असे असले, तरीही एकूणच 'तांबडा दगड' या कादंबरीचा विचार केला असता, वर उल्लेख केलेल्या थोड्याफार गोष्टींचा अपवाद वगळता; कादंबरीची भाषा, कथानक, वातावरणनिर्मिती आणि एकूणच रचनाकौशल्य निर्माण करण्यात

ना. रा. शेंडे यांना काहीसे यश आल्याचे निदर्शनास आल्यावाचून राहत नाही.

'हाकुमी' ही सुरेश द्वादशीवार यांची कादंबरी म्हणजे- एका सातदेवे मडावी कुळातील असा पहिलाच तरुण आहे की, जो अत्यंत प्रतिकूल परिस्थितीचा सामना करत डॉक्टर होतो व आपल्या कुळातील मडावी बांधव- ज्यांचा स्वत:च्या अस्तित्वासाठी संघर्ष चालला आहे- अशा आपल्या बांधवांसाठी स्वत: झटतो. तसेच त्यांचे प्रबोधन करून त्यांच्यामध्ये परिवर्तनही घडून आणतो... त्याची ही कहाणी म्हणजे 'हाकुमी' कादंबरी होय. हे करत असताना अधून-मधून डोकावणाऱ्या नक्षलवादालाही त्याला तोंड द्यावे लागते. या वेळी जगापासून कोसो दूर असणाऱ्या आदिवासींना अनेक अडचणींना कसे सामोरे जावे लागते, याचीदेखील कहाणी या कादंबरीत येते.

हाकुमी म्हणजे मडावी लोकांचे एक फुंकून वाजवले जाणारे वाद्य होय. हाकुमी या कादंबरीतला प्रदेश म्हणजे भामरागडचे अरण्य, त्या अरण्यातील 'कांदोडी' हे गाव होय. या अरण्याच्या भोवती नक्षलवाद्यांच्या सशस्त्र टोळ्यांचा वावर नेहमीच असे. त्यामुळे नेहमी त्यांच्या दडपणाखाली आपल्या जीवनजाणिवा, आपले निसर्गप्रेम, आपले दैन्य-दारिद्र्य घेऊन जगण्याची धडपड करणारा 'माडिया' समाज. त्याच्या वाट्याला आलेली उपेक्षा, त्यांची कुचंबणादेखील कादंबरीत चित्रित झाली आहे.

कादंबरीच्या कथानकाच्या ओघात आदिवासी अर्थात माडिया लोकांची संस्कृती, त्यांची आधुनिक काळातही चिरकाल राहील अशी मूल्यव्यवस्था लेखकाने अत्यंत सहजतेने मांडली आहे. अगदी मडावी पोरा-पोरींनी स्वत:चे लग्न स्वत:च ठरविले, तरी त्यांच्या घरच्यांना कोणालाच काही वाटत नव्हते. 'गोटूल'सारखी संस्कार केंद्रे- जिथे तरुण-तरुणींच्या संबंधांनाही अगदी स्वच्छंदीपणे मान्यता होती.

स्त्री-पुरुष संबंधांवर जेव्हा शहरात वाढलेली अनिता आणि माडिया तरुणी पवरी यांच्यांत चर्चा चाललेली असते, तो त्यांच्यातील संवाद नागर संस्कृती आणि आदिवासी संस्कृती यांमधील विचारांची तफावत मांडणारा असाच आहे. त्यातील काही संवाद उदाहरणादाखल पाहू... स्त्री-पुरुष संबंधांबाबत चाललेली चर्चा ती अशी-

पवरी- ''लग्नानंतर फक्त नवऱ्याशीच संग करायचा, असं आहे आमच्यात.''

अनिता- ''आमच्यात या विषयावर बोलत नाहीत- असं उघडपणे.''

पवरी- ''का?''

अनिता- ''ते वाईट मानतात.''

असे म्हणून अनिता विषय टाळण्याचा प्रयत्न करते, तरीही शेवटी पवरी म्हणतेच,

पवरी- ''जे साऱ्यांनीच करायचं असतं, ते वाईट कसं?''(पृ. ९९)

त्याचबरोबर लग्न झाल्यानंतर असे संबंध आले तर काय होते तुमच्यात, असे अनिताने विचारल्यावर पवरी म्हणते,

पवरी- ''काडीमोड होतो, पण काडीमोडाबिगर संगट केली तर पाप होतं.''

अनिता- ''काडीमोड सुखासुखी होतो?''

पवरी- ''हो.''

अनिता- ''आमच्यात काडीमोड इतक्या सहजपणी होत नाही.''

पवरी- ''मग पटत नसलं तर, जमत नसलं तर- कसं करतात तिकडे?''

अनिता- ''बहुतेक जण मन मारून राहतात.''

पवरी- ''मन मारून?''

अनिता- ''हो.'' (पृ. १००)

नुसत्याच आधुनिकतेच्या गप्पा मारणाऱ्या, नैतिकतेचे ठेकेदार म्हणून मिरवणाऱ्यांना ही चांगलीच चपराकच नव्हे, तर नागर संस्कृतीची लक्तरे वेशीवर टांगणारे असे हे संवाद आहेत. नागर संस्कृतीप्रमाणे त्यांच्याकडे कसलाही देखावा नाही, औपचारिकता नाही, मुखवटे नाहीत; जे काही आहे, ते अत्यंत पारदर्शक- त्यांच्या उघड्या शरीरासारखं...!

कादंबरीचा नायक डॉ. कन्ना हा आदिवासींमधला डॉक्टर. आपल्या भागात- अर्थात कांदोडी गावात- परिवर्तनवादी विचार घेऊन काम करत आहे. या गावात अनेक संकटांना तोंड देऊन त्या गावामध्ये दवाखाना सुरू केला आहे. आपल्या बांधवांची निरपेक्ष वृतीने तो सेवा करत आहे. हे करत असताना आपल्या बांधवाच्या हाल-अपेष्टा, त्यांचे दारिद्र्य, त्यांची उपेक्षा हे सर्व तो जवळून पाहतो. त्यातून सुटका होण्यासाठी डॉ. कन्ना त्यांचे प्रबोधनही करतो. यासाठी कन्नाला अनेक संकटांचा सामना करावा लागतो. अशातच जखमी झालेल्या नक्षलवादींवर त्याला डॉक्टर म्हणून उपचारही करावे लागतात. पण तो नक्षलवादाचे समर्थन कधीही करताना दिसत नाही. तसे नक्षलवादी चळवळीचा प्रमुख राजाभय्यावर

डॉ. कन्ना उपचार करतो. यावर राजाभय्या जाताना डॉ. कन्नाला म्हणतो, तुम्ही पोलिसांना माहिती देणार का? यावर डॉ. कन्ना म्हणतो, मी स्वतःहून पोलिसांना काहीही सांगणार नाही. याचा अर्थ कन्नाला काय म्हणायचे आहे, हे आपल्यासारख्या सुज्ञ वाचकांना सांगायला नको. अशा प्रकारे लेखक सुरेश द्वादशीवार यांनी मोठ्या कल्पकतेने अनेक प्रसंग कादंबरीत रेखाटले आहेत.

ह्या कादंबरीचे विशेष म्हणजे, माडिया बोलीत आलेला संवाद वाचकांना वास्तवतेची अनुभूती देणारा आहे. भाषेत विविध उपमा, प्रतीकांचा वातावरण-निर्मितीसाठी समर्पक वापर केलेला आहे. जसे- ''डोळ्यांच्या खोबणीत नख खुपसून अस्वल एखाद्याची कवटीसुद्धा झाकण उघडावं तसं उघडत असे.'' याप्रमाणे अनेक प्रसंगांच्या उठावासाठी वापर केला आहे. माडिया जमातीचे वर्णन करताना त्यांच्या शिकारींच्या साधनांचा लेखकाने बारकाईने अभ्यास केल्यामुळेच गोफण, गुलेल, तीरकमठा, भाले आणि सापळे यांसारख्या हत्यारांचा उल्लेख आला आहे. 'हाकुमी'सारख्या आपल्या बांधवांना एकत्र करणाऱ्या वाद्याचे नाव प्रतीकात्मक रूपाने शीर्षकासाठी वापरून डॉ. कन्नाचे आपल्या बांधवांना एकत्र करण्याच्या चळवळीतून माडिया जमातींचे प्रश्न अधोरेखित केले आहेत, हे निश्चितच वाखण्यासारखे आहे.

'झेलझपाट' ही मधुकर वाकोडे यांची ही कादंबरी म्हणजे आदिवासी जीवनाची कशी ससेहोलपाट होते, याची कहाणी सांगणारी कथा. अमरावती जिल्ह्यातील मेळघाट तालुक्यातील 'कोरकू' समाजाच्या परवडीचे चित्रण झेलझपाट या कादंबरीत येते. सहकारी संस्थेच्या सुधारणांच्या नावाखाली आदिवासींच्या पारंपरिक जीवनशैलीला कसा सुरुंग लागतो, याचे अत्यंत प्रभावी चित्रण यामध्ये केले आहे.

'केरू' आणि 'फुलय' ही या कादंबरीतील प्रमुख पात्रं- अर्थातच नायक-नायिका होय. या दोन पात्रांच्या भोवती सबंध कादंबरीचे कथानक फिरते. कोरकू समाजाचे प्रतिनिधी म्हणून ह्या दोघांच्या रूपाने कोरकू समाजाच्या व्यथा-वेदनाच मांडताना लेखक दिसतो. फुलय ही मोपा पटेल या सदैव दारूमध्ये तल्लीन असणाऱ्याची नुकतीच वयात आलेली एकलती एक मुलगी होय. जरी मुलगी वयात आली असली, तरी तिच्या लग्नाबद्दल त्याला फारसी चिंता नसते. कारण तिचे लग्न झाल्यावर पुढे आपले काय- ही स्वार्थी भावना त्याच्यामध्ये असते. अशा वातावरणात आईविना फुलय वाढत असते, तर केरू हा कोरकू ढाण्यात शूर

आदिवासी तरुण असतो. त्याला वर्तमानपत्राची चांगली जान असते. तसेच आपल्या वडिलांकडून अनेक चांगले गुण तो शिकलेला असतो. तो गुल्लेर चालविण्यात चांगलाच तरबेज असतो.

केरू व फुलय या दोघांच्या प्रेमभावनेतून कादंबरीचे कथानक फुलत जाते. या अनुषंगाने कोरकू लोकांचे जीवन, त्यांची संस्कृती, त्यांच्या रूढी, समज-गैरसमज, श्रद्धा-अंधश्रद्धा, संघर्ष, समस्या, कोरकू लोकांची होणारी पिळवणूक, शेठ-सावकार व प्रशासकीय अधिकारी यांच्याकडून होणारी फसवणूक, कपटीपणा, त्याचा कोरकू लोकांना होणारा त्रास- या सर्वांचे चित्रण या कादंबरीत अत्यंत समर्पकरीत्या केले आहे.

तसे पाहिले तर 'झेलझपाट' एक सरळ रेषेत जाणारी गतिमान, परंतु अबोल प्रेमाची कहाणी आहे. याचा नायक मॅट्रिकपर्यंत शिकलेला केरू हा तरुण आहे, तर नायिका फुलय. या दोघांचं एकमेकांवर जीवापाड प्रेम असतं. केरूला फुलयने मनापासून आपले मानले असताना त्याला अकाली मरण येते. या घटनेमुळे फुलयला धक्का बसतो आणि ती पुरती उद्ध्वस्त होते. शेवटी नैराश्यातून ती आत्महत्या करते. एकंदरीत असफल प्रेमाची कथा, असे या कादंबरीचे वर्णन करता येईल. परंतु लेखक मधुकर वाकोडे यांनी मोठ्या खुबीने अनेक विषयांना स्पर्श केला आहे. यामध्ये सरकारी योजना आदिवासींपर्यंत पोहोचू न देता त्याचा परस्पर लाभ घेणारे रहिमशेठसारखे दुकानदार असोत किंवा गाई-गुरांसाठी वैद्यकीय सोई मिळवूण देणे, मुलांसाठी अंगणवाड्या काढणे यांसारख्या आर्थिक, शैक्षणिक सुविधा असोत; या सर्व सुधारणांच्या नावाखाली कोरकूंच्या पारंपरिक संस्कृतीला कसा धक्का पोहोचतो, याचे समर्थ चित्रण येते. त्याचबरोबर सरकारी योजनांमधून मिळणारी स्वस्त लुगडी रहिमशेठच्या दुकानात कशी परस्पर जातात, तेथून आदिवासींना अवाच्या सव्वा किंमत देऊन ती विकत कशी घ्यावी लागतात... मोहाची फुले गोळा करून विकणे हा त्यांचा पारंपरिक व्यवसाय; परंतु त्याच्यावरसुद्धा दलालांकडून गंडांतर येते, त्यांच्याकडून वजनात कोरकूंची फसवणूक केली जाते. हेच दलाल मात्र जीवनोपयोगी वस्तू आदिवासींना विकताना त्यांच्याकडून भरमसाट दर आकारतात. त्यांना सक्तीने दारू किंवा लाल परीसारख्या नशिल्या वस्तू विकत घेण्यास भाग पाडले जाते. या कामाला कुणी विरोध केला, तर त्याला पोलिसांमार्फत त्रास दिला जातो. अशा प्रकारे आदिवासींना अधिकाधिक व्यसनी बनविले जाते. या सर्व कोरकूंच्या बदलत्या वास्तवाचा ऊहापोह या

कादंबरीत केला आहे.

यावरून कोरकूंवर होणाऱ्या शोषणाची कल्पना येते. सरकारी योजना कधीच पूर्णपणे राबविल्या जात नाहीत, अर्धवट सोडल्या जातात. परिणामी, आदिवासींमध्ये सरकारी योजनांबद्दल नेहमीच उदासीनता दिसते. ग्रामीण भागाचे विद्युतीकरण, बोअरवेल, रस्तादुरुस्तीचे काम यामध्ये मोठ्या प्रमाणावर भ्रष्टाचार कसा होतो; तसेच कुटुंबनियोजनाचा कोरकूंनी का धसका घेतला? ...आपला कोटा पूर्ण करण्यासाठी सरकारी अधिकारी भोळ्या कोरकूंच्या अज्ञानाचा फायदा घेऊन त्यांची फसवणूक करतात. एकदिलाने एका जागी राहिलेल्या कोरकू बांधवांना सुधारणेच्या कामाच्या नावाखाली किंवा 'टायगर प्रोजेक्ट'च्या नावाखाली जंगलाबाहेर दडपणाखाली सतत राहावे लागते. याचे जिवंत चित्रण 'झेलझपाट'मध्ये येते. या अनुषंगाने कामांध सरकारी अधिकारी सामान्य माणसांबरोबरच हाताखालच्या नोकरांचे कसे शोषण करतात, स्त्रियांचा उपभोगासाठी वापर करतात... जर मर्जीनुसार एखादी स्त्री वागली नाही, तर तिची गैरसोईच्या ठिकाणी बदली करून मानसिक छळवणूक करतात- अशा अनेक महत्त्वपूर्ण विषयांना लेखकाने स्पर्श केला आहे. हे सर्व वाचून मन अस्वस्थ होते. त्यामुळे ही प्रस्तुत कादंबरी केवळ केरू व फुलयची प्रेमकथा राहत नाही, तर आदिवासींच्या दुःखाची करुण कहाणी ठरते.

एकूणच कोरकू समाजजीवनाचे व जीवनपद्धतीचे एक अत्यंत प्रामाणिकतेचे दर्शन कादंबरीतून घडते. कादंबरीच्या कथानकाला आकार देताना वाकोडे यांनी निवेदनात उपमा, प्रतिमा, प्रतीके इ.चा मोठ्या प्रमाणावर वापर केला आहे. उदा. ''संन्याशाच्या तासलेल्या डोकीवर केसांचे खुंट वर यावेत, त्याप्रमाणे टेकड्या दिसत होत्या.''(पृ. क्र. ३६)... ''घनदाट रानात कुणी तपस्वी ध्यानस्थ बसल्यावर त्याची दाढी जमिनीला टेकावी तशी वडाच्या पारंब्या दिसत होत्या.'' अशा प्रकारच्या उपमा, प्रतीकांच्या वापरामुळे अर्थामधून एक वेगळ्या प्रकारची लय निर्माण होते. तसेच अस्सल शब्दकळा, बोलीभाषेतील संवाद, म्हणी व वाक्प्रचार यांचा सहजतेने वापर... उदा. बोलीभाषा- ''आम शुडू मुनेन?'' तू ऽऽ पितोस? फुलयने मोपाला विचारलं'', (पृ. क्र. १७) ''त्या चिमणीला तिनं शिवी हासडली, सुकळी खिजा!'' (पृ. क्र. ५३), म्हणी-वाक्प्रचार- ''गेला मायऽ मांग ना पुळे... त्यासाठी कोण रळे?''(पृ. क्र. ३६), ''मग करा की म्हना लगन- सटवाईल नाई नवरा अन् म्हसोबाले नाई बायको!''(पृ. क्र. ७८). संशयाचं

मोहोळ, काळ्या नागिणीसारखी लवलवणारी वेणी- अशा प्रकारे लेखकाने भाषिक दृष्ट्या कादंबरीला अधिक समृद्ध केले आहे. वरील वैशिष्ट्यांमुळे कादंबरीच्या कथानकातून कोरकू समाजाच्या वास्तवतेचे दर्शन आपल्याला घडते. यातूनच लेखक मधुकर वाकोडे यांच्यातील नैतिक मूल्यतेचे, संवेदनशील माणसाचे दर्शन घडते. प्रा. सुनील पखाले यांनी म्हटल्याप्रमाणे, ''परंपरा आणि परिवर्तन या आवर्तात जे-जे काही चांगले असेल, ते-ते प्राप्त करण्याचा मानस ही भोळी-ह्भाबडी माणसं करतात.''[४] मला वाटतं, यावर अधिक भाष्य करण्याची गरज नाही. एकंदरीत आशय-आविष्काराच्या बाबतीत एक अंतर्मुख करणारी अनुभूती झेलझपाट कादंबरीतून मिळते, यातच कादंबरीचे यश सामावले आहे.

'पारध' ही जगदीश गोडबोले यांची कादंबरी म्हणजे माडिया गोंड या आदिवासी जमातींचा तेथील शेठ-सावकार, जमीनदार, प्रशासकीय लोकांकडून होणारा जुलूम-अत्याचार, पिळवणूक यांच्या विरुद्ध चाललेला संघर्ष. तो या कादंबरीत उभा केला आहे. जोबा, सलमा, शेखर ही कादंबरीतील प्रमुख पात्रे होय. शेठ-सावकार यांच्याबरोबरचा माडिया-गोंड जमाती यांच्यातील संघर्षाबरोबरच नागर संस्कृतीपेक्षा आदिवासींच्या उदात्त जीवनमूल्यांचेही चित्रणही त्यांनी केले आहे.

आदिवासींचे पारंपरिक जीवन, प्राण्यांची शिकार करणे याला कायद्यामुळे निर्बंध बसतो. केवळ कायद्याच्या नावाखाली शिकार करणाऱ्या आदिवासी लोकांची पिळवणूक केली जाते. शिक्षा होऊ नये म्हणून त्यांच्याकडून शिकार झालेले जनावर, पैसे व मोहाची दारू लाच म्हणून घेतली जाते. शिकार करताना आदिवासींबरोबर जर स्त्रिया, लहान मुले असतील; तर त्यांनाही पुरुषांच्या बरोबरीने शिकारीतला समान वाटा मिळतो. उदा.- ''गावची नुसती पोरंच नाहीत, तर गावातल्या बाया-बापड्याही शिकारीसाठी निघाल्या होत्या. तान्ह्या लेकराला छातीशी घट्ट बांधून घेतलेल्या चैतीपासून ते पोटुशी मैनीपर्यंत! कारण शिकार मिळाली तर या अंगावरील लेकराला, पोटातील बाळाला सर्वांच्या बरोबरीने वाट्याचा हिस्सा मिळणार होता. तसा रिवाज होता.'' (पृ. क्र. ३) नागर भागात स्त्रिया व लहान मुले यांच्या श्रमाचे योग्य मूल्यमापन होत नाही; उलट त्यांना कमीत कमी वाटा कसा मिळेल, हे करण्यासाठी वेगवेगळी कारणे सांगतात. परंतु नागर लोकांच्या दृष्टीने अडाणी, रानटी असणाऱ्या आदिवासी जमातींमध्ये मात्र तान्ह्या मुलाबरोबर पोटातल्या बाळाचीही दखल घेतली जाते. ही व्यावहारीक

समानता त्यांच्या नैतिकतेची आणि त्यांच्या पारदर्शकतेची प्रचिती देणारी नव्हे काय? हे लक्षात घेतले, तर मग कोण अडाणी, कोण रानटी– हे सुज्ञास सांगावयास नको.

विकासाच्या 'इपान'सारख्या प्रोजेक्टच्या नावाखाली शासन येथील पिढीजात आदिवासींना जंगलाच्या बाहेर काढते. संपूर्ण जंगलावरच आदिवासी अवलंबून असल्यामुळे त्यांना अनेक अडचणींचा सामना करावा लागतो. 'इपान' प्रोजेक्टमुळे जंगलातील अनमोल ठेवा नष्ट होणार म्हणून कादंबरीचा नायक शेखर अस्वस्थ होतो. आदिवासींच्या भोळ्या-भाबड्या स्वभावाचा गैरफायदा व्यापारी, ठेकेदार, नोकरदार वर्ग कसा घेतात; हे पाहून शेखर आंतरिक तळमळीने आदिवासींना जागृत करण्याचा प्रयत्न करतो. म्हणूनच तो पंतसाहेबांनी, ''वुइ गिव्ह देम वर्क, वुइ गिव्ह देम रोटी–'' असे म्हटल्याबरोबर, ''तुम्ही त्यांना रोटी देणारे कोण?'' (पृ. क्र. ११०) असे म्हणून खडसावतो.

साधी मिठासारखी गोष्ट– जी शहरामध्ये कवडीमोल भावाने विकत मिळते, अशा मिठासाठी आदिवासींची प्रचंड पिळवणूक होते. उदा.– ''एक मापटी मिठाच्या बदल्यात चार मापटी धान्याची वसुली होत होती; तीही मिठाची सपाट मापटी धान्याच्या भरभरून वाहणाऱ्या मापट्याच्या बदल्यात.''(पृ. क्र. ८४) अशा प्रकारे पिळवणूक करून वर व्यापाऱ्याच्या मनात उपकाराची भावना असते. व्यापाऱ्यांबरोबर दलाल लोक किमतींमध्ये आणि वजनामध्ये लबाडी करतात; परंतु ज्यांची फसवणूक होते, त्यांना मात्र याची जाणीवही नसते. त्यामुळे सलमा अस्वस्थ होते व त्यांना जाणीव करून देण्याचा प्रयत्न करते. यासारख्या अनेक छोट्या-मोठ्या प्रसंगांतून लेखकाने आदिवासींवर होणाऱ्या अन्यायाचे, शोषणाचे, पिळवणुकीचे वास्तववादी चित्रण केले आहे. पंतसाहेब या पात्राच्या रूपाने शासनाच्या प्रोजेक्टच्या नावाखाली भांडवलदारांची अरेरावी सहन करावी लागते– त्याचा नाहक त्रास आदिवासींना कसा होतो, हे दाखवून दिले आहे. तर, संजय पंत हे पात्र म्हणजे आपला स्पष्टवक्तेपणा व निरपेक्ष वृतीने काम केल्यामुळे व्यवस्थेचा बळी कसा ठरते, याचेही लेखकाने अत्यंत खुबीने वर्णन केले आहे.

नेहमीच मुक्त जीवन जगणारा आदिवासी कोणाच्याही वर्चस्वाखाली कधीही राहिला नाही. 'पारध' या कादंबरीतील जोबा या पात्राच्या तोंडी जगदीश गोडबोले यांनी घातलेला 'जोहार सरकार'(पृ. क्र. १०) हा शब्दप्रयोग खटकतो. एकूणच 'पारध' या कादंबरीच्या निमित्ताने अन्याय, शोषण, पिळवणूक, सुधारणा, कायद्याच्या

नावाखाली आदिवासींचीच 'पारध' कशी होत आहे, हेच लेखकाने अधोरेखित करण्याचा प्रयत्न केला आहे. शेवटी शेखर पंतसाहेबांना उसळून सांगताना जे म्हणतो, ते विचार करायला लावणारे आहे. ते असे की– ''पंत, ती नुसती मशाल नाही, तर आरपार पसरणाऱ्या वणव्याची ती निशाणी आहे. तुम्ही जंगलाला खोट्या आगी लावू शकाल, विझवू शकाल... तुमची व्यवस्था एका गावाची, एका समाजाची पारध करू शकेल; पण शोषितांचा-पीडितांचा हा वणवा जेव्हा भडकून उठेल, तेव्हा ही जीवघेणी पारध संपेल.''(पृ. क्र. २०५) या शेखरच्या प्रचंड आत्मविश्वास असलेल्या निश्चयातून, ध्येयवादातून एक आशावाद दिसतो. कादंबरीतून जगदीश गोडबोले यांनी हा व्यक्त केलेला आशावाद निश्चितच दिलासादायक आहे. यातूनच कादंबरीची यशस्विता निदर्शनास येते.

आदिवासी कादंबरीचा विचार करताना जन्माने आदिवासी असणाऱ्या लेखकांनी लिहिलेली आणि आदिवासींची जीवनवैशिष्ट्ये मांडणारी कादंबरी म्हणजे आदिवासी कादंबरी होय– अशी साधी-सोपी व्याख्या करता येईल. मात्र बिगर आदिवासींच्या तुलनेत अशा कादंबऱ्यांची संख्या अगदीच बोटांवर मोजण्या– इतकी आहे. त्यामध्ये प्रामुख्याने तृष्णा (१९९५)– नजूबाई गावित, वाडा (१९९६)– माधव सरकुंडे, टाहो (१९९८)– बाबाराव मडावी, कोळवाडा (२००४)– गोपाळ गवारी, भिवा फरारी (२००८)– नजूबाई गावित, आकांत (२००८)– बाबाराव मडावी, दैना (२०१२)– भास्कर भोसले आदींच्या कादंबऱ्यांचा उल्लेख करावा लागेल. अशा आदिवासी लेखकांच्या प्रमुख कादंबऱ्यांचा आढावा घेण्याचा हा प्रयत्न.

'भिवा फरारी' ही नजूबाई गावित यांची 'तृष्णा' या आत्म-चरित्रात्मक कादंबरीनंतर प्रकाशित झालेली कादंबरी होय. भागोजी नायक या स्वातंत्र्यवीराची प्रेरणा आदिवासी समाजाने घ्यावी, या अपेक्षेने भिवा हा कल्पित प्रतिनायक कादंबरीत उभा केला आहे. स्वातंत्र्यलढ्यातील योगदान चित्रित करताना आदिवासी समाजातील अनेक नव्या गोष्टी, आदिवासींचे प्रश्न लेखिकेने मांडले आहेत. आधुनिक काळात आपला आदिवासी बांधव आपले हक्क, कर्तव्ये, एकात्मता विसरत चालला आहे; तो भ्याड व आळशी बनत चालला आहे. त्यामुळे आपली कर्तव्ये, हक्क, मूळ संस्कृती विसरत चाललेल्या आदिवासी समाजाला त्यांच्या हक्क-कर्तव्यांची जाणीव करून देणे, ही या कादंबरीची मध्यवर्ती कल्पना आहे.

आपले पूर्वज कसे होते आणि आपण कसे आहोत, आपणही लढा दिला

पाहिजे, आपणही इतरांसारखे आहोत, आपल्याला समानतेची वागणूक मिळाली पाहिजे- या भावना आदिवासींमध्ये प्रज्वलित करणे हा या कादंबरीलेखनामागचा लेखिकेचा उद्देश आहे. तसेच आपल्याला समतेने वागविले जावे, स्वातंत्र्य मिळायला हवे- ते जर मिळत नसेल तर, आपल्या पूर्वजांप्रमाणे आपणही लढा दिला पाहिजे- स्वातंत्र्य-समता प्रस्थापित करण्यासाठी संघर्ष केला पाहिजे, याचेही प्रत्ययकारी चित्रण कादंबरीमध्ये येते. या अनुषंगाने आदिवासी समाज, त्या समाजाचे नीती-नियम, आचार-विचार, धर्म, संस्कृती, विधी, सामाजिक संस्था इ. गोष्टीही कादंबरीत येतात.

'भिवा फरारी' या कादंबरीचे कथानक साधारणपणे धुळे जिल्ह्यातील आदिवासी भिल्ल जमातीचे आहे. त्यांची विवाहपद्धती, कुटुंबव्यवस्था, लोकसाहित्य, निसर्ग, धर्मकल्पना, संस्कृती, श्रद्धा-अंधश्रद्धा अशा अनेक घटकांशी एकरूप झालेला आदिवासी समाज कादंबरीत येतो. कादंबरीच्या सुरुवातीलाच आदिवासींची शिकारीची पद्धत, भिवाची कौटुंबिक पार्श्वभूमी, भिवाचा विवाह इ.बाबतचा तपशील येतो. पुढे आदिवासींचा इंग्रजांनी केलेला छळ, आदिवासींनी त्याविरोधात दिलेल्या प्रतिक्रिया, आदिवासींचा पूर्वेतिहास, आदिवासींच्या अंगात येणाऱ्या देवता, अंद्धश्रद्धांविषयी त्यांचे समज-गैरसमज इ. सारख्या घटनांनी कादंबरी पुढे सरकत जाते.

शेवटी इंग्रजांविरुद्ध लढणाऱ्या सुकातात्याची भेट, स्वातंत्र्यलढ्यात भिवाचा सहभाग, भिवाने इंग्रजांची केलेली फजिती, भिवाला पकडण्यासाठी इंग्रजांनी केलेले प्रयत्न, पकडला जाणारा भिवा, भिवाच्या मृत्यूनंतर त्याच्या परिवाराची होणारी अवस्था... अशा विविध घटना-प्रसंगांतून कथानक घडत जाते. सदर कादंबरीत डोंगर-कपारीत राहणाऱ्या भिल्ल समाजाचे वर्णन येत असल्यामुळे अनेक नव्या शब्दांचा परिचय होतो. उदा.द्दद्द बिडारं, वाणमारी चांदणी, दुखाडणे, चिड्या, कोसामाहे, शारट्या असे अनेक शब्दप्रयोग कादंबरीत येतात. हे शब्दप्रयोग वरवर विचित्र जरी वाटत असले तरी, यामुळे आशय अधिक परिणामकारकपणे वाचकापर्यंत पोहोचला आहे. डांगी भिलोरी बोलीतील अनेक शब्दप्रयोग, शिव्या, लोकगीते, लोककथा यांच्या सार्थ उपाययोजनेतून कादंबरीत जिवंतपणा आला आहे. असे जरी असले तरी यातून आदिवासी समाजाचा परिचय करून देणे, आदिवासी समाजाला आपल्या वीरांची ओळख करून देणे, तसेच त्यांच्यात आत्मभान निर्माण करणे व आदिवासींच्या मनात होणाऱ्या अन्यायाविरुद्ध स्फुल्लिंग

पेटविणे- हेच या कादंबरीचे सूत्र आहे. थोडक्यात, आदिवासी समाजाला आपल्या गौरवी इतिहासाचे भान आणून देऊन स्त्रियांना लेखनासाठी प्रेरणा देणे, हे कादंबरीचे मोलाचे योगदान ठरते.

'टाहो' ही आदिवासी साहित्याचे अभ्यासक बाबाराव मडावी यांची आदिवासींच्या प्रश्नांबाबत अंतर्मुख करायला लावणारी एक वास्तववादी कादंबरी होय. डोंगर-कपारीच्या भागात सतत अंधकारमय जीवन जगणाऱ्या, अंधश्रद्धांनी बरबटलेल्या गोंड-मडावी बांधवांमध्ये नंतर परिवर्तन घडून ते विकासाची कास धरतात, याचे प्रत्ययकारी चित्रण कादंबरीत येते. भिम्या हा या कादंबरीचा नायक, जो शहरात शिकून परत जंगलात आपल्या बांधवांत येतो. येथूनच खऱ्या अर्थाने आदिवासींच्या परिवर्तनाची नांदी सुरू होते.

भिम्या हा शिकून आल्यामुळे आपल्या समाजातील अज्ञानाचे निरीक्षण करून त्या अज्ञानाचे मूळ अंधश्रद्धेपोटीच आहे, हे त्याच्या लक्षात येते. त्यामुळे पहिल्यांदा समाजातील अंधश्रद्धा घालविल्या पाहिजेत, यासाठी आपल्या बांधवांना उद्देशून म्हणतो, ''हे सारं बंद करा. तुम्ही अंधश्रद्धेच्या आहारी जाऊन किती दिवस असलं जगणार आहात?... अंगारे-धुपारे करून आयुष्य बरबाद करू नका... तंत्र-मंत्र काहीही नाही.''(पृ.क्र.) असे तो समजावून सांगतो. तसेच फसवून आदिवासींच्या लुबाडलेल्या जमिनी परत मिळविण्यासाठी कायद्याने लढाई लढतो. आपल्या जागेत धरणं होतात; पण त्या धरणांचं पाणी आपल्याला मिळत नाही, ते श्रीमंतांच्या घशात जाते. आपल्याला मात्र त्यामुळे आपलं घर- म्हणजे जंगल सोडावं लागतं. तिथंही जगण्यासाठी संघर्ष करावा लागतो. या सर्वांसाठी भिम्या लोकशाही मार्गाने लढा देतो. शिक्षणाचे महत्त्व जाणल्यामुळे तो आपल्या बांधवांमध्ये जागृती होण्यासाठी रात्रीची शाळा भरवितो व आपल्यावर होणाऱ्या अन्यायाची जाणीव करून देतो.

एकंदरीत आदिवासींच्या हक्काच्या जागा- जंगलं आता राहिली नाहीत, त्यामुळे आपण आता बदलले पाहिजे, असा टाहो(हाक) नव्याने आत्मभान आलेले आदिवासी कार्यकर्ते आपल्या बांधवांना देत आहेत. क्रूर जमीनदार प्यारेलाल, काशी व तिची पोरगी मैना, भिवसन, महादा, साधू ही पात्रे लेखक मडावींनी समर्थपणे उभी केल्यामुळे कादंबरी अतिशय वास्तववादी झाली आहे. त्याचबरोबर काळजाचा ठाव घेणारी भाषा यामुळे वर्णने अधिकच प्रत्ययकारी आणि वास्तवपूर्ण झाली आहेत. उदा.- ''घरातल्या हांडक्या मडक्यात असलं

नसलं जवारीच्या-बाजरीच्या पिठाची भाकरी भाजून पोटात रिचवली.''(पृ. क्र.) ''मीरा आपला स्टेथास्कोप कुपोषित मुलाच्या छातीवर पुन:पुन्हा लावीत होती. पण धापा टाकणारे त्याचे हृदय मंद-मंद ठोके देत होते.''(पृ. क्र.) यांसारख्या वाक्यांमधून मन हेलावून जाते. एकंदरीत बाबाराव मडावी आपल्या 'टाहो' कादंबरीविषयी म्हणतात, ''आपला गुदमरलेला जीव सोडविण्यासाठी आदिवासींनी केलेला 'टाहो' वाचल्यानंतर आदिवासी कादंबरीत 'टाहो'चे स्थान निश्चित केल्याचे दिसून येते.''[५] याप्रमाणे आदिवासींवर होणारे अन्याय-अत्याचार यावर या कादंबरीच्या रूपाने फोडलेला 'टाहो'- असे म्हटले तरी अतिशयोक्तीचे ठरणार नाही.

'वाडा' ही प्रा. माधव सरकुंडे यांची अतिशय महत्त्वाची कादंबरी होय. आदिवासींमधील आंध जमातीवर आधारित अशी ही कादंबरी आहे. 'पाटलाचा वाडा' म्हटले की, त्यामधील रंगेल-रगेल जीवनाची कल्पना येते. अशा वाड्याच्या अर्थात पाटलाच्या कायमच दहशतीखाली जीवन जगणाऱ्या आंध समाजाची ही कहाणी आहे. त्यातून पुढे होणारा संघर्ष, आपल्या नशिबावर हवाला ठेवून अपमानित जीवन जगणाऱ्या आपल्या आंध बांधवांमध्ये जागृती घडवून आणली त्याची ही कहाणी म्हणजे 'वाडा' होय.

स्वत: लेखक प्रा. माधव सरकुंडे यांनी म्हटल्याप्रमाणे- ''वाडाची कहाणी इतर कथांसारखी नाही, ती जिवंत माणसांची कहाणी आहे.''[६] थोडक्यात, या जिवंत माणसांना 'माणूसपण' देण्यासाठी करावा लागणारा संघर्ष सरकुंडे यांनी अत्यंत वास्तवपूर्ण रेखाटला आहे. पाटलाच्या वाड्यातून होणाऱ्या अत्याचारांनी परिसीमा गाठली आहे. म्हणूनच आपल्या डोळ्यांदेखत आपल्या बायकोची अब्रू ग्यानबा पाटलाने लुटूनदेखील राघोबा काहीच करू शकत नाही. केवळ लाचार, असहायपणे निमूटपणे सर्व अन्याय-अत्याचार सहन करणे, पाहत राहणेह्व्ह एवढेच आंधाचे जिणं होय. जर पोलिसांत तक्रार द्यायला गेले, तर पोलीस गावातील पाटलाचेच म्हणणे ऐकून घेत असे. आदिवासींना आपली बाजू मांडता येत नव्हती. त्यामुळे दोन्ही बाजूंनी आदिवासींचा छळ होत असे.

लेखक सरकुंडे स्वत: आंध समाजातील असल्यामुळे त्यांच्या लेखणीत कुठलाही अभिनिवेश नाही; तर जिवंत व वास्तवपूर्ण असे त्यांनी कथानक रेखाटले आहे. कुठेही शब्दांच्या कसरती नाहीत. सहज-सोप्या भाषेत ते आपल्या अनुभवाला उत्स्फूर्तपणे मांडताना दिसतात. कादंबरीच्या कथानकाची सुरुवातच वाड्यातून

होते. जुलूम, शोषण, भय या गोष्टी वाड्यातून कायमच होताना दिसतात. दहशतीच्या दडपणाखाली आंध जमातीला कायमच राहावे लागत होते. या वाड्यातून होणारा अन्यायाचा कडेलोट, शोषणाविरुद्ध लढा देण्यासाठी या कादंबरीचा नायक बाजा पेटून उठला आहे. आपल्या गरीब, कष्टकरी आंध बांधवांमध्ये आपल्यावरील होणाऱ्या अन्यायाविषयी तो जागृती निर्माण करतो. या 'पाटीलसंस्कृती'च्या व्यवस्थेविरुद्ध तो शोषणमुक्तीच्या लढ्याचे रणशिंग फुकतो. आपल्या या लढ्यातून तो आपल्या बांधवांमध्ये स्वाभिमानाचे बीज रुजवितो.

बाज्याला एकूणच सर्व समाजात समता अपेक्षित आहे. म्हणून समतेच्या दृष्टीने वाटचाल करणारा हा बाज्या जागृत झालेल्या आपल्या आंध बांधवांना घेऊन वाड्याला एकाकी सोडून- म्हणजे वाड्यावर बहिष्कार घालून- अंधाऱ्या रात्रीतून निघून जात आहे, असा सरकुंडे यांनी कादंबरीचा शेवट केला आहे. म्हणजे अंधारात- अर्थात अज्ञानात- चाचपडत जगणाऱ्या आपल्या आंध बांधवांचा स्वाभिमान जागृत झाल्यामुळे प्रकाशाकडे वाटचाल केली आहे. ही वाटचाल आहे ती समता प्रस्थापित करण्यासाठी. प्रा. सरकुंडेंनी कादंबरीत व्यक्त केलेला आशावाद निश्चितच कौतुकास्पद आहे. पाटलाच्या दहशहतीचा खातमा करणारा बाज्या आपल्या बांधवांना घेऊन गाव सोडतो, हा कादंबरीचा केलेला शेवट अपेक्षाभंग करणारा आहे. गाव न सोडताच पाटलाच्या दहशतीला न जुमानता, स्वतःच्या बांधवांचा आत्मविश्वास-अस्मिता अधिक दृढ करून गावात राहूनच त्यांचा शोषणमुक्तीचा लढा चालू ठेवला असता; तर अधिक बरे झाले असते. परंतु तरीही 'वाडा'चे मोल यत्किंचितही कमी होत नाही.

आंधांच्या बोलीभाषेतून कादंबरीचे लेखन झाल्यामुळे प्रसंग अधिक उठावदार व जिवंत झाले आहे. आंधांचे रीतिरिवाज, चालीरीती, जातीमधील भेद, वाळीत टाकणे, त्यांच्या कुप्रथा, अंधश्रद्धा, प्रचलित व्यवस्था यांचेही दर्शन सरकुंडे यांनी घडविले आहे. एकूणच, विषमतावादी व्यवस्था उलथून लावण्यासाठीचा संघर्ष कादंबरीमध्ये दिसून येतो, तो आदिवासी चळवळींना निश्चितच बळ देणारा असा आहे. आदिवासी कादंबरीच्या इतिहासात एक समताधिष्ठित व्यवस्था प्रस्थापित करण्याची संघर्षमय जाणीव देणारी कादंबरी म्हणून 'वाडा'ची नोंद करावी लागेल.

एकूणच, आदिवासी कादंबऱ्यांचा विचार केला असता असे दिसून येते की, आदिवासी कादंबरी ही आशयदृष्ट्या अतिशय संपन्न अशी आहे. कादंबरीकारांनी

वास्तव अनुभव, स्वत:च्या जीवनानुभवांचा आधार घेऊन कथानक रेखाटले आहे. त्यामुळे या कादंबऱ्यांचे स्वरूप पारंपरिक कादंबरी वाङ्यापेक्षा काहीसे वेगळे आहे. तर, बिगर आदिवासी लेखकांनी विविध संस्थांच्या माध्यमातून काम करत असताना अभ्यासाच्या निमित्ताने आलेल्या अनुभवांना कल्पनेची जोड देऊन लेखन केले आहे. त्यांचे हे लेखन म्हणजे काही अपवाद वगळता 'किनाऱ्यावर उभे राहून पोहणाऱ्याला सूचना करणे', असे आहे. एक गोष्ट मात्र नक्की- ''आदिम जीवनाचा व संस्कृतीचा, त्यांच्या व्यथा-वेदनेचा, गृहजीवनाचा आक्रोश हा या साहित्याचा केंद्रबिंदू आहे. हा केंद्रबिंदू मराठी साहित्यिकांनी अव्हेरला, नाकारला, आपल्या अनुभवापासून दूर ठेवला. मराठी साहित्यिकांचा हा नाकर्तेपणा व सांस्कृतिक दरी भेदण्याचे काम पहिल्यांदा दलित साहित्याने आणि नंतर आदिवासी साहित्याने केले. यातूनच आदिवासी साहित्याचे वेगळेपण सिद्ध होते.''[७] या डॉ. ज्ञानेश्वर वाल्हेकर यांच्या म्हणण्याला दुजोरा देऊन असे म्हणता येईल कीह्यह्य एकंदरीत आदिवासी कादंबऱ्या ह्या आशय, अभिव्यक्ती, भाषा, वातावरण, निवेदनशैलीदृष्ट्या वाङ्मयीन-सौंदर्य गुणसंपन्न आहेत. परिवर्तनाच्या साहित्य चळवळीत एक महत्त्वाचा वाङ्मयप्रकार म्हणून आदिवासी कादंबऱ्यांची नोंद महत्त्वपूर्ण आहे.

❑

संदर्भ आणि टीपा :

१. 'मराठी वाङ्मयाचा इतिहास', खंड ७ वा, भाग पहिला, महाराष्ट्र साहित्य परिषद, पुणे. प्र. आ. मे २००९, पृ. क्र. ३६१.

२. 'एकलव्य',(भूमिका) शरद दळवी, मेहता पब्लिशिंग हाऊस, पुणे, पुनर्मुद्रण, फेब्रु. २०१२, पृ. क्र. ८.

३. 'आदिवासी साहित्य : दिशा आणि दर्शन', डॉ. विनायक तुमराम, स्वरूप प्रकाशन, औरंगाबाद, प्र. आ. नोव्हेंबर २०१२, पृ. क्र. ७६.

४. आदिवासी मराठी साहित्य- स्वरूप आणि समस्या, संपादक-डॉ. प्रमोद मुनघाटे, प्रतिमा प्रकाशन, पुणे, प्र. आ. जाने. २००७, पृ. क्र. १०७.

५. 'आदिवासी साहित्य : शोध आणि समीक्षा', बाबाराव मडावी, देवयानी प्रकाशन, यवतमाळ, जून २०१३, पृ. क्र. १५.

६. काडा कादंबरी – मा. माधव सरकुंडे, भूमिका

७. आदिवासी साहित्य : एक अभ्यास, डॉ. ज्ञानेश्वर वाल्हेकर, स्वरूप प्रकाशन, औरंगाबाद, प्र. आ. ऑगस्ट २००९. पृ. क्र. ३०.

६
आदिवासी लोकगीते आणि बदलते संदर्भ

आदिवासी लोकवाङ्मय म्हणजे त्यांची मौखिक गंगोत्री होय. हे वाङ्मय चिरंतन अशा उदात्त जीवन व सांस्कृतिक मूल्यांनी सजविलेले एक खुले भांडार म्हणता येईल. गतकाळातील लोकसंस्कृती आणि लोकजीवनपद्धती ह्यांचे दर्शन आपणास लोकवाङ्मयातूनच घडते. लोकमानस ज्या कृती-उक्तीतून साकार होते. त्या सर्व कृती-उक्तींचा समावेश लोकसाहित्यात होत असल्याने लोकवाङ्मयाची व्याप्ती खूप विस्तीर्ण असल्याचे जाणवते.

परंपरागत चालत आलेल्या जीवनाचा आविष्कार लोकसाहित्यामुळेच घडत असल्याने या जीवनाच्या अभ्यासासाठी लोकसाहित्य अत्यंत उपयोगी ठरते. लोकसाहित्याच्या अभ्यासाला प्रारंभ होऊन जागतिक पातळीवर जवळजवळ ५ शतकांचा काळ लोटतो आहे. आज लोकसाहित्याच्या अभ्यासशाखा विविध अंगांनी आणि शास्त्रशुद्ध दृष्टीने बहरलेल्या आहेत. आज अमेरिका, रशिया, इंग्लंड, फ्रान्स, जपान आणि युरोपीय देशांनी खास लोकसाहित्याच्या अभ्यासासाठी नवनवीन विद्यापीठांची स्थापना केली असून, उच्च शिक्षण देणाऱ्या विविध संस्थांमध्येही लोकसाहित्याचा शास्त्रीय पद्धतीने अभ्यास सुरू झाला आहे. पाश्चिमात्य लोकसाहित्य विशारदांनी लोकसाहित्याचा अभ्यास करताना काही-एक नेत्रदीपक दृष्टी नजरेसमोर ठेवून संकलन केले. भारतातही ह्याच दृष्टीने लोकसाहित्याला चालना मिळाली आणि संशोधनाची क्षितिजे विस्तारत गेली.

लोकसाहित्यात लोकगीते, लोककथा, उखाणे, जानपदगीते, देवदेवतांच्या आणि मनुष्यप्राण्यांच्या उत्पत्ती, जन्म-मरणाच्या कथा, जनव्यवहाराचे वाद, घात-प्रघात, बोलण्या-चालण्याचे आडाखे, म्हणी आणि वाक्प्रचार अशा कितीतरी घटकांनी हे दालन सुसज्ज होत राहिले व आजही होत आहे. ह्यांपैकी लोकसाहित्याचा

'कणा' समजली जाणारी लोकगीते इथे अपेक्षित आहेत. ह्या लोकगीतांची परंपरा पाहू लागल्यास आपल्याला थेट वैदिक काळात जावे लागेल. तसे पाहिले तर मानवाचा इतिहास जेथून शोधला जाते, त्याहीपूर्वीच्या काळात आदिवासींचे हे मौखिक गीतभांडार शब्दरूप घेऊन रानावनांत इतस्ततः विखुरले आहे. त्या काळी कशाचे आले आहे साहित्यशास्त्र आणि काव्यशास्त्र? ह्या दोन्हींचे यत्किंचितही ज्ञान नसताना अशा निरक्षर निसर्गपुत्रांनी आपल्या वास्तवतेतील गीतांना कल्पकतेची झालर लावत एवढी मोठी बहारदार व प्रभावी गीतरचना करावी, ह्याचे भल्याभल्यांना नवल वाटल्याशिवाय राहत नाही.

१८ ह्न २० = ३६० दिवसांच्या दारिद्र्याची (अठरा ह्न विशे = तीनशे साठ, अपभ्रंश = अठराविश्वे) सीमा ओलांडलेला हा बांधव इतका सुखी आणि समाधानी कसा, हा प्रश्न अनेकांना सतावणारा आहे. ह्या बाबतीत लोकसाहित्याच्या एक सिद्धहस्त अभ्यासिका आणि आदिवासींच्या हितचिंतक डॉ. सरोजिनी बाबर ह्यांनी आदिवासींच्या कलासक्ततेविषयी काढलेले उद्गार फारच बोलके आहेत. त्या लिहितात..., ''रंगीबेरंगी पानाफुलांच्या नेत्रदीपक झुपक्यांची मनोहारी नि देखणी सजावट अंगांगावर धारण करणाऱ्या महावस्त्रांना राजखुशीने पेललेल्या दऱ्याखोऱ्यांतील दुनिया म्हणजे आदिवासींची दुनिया! शहरापासून लांब दूरवर असलेल्या ह्या दुनियेतील माणसं हौसे-मौजेने ऐसपैस मैदानात येऊन नाचायला आणि गायाला लागली म्हणजे धरित्रीच्या अंगावर समाधानाचे रोमांच फुलू लागतात. अशा वेळी पहाडी मुलखातील मंद शीतल वारा शीळ घालीत धावून पुढे येतो. पानाफुलांतील सळसळ पार्श्वसंगीत उभं करते!... मग निजायला धरित्री, उशाला धोंडा अन् पांघरायला आभाळ घेत निसर्गाच्या कुशीत वावरताना ही मंडळी एवढी आनंदी कशी? यातलं गणित काही केल्या सुटत नाही. आदिवासींची ही दुनिया अद्भुततेचे पंख ल्यालेली गंधर्वकन्या आहे, ती देखणी तशीच मोहमयीही आहे...''[१]

आपल्या कच्च्या-बच्च्यांना मोठ्या मुलाजवळ ठेवून वेठीला गेलेली आई झुंजरुक पडल्याबिगर येऊ शकणार नाही, ही काळ्या दगडावरची पांढरी रेघ. त्यामुळे भूक लागलेला लहानगा रडू लागतो.त्याला समजावण्यासाठी मोठा भाऊ नाना प्रकार करतो, पण व्यर्थ! शेवटी त्याने आपल्या पोतडीतील जालीम अस्त्र काढले ते म्हणजे खालील गीत होय...

टोटाम टोटम करी'। पोऱ्या रडताय भारी
दिसामा टाकरे उडी। माआईला येऊ दे घरी।।

वरील गीत म्हणजे 'बाळगी' बनलेल्या मुलाची फक्त आर्त आळवणी जरी वाटत असली तरी तो वेठीने गेलेल्या आपल्या आईला घरी लवकर येण्यासाठी 'दिवसा'लाच(सूर्याला) हुकूम सोडतो की, तू आताच्या आता मावळून जा. त्याची ही नामी युक्ती भल्याभल्यांची मती गुंग करणारी अशीच आहे.

पृथ्वीतलावर जन्माला येणारा प्रत्येक माणूस एक दिवस नक्कीच ह्या जगाचा निरोप घेणार आहे. म्हणजे पुनर्जन्मावर त्याचा अजिबात विश्वास नाही. माणसाची 'काया' कोमेजली की सारे संपते, ह्यावरच कोकणी बांधवाचा विश्वास असल्याने, तो बेधडकपणे निसर्गाच्या सानिध्यात वावरतो ...नाचतो ...बागडतो. मात्र पुढील दिवसांची फारशी चिंता करत नाही. ह्या बाबतीत खालील गीत पाहण्यासारखे आहे...

पुनवेचा चांद गेला मालवून। केळीचा खांब गेला ढळून
काचा घडा गेला फुटून। काच्या घड्याचा कहीतरी दिस
'काये'चा दादा काही नाही दिस...[२]

पौर्णिमेच्या पूर्ण चंद्राला, केळीच्या खांबाला आणि काचेच्या भांड्याला काही क्षण का होईना महत्त्व असते. मात्र माणसाच्या देहातून एकदा का 'आत्मा' अलग झाला, की त्याच्या कायेला काडीचेही महत्त्व राहत नाही. कोकणी बांधवाचा हा संदर्भ पुनर्जन्म मानणाऱ्यांना एक चपराक लगावल्याशिवाय राहत नाही.

पाण्याचे दुर्भिक्ष आदिवासींना काही नवखे नाही. हेच दुर्भिक्ष इतरांच्या वाट्याला जर आले, तर त्यांची पाचावर धारण बसल्याशिवाय राहत नाही. त्यामुळे अस्मानी आणि सुलतानी संकटांवर मात करण्याचे धाडस आदिवासीच करो जाणोत! अशा वेळी त्याचे अतिशय पवित्र आणि मंत्रांइतकेच महत्त्व असलेले गीत सुरू होते...

पड पाण्या पडपाण्या धरतारी सुकली रे
कणसारी कोमेजली रे । कुलंब्याच्या पोरांनी हो हाय
मोकलली । वारल्याच्या पोरांनी दादा हिंमत धरली
असी हिंमत धरली । पानदेव बलवला तरी कणसरी सुकली ...[३]

अशी कितीही संकटे आली तरी तारप्याच्या तालावर रात्र रात्र जागवून बेधुंद नाचगाण्यात मग्न असणाऱ्या आदिवासी बांधवांना कशाचीही तमा नसते. कारण

जंगलातील मेवा कसा मिळवायचा हे त्यांना चांगलेच माहीत असते. इतरांना नसते. अशा लोकगीतांतून सामाजिक मूल्य, सर्व जातिजमातींच्या लोकांना एकत्र आणणे आणि राष्ट्रीय एकात्मता साधणे हा उदात्त हेतू दिसून येतो.

सन १९७२ च्या दुष्काळाने महाराष्ट्रातील गर्भश्रीमंत आणि सधन शेठ-सावकारांचे कंबरडे मोडले होते, तर आदिवासी आणि तळागाळातील जन-जातींचे काय हाल झाले असतील? अशा संकटाला सामोरे जाण्यासाठी शासनाने रोजगार हमी योजनेचे गाजर दाखविले होते. श्रमकरी आणि भटक्यांच्या हातांना कामे मिळावीत आणि त्यांच्या चुली पेटाव्यात म्हणून महाराष्ट्र शासनाने रस्त्यांची कामे सुरू केली होती. पोटाला सुकडीचे दोन घास, थोडा पैका आणि पसा पसा धान्य मिळेल ह्या भोळ्या आशेपायी श्रमिकांचे फैलच्या फैल दुष्काळाच्या कामावर राबत होते. समूहाने करायचे काम गाण्याबिगर कसे होणार? गाण्याने थकवा कुठल्याकुठे पळून जातो हे त्यांना चांगलेच ठाऊक असलेतरी कष्ट करूनही हजेरी लागेलच याची शाश्वती नाही. कारण भ्रष्टाचार इथेही पोचलेला. त्यामुळे उन्हातान्हात राबणाऱ्या आणि घाम गाळणाऱ्या हाताना मजुरीपासून वंचित राहावे लागते. त्या वेळी सरकारला धारेवर धरण्यासाठी अशीही एखादी उत्स्फूर्त रचना झाली नाही तर नवलच!

दुष्काळावं गेल्यावरी बाई हाजरी लागत नही
हाजरी लागत नही, मंग पगार मिळत नही
म्हण ब्यांकात पैखा नही, मग धान्यही मिळत नही
धान्यही मिळत नही...हे सरकार 'उतीलं' बाई...[४]

अशा गाण्याच्या शब्दांचे निराळेपण थेट अंतःकरणाला जाऊन भिडणारे आहे. दुष्काळाच्या कामावर काम करणाऱ्या मजुरांची हजेरीच लागत नाही...मग चिल्या-पिल्यांना संध्याकाळी काय दियाचे? हा प्रश्न सतावू लागल्यावर बऱ्याच बायका आपली गाऱ्हाणी सांगू लागतात, मात्र कोणीच लक्ष देत नाही म्हटल्यावर आदिवासी भगिनींनी सरकारलाच धारेवर धरले. कुठलीही भीड-भाड न ठेवता सरकारवरच त्यांनी 'उतीलं' म्हणजे मुजोर झाले, उद्दाम झाले असा दणदणीत शेरा मारला आहे. तो अत्यंत मार्मिक आणि भेदक म्हणावा लागेल.

आदिवासी संस्कृती ही आदरातिथ्याच्या बाबतीत अत्यंत महान आहे. पाहुण्याला अतिशय मान देणारी असून कधीकाळी येणाऱ्या पाहुण्याचा पाहुणचार तसाच होतो. मात्र डोंगरकपारीच्या अवघड वाटेने, दळणवळणाचे साधन नसल्याने

पाहुणाही क्वचितच ...परंतु तो आल्यावर एकट्या कुणाचा न राहता अवघ्या गावाचाच होतो. अशा वेळी ठाकरबंधूंच्या मुखातून खालील गीत निनादते ...

आमुच्या गावामंदि रं...
पाहुणा यियाचा पायी पायी रं
पर उपाशी जायचा नही रं...[५]

आदिवासींच्या गाडग्या-मडक्यांतील जे काही असेलनसेल ते रांधून पाहुण्याला मोठ्या ममतेने खाऊपिऊ घालणे ह्यालाच ते आपला आद्यधर्म मानतात. हीच तर त्यांची उच्च कोटीतील संस्कृती आहे.

लोकगीतांतील वाङ्मयीन मूल्य आणि सौंदर्यप्रचुरता

लोकजीवनाच्या भावविश्वातून प्रकटलेली लोकगीते वाङ्मयीन मूल्यांनी संपन्न आहेत. त्यांच्यातून भाषेच्या पुष्टीबरोबरच सौंदर्याचेही दर्शन घडल्याशिवाय राहत नाही. अशा कितीतरी लोकगीतांच्या रचनेतील भावविश्वाची अनोखी जादू मनाला मोहून टाकणारी अशीच आहे. आदिवासी गीतांच्या बाबतीत तर त्यातील गोडवा आणि रसाळपणा इतरत्र क्वचितच सापडेल. लोकगीतांचा आस्वाद घेताना आपण त्यांतील सौंदर्याकडे निश्चितच आकर्षित होतो. मग ते सौंदर्य भाषेचे, भावनांचे आणि कल्पनांचेही असेल, पण ते सौंदर्यच!

लोकगीतांतील कल्पनेची झेपही इतकी उत्स्फूर्त आणि पल्लेदार आहे की, ती अभिजात कवीच्या काव्यापेक्षा कितीतरी उजवी आहे. एका वारली जमातीच्या गीतात तर नागोली (नागवेली), पुरसा (पुरुष), भरजाय (भार्या) ह्यांसारख्या संस्कृतप्रचुर शब्दांची रेलचेल दिसते. ह्याचाच अर्थ आदिवासी बोली प्रथमपासूनच सुसज्ज आणि संपन्न आहेत. आपल्या लाडक्या जावयाचे आणि सालस सुनेचे वर्णन करणारी वारली माता म्हणते ...

माजा गे जावाय । पुनवेचा चांदू
माजी गे सुनसा । दाराची तुळस ...[६]

आपल्या जावयाला पुनवेचा चंद्र आणि सुनेला दारातील पवित्र तुळस म्हणण्याइतकी रसिकता आणि सौंदर्यप्रचुरता नक्कीच आदिवासी गीतात मूळचीच आहे. त्यामुळे वाङ्मयीन मूल्य आणि शैलीविज्ञानाचा लवलेश सदर गीतात नाही असे म्हणून कसे चालेल? तर ह्या गीतात रचनासौंदर्य, नैसर्गिक प्रतिमा, उपमा ह्या

श्रेष्ठ दर्जाच्या असून कवित्वाची शक्तिस्थळे उपजत आहेत.

लोकगीतांतील प्रतिमासृष्टी

लोकगीतांतील प्रतिमासृष्टी आकर्षक, नयनरम्य आणि अर्थपूर्ण आहे. त्यासाठी खालील गीत पाहण्यासारखे आहे ...

झारु झरु पाखरु मैना ग। आचडा निरोप मैना ग
सांग जो आयला, बा ला मैना ग ...[७]

कोणे एकेकाळी विविध पशुपक्ष्यांमार्फत निरोप पाठविण्याचे आपल्या ऐकण्यात आहे. मग तो घोडा, कुत्रा, बैल, माकड अथवा घुबड, कबुतर आणि पोपट असोत. मात्र एक सिद्धहस्त रसिक ठाकरकन्या आपली सहसा नजरही ज्या सौंदर्यावर पोचणार नाही, अशा निसर्गसृष्टीतील निखळ सौंदर्य ल्यालेल्या फुलपाखरालाच 'निरोप्या' म्हणून पाठविते. मग अशी ही निरागस पण तितकीच रसिकप्रिय आणि सौंदर्याचे मोल जाणणारी ठाकरकन्या एक आदर्श अभिजात कवयित्री नाही का? उत्तर असेल– होय.

समारोप

आदिवासी स्त्री-पुरुषांनी आपला संपूर्ण आत्माच लोकगीतांत ओतला असून, ती मौखिक परंपरेने एका पिढीकडून दुसऱ्या पिढीकडे संक्रमित होत आली आहेत.

१. आदिवासींच्या गीतांतील नाद, ताल, लय आणि ठेक्याला अनन्य– साधारण महत्त्व आहे.

२. लोकगीतांत विविध जमातींच्या विशिष्ट चित्रणाबरोबरच तेथील प्रदेश, त्यांतील बोलीचे नमुने, सामाजिक व सांस्कृतिक जीवनाचे वेगळेपण हृदयाला स्पर्शून जाते.

३. लोकगीतांना लोकवाङ्मयात कष्टकऱ्यांची स्पंदने समजली गेली आहेत.

४. २१ व्या शतकातील यंत्रयुगात येणारा ताणतणाव, नैराश्य, मनस्तापाला दूर करण्यासाठी आणि सतत उत्साही कार्यमग्न राहण्यासाठी गीते आणि नृत्य अतिशय उपयोगी आहेत, हे विज्ञानाने केव्हाच मान्य केले आहे.

५. उत्तम रसांचा परिपाक ज्या काव्यात झालेला असेल ते काव्य ऐकायलाच नुसते गोड वाटत नाही, तर पुनः पुन्हा त्याचा आस्वाद घ्यावासा वाटतो.

आदिवासी लोकगीते आणि बदलते संदर्भ । ९९

अशी गीते म्हणजे लोकांनी, लोकांसाठी निर्माण केलेली गीते होत.

एकंदरीत अशी ही लोकगीते जुनीही नाहीत आणि नवीही नाहीत, तर जुन्यावर नवनवे कलम करून एक आदर्शवादी दृष्टिकोन स्वीकारून त्यांचे जतन होत आहे.

एक मात्र खरे, माणसांच्या पिढ्या येतील आणि जातील; परंतु लोकगीते ही तेवढ्याच आदराने इथे गुणगुणली जातील, ह्यात कोणताही संशय नाही.

❑

संदर्भ आणि टीपा :

१. सरोजिनी बाबर, 'आदिवासींचे सण-उत्सव', महाराष्ट्र लोकसाहित्य समिती, पुणे, प्र. आ. १९८३, पृ. क्र. १ ते ३

२. गोविंद गारे, 'आदिवासी लोककथा', विनायक तुमराम ह्यांच्या प्रस्तावनेतून, श्रीविद्या प्रकाशन, पुणे प्र. आ. २००३, पृ. क्र. १

३. गारे गोविंद, 'आदिवासी साहित्य संमेलने, अध्यक्षीय भाषणे', सुगावा प्रकाशन, प्र. आ. २००५, पृ. क्र.१५

४. संजय लोहकरे, 'रानपाखरांची गाणी', तुकाराम रोंगटे ह्यांच्या प्रस्तावनेतून, फडकी प्रकाशन, अकोले, जि. अ.नगर, प्र. आ. २००९, प्र. क्र. १०

५. महादेव कडू, 'आदिवासींची गोड गाणी', श्रीविद्या प्रकाशन पुणे, प्र. आ. १९८६, पृ. क्र.१२

६. शैलजा देवगावकर, 'महाराष्ट्रातील आदिवासींचे लोकसाहित्य', श्री साईनाथ प्रकाशन, नागपूर, प्र. आ. १९९३, पृ. १५१.

७. गंगाराम आवारी, 'आदिवासी लोकगीते', आदिवासी विकास प्रतिष्ठान, पुणे, प्र. आ. १९७७, पृ. क्र. ४०.

७
निसर्गाच्या गाभ्यातून उमललेल्या गाथा : आदिवासी लोककथा

''वडवू पिकतो त्यात कावळा काकतो...
काय मागतो? पैखा मागतो,
पैखा कह्याला? बायकू कराया,
बायकू कह्याला? पोरं व्हयाला,
पोरं कह्याला? बाबा म्हणायला...
नही नही पाटलाच्या 'येठी'ला''

हे आदिवासी लोकगीत अलीकडचे वाटत असले तरी, 'पोरं कह्याला?' ह्या प्रश्नाचे उत्तर 'बाबा म्हणायला' असे मिळत असले तरी, आज त्या प्रश्नाचे उत्तर व्यवस्थेने बदलून टाकले आहे. वारल्यांच्या लोकगीतात बाबा म्हणायला नव्हे तर 'पाटलाच्या येठीला' असा मध्यंतरीचा इतिहास सांगतो. ही मुळातली लोककथा वटवृक्षावर बसून कावळ्याने मनुष्यप्राण्याच्या जीवनाचे इंगीत अतिशय पारदर्शकपणे सांगितले आहे. ते आपल्याला नीटपणे समजून घ्यावे लागेल, त्यातील कथाबीज 'सुफलीकरणा'ची प्रक्रिया स्पष्ट करणारे तर आहेच शिवाय 'वेठी' चा प्रश्नही अधोरेखित करणारे आहे. आजवर आदिवासींनी निसर्गातील सुफलीकरणाला, त्याच्यातील सृजनात्मक निर्मितीला अनन्यसाधारण असे महत्त्व दिलेले आहे, तेही विचार करायला लावणारे आहे.

आदिवासी लोककथांच्या जन्माचा काळ आपण शोधू लागलो की, आपल्याला समजते, ही परंपरा अतिशय प्राचीन असून आदिम काळापासून ह्या कथा जनमानसात रुजलेल्या आहेत. म्हणजे मनुष्यप्राणी ह्या पृथ्वीतलावरती अवतरला, तेव्हापासून त्याने ज्या ज्या गोष्टी आपल्याबरोबर आणल्या, त्यात लोककथाही होत्या. तेव्हापासून ह्या कथा बदलत्या काळानुरूप बदलल्या, प्रवाही

राहिल्या आणि पुष्टही होत गेल्या. पाश्चात्त्य लोकसाहित्यमीमांसक म्हणतात की, ''छापण्याची कला अवगत होण्याआधी लोककथा मौखिक स्वरूपात कथन व श्रवण पद्धतीने चालत आल्या. त्या त्या समाजाने त्यांची जोपासना केली. लोककथा कधी निर्माण झाल्या हे नेमकेपणाने सांगता येत नसले तरी त्यांचा उगम प्रागैतिहासिक मानला गेलेला आहे.''[१]

आदिवासी लोककथेची गरज काय?

जेव्हा लोकरंजनाची कोणतीच साधने उपलब्ध नव्हती, तेव्हापासून एका पिढीने दुसऱ्या पिढीला मौखिक परंपरेने सांगण्याचा प्रयत्न केला. तो प्रामाणिक होता. तेव्हापासून त्या न थकता, न विश्रांती घेता सांगितल्या जातात. तसे पाहिले तर कथा आणि आदिवासी ह्यांचा सुरुवातीपासूनच अन्योन्य संबंध आहे. आदिवासींच्या लोककथा त्यांच्या जन्माइतक्याच प्राचीन आहेत. अशा लोककथांमधून आदिवासींच्या प्राचीन, सांस्कृतिक हालचालींचे प्रतिबिंब निदर्शनास आल्याशिवाय राहत नाही. त्यांचे गतकालीन अस्तित्व, त्यांचे व्यवहार, आचारधर्म, नीतिशास्त्र, कुळगोत्र, जीवनविषयक दृष्टिकोन, भावभावना, आशा–आकांक्षा इ. घटकांचे दर्शन त्यांच्या लोककथांतून होत आले आहे. आदिवासींच्या लोककथा जशा रोचक, भावपूर्ण तशाच त्या अतिशय गंभीर व बोधपरही आहेत.

अशा लोककथांमागे शेकडो वर्षांची लोकपरंपरा उभी आहे. अशा लोककथा हे लोकवाङ्मयाचे एक स्वतंत्र आणि समृद्ध दालनच म्हणावे लागेल. हे दालन समृद्ध करण्याचा प्रयत्न ज्यांनी ज्यांनी केला त्यात अलेक्झांडर क्रॉप, पास्कर क्रूक, मेरी पॉक्टर, लीच मारिया, सर रिचर्ड टेंपल, डॉ. वेरिअर एल्विन इ. नावांचा प्रामुख्याने उल्लेख करावा लागेल. आदिवासींच्या समृद्ध दालनाविषयी एक अभ्यासक म्हणतात, ''आदिवासींच्या लोककथा म्हणजे आदिवासी लोकसाहित्याच्या महानगरातील एक भव्य गगनचुंबी व चित्तवेधक मिनार होय. आदिवासी लोकसाहित्याच्या राजगृहातील एक कोरीव व नक्षीदार स्तंभ म्हणजे आदिवासी लोककथा होत. आदिवासी लोकगीते, वाक्प्रचार, म्हणी, उखाणे हे जे आदिवासी साहित्याचे अंतःप्रवाह आहेत, त्यांतील एक सशक्त व प्रभावी अंतःप्रवाह म्हणजे आदिवासी लोककथा होत.''[२]

महाराष्ट्रातील आदिवासींच्या सत्तेचाळीस जमातींच्या लोकसाहित्याचा विचार करावयाचा झाल्यास त्यांची लोकगीते, लोककथा, लौकिकगीते, प्रणयगीते,

पौराणिक कथागीते, लोकनृत्यकला, म्हणी, वाक्‌प्रचार, उखाणे इ. घटकांचा विचार झालेला असून वरील लोकसाहित्याचा विचार केल्यास अन्योन्यभावाने, निर्लेप आणि निरागसपणे शरण जाणे आणि निर्व्याज करमणूक करणे असा त्यामागचा उद्देश दिसून येतो. असे म्हटले जाते की, आदिवासी समाज आर्थिक व सामाजिक दृष्ट्या मागासलेला असेल; मात्र सांस्कृतिक आणि लोकवाङ्मयाने हा समाज पुढारलेलाच नव्हे तर गर्भश्रीमंत आहे. ह्याविषयी एक अभ्यासक म्हणतात, ‘‘आदिवासींची लोकगीते अत्यंत प्राचीन असून त्यांच्या अनेक पिढ्यांनी रानावनांच्या, डोंगरदऱ्यांच्या, पहाडी मुलखात आणि नदीनाल्यांच्या आश्रयाने व साक्षीने ही लोकवाङ्मयाची गंगोत्री मौखिक परंपरेने जोपासलेली आहे. मानवाचा इतिहास जेथून शोधला जातो, त्याही पूर्वीच्या काळात आदिवासींचे हे ‘अक्षर’ लोकवाङ्मय शब्दरूप घेऊन इतस्ततः विखुरलेले होते. तेव्हा कशाचे आले आहे साहित्यशास्त्र आणि काव्यशास्त्र? या दोहोंचे यत्किंचितही ज्ञान नसताना ह्या निरक्षर निसर्गपुत्रांनी आपल्या कल्पनाशक्तीने एवढी बहारदार व प्रभावी आणि जग खडबडून जागे होईल, अशी कारागिरी करावी, ह्याचे नवल वाटल्याशिवाय राहत नाही.’’[३]

आज शेकडो वर्षे उलटून गेली असली तरी हे चिरतरुण लोकवाङ्मयाचे आणि सांस्कृतिकतेचे लोकवैभव तितक्याच ताकदीने सांभाळून ठेवले आहे आदिवासींनी. निसर्गाला सर्वस्व मानल्याने तो देईल त्यावरच पोट भरायचे आणि आनंदाने नांदायचे, ही इथली रीतभात. मुळात त्यांचा प्रपंच जेमतेम आणि गरजाही तशाच. त्यातूनही हा समाज कष्टप्रद जीवन जगत असला, तरी तो भलताच उत्साही आणि आनंदी दिसतो. हे कसे काय? असे हे कोडे भल्याभल्यांना सुटत नाही.

अशा ह्या निसर्गाच्या सान्निध्यात रममाण झालेल्या आदिवासींच्या लोककथा स्वतंत्र, संख्येने विपुल व चिरंतन मूल्यांनी सुशोभित झालेल्या आणि जीवनाच्या हरएक पैलूंनी रत्नजडित केलेल्या असणार, ह्यात कुणाचेही दुमत असण्याचे कारणच उद्भवत नाही. आज महाराष्ट्रापुरते बोलायचे झाल्यास महाराष्ट्रात आदिवासींच्या सत्तेचाळीस जमाती आहेत. ह्या प्रत्येक जमातीची एक स्वतंत्र उत्पत्ती, कुलचिन्हाची दंतकथा सांगितली गेली आहे. ह्या कथेला सबळ पुरावा नसला तरी पिढ्यान् पिढ्या, शतकानुशतके हे ‘लोकसंचित’ मुखोद्गत केले आणि एकमेकांना सांगितले. त्यांच्या विश्वासावर तो आज इथपर्यंत पोहोचला

असून अशाच कथांना त्याच्या दृष्टीने अनन्यसाधारण महत्त्व आहे. त्यातील कोळी महादेव नावासंबंधी एक दंतकथा पहाण्यासारखी आहे. ''महादेवाचे दोन भक्त होते. त्यापैकी एक निषाद आणि दुसरा ब्राह्मण. निषाद भक्त रोज भक्तिभावाने महादेवाची पूजा करीत असे. ब्राह्मण भक्तही देवाला आवडीचा नैवेद्य देई. मात्र निषाद भक्ताकडून देवाला रोजच्या रोज नैवेद्य मिळत नसे. एके दिवशी 'मीच कसा श्रेष्ठ भक्त?' म्हणून दोघांत भांडण जुंपते. ते पाहून महादेवाने दोन्ही भक्तांची परीक्षा घेण्याचे ठरविले. पूजेच्या वेळी दोन्ही भक्त हजर असताना देवाने चमत्कार दाखविला. एकाएकी देऊळ हलू लागले आणि ते पडण्याचा आभास निर्माण केला. तेवढ्यात वीज कडाडावी तसा मोठा आवाज झाला. या भीतीने ब्राह्मण भक्ताने तेथून पळ काढला. निषाद भक्त मात्र घाबरला नाही. देऊळ पडल्यावर महादेवाची पिंड उद्ध्वस्त होईल, ह्या भीतीपोटी त्याने पिंडीला कवटाळून धरले. ह्या प्रसंगावरून खऱ्या भक्ताची पारख झाली. महादेवाने तत्काळ प्रकट होऊन निषाद भक्ताला सांगितले, 'हे भक्ता! तुझ्यासारखा अढळ भक्ताच्या वंशाची वेल वाढव...' त्यामुळे पुढे जी वंशवेल वाढली, तीच आजची कोळी महादेव जमात होय.''५

वरील कोळी महादेवाची प्रातिनिधिक कथा बघितली, तरी आपल्या लक्षात येईल की, अशाच ४६ जमातींच्याही उत्पत्तिकथा सांगण्यात आल्या आहेत. भिल्ल, गोंड, वारली, कोकणा, कातकरी, ठाकर, गावित, कोलाम, परधान, थोटी, दुबळा, कोरकू, आंध, मल्हार कोळी, धोडिया, माडिया गोंड ह्या प्रमुख जमातींचा यांत समावेश होतो. अशा प्रत्येक जमातीने आपल्या मनोरंजनासाठी काही सुरस कथांची निर्मिती केल्याचे पाहण्यास मिळते. उदा., कातकरी, वारली, कोकणा, कोळी मल्हार, ठाकूर ह्यांची 'महूची गोष्ट' ही कथा पाहण्यासारखी आहे. कोकणात नारळाला जसे कल्पवृक्ष संबोधले जाते, तसे आदिवासी 'मोहा'च्या झाडाला कल्पवृक्ष मानतात. त्याची पूजा करतात. कारण ते झाड एकाच वर्षात दोन वेळा उत्पन्न देते आणि तिसऱ्यांदा सावली म्हणूनही उपयोगी ठरते. तसेच त्याचा औषध म्हणूनही वापर केला जातो. त्याच्या साली पाण्यात उकळून आजारी माणसाला आंघोळ घातली जाते. 'मोहा'ची फुले दारू बनविण्यासाठी उपयोगी येत असली तरी अन्न नसेल तेव्हा ती वाफवून, शिजवून खातात. हे झाड जंगलाची शोभा तर वाढवितेच, पण महत्त्वाचे म्हणजे पर्यावरणाचा समतोल राखण्याचे काम करते. म्हणून संकटाच्या वेळी एक विश्वासू मित्र, मदत करणारा

अशा दृष्टीने आदिवासी ह्या वृक्षाकडे पाहतात. ह्यावरून सच्ची मैत्री कशी असावी, निसर्गाशी आदिवासी कसा तादात्म्य पावतो, ह्याचा प्रत्यय ही कथा दिल्याशिवाय राहत नाही. अशा निसर्गाच्या आशयाच्या कथांचा भरणा अधिक दिसतो. कारण ते स्वतःला निसर्गाचे अपत्य मानतात.

काही माणसांचे पाय जमिनीवर ठरत नाहीत, ती माणसे हवेतच असतात. पहाटे कोंबडा अरवतो, तोही आपल्याचमुळे असा फाजील आत्मविश्वास आणि अहंकारही त्यांना असतो. मी इतरांपेक्षा ज्ञानी, गुणी आणि सर्वश्रेष्ठ कसा आहे, हे तो ढोल-ताशे वाजवून सांगत असतो. त्यातलीच 'श्रेष्ठ कोण?' ही अंध जमातीतील माणसाने भांडणाऱ्या दोन राजांना दिलेल्या सल्ल्याची अनोखी कथा म्हणावी लागेल ती अशी, ''एकदा दोन राजे आपापसात श्रेष्ठ कोण? ह्यावरून भांडत होते. त्या वेळी रस्त्याने जाणाऱ्या अंधाने त्या भांडणाची चौकशी केली. भांडणाचे कारण समजल्यावर अंध म्हणाला, ''तुमच्यापैकी श्रेष्ठ कोणीही नाही. कारण मेघ हाच एक सर्वांत श्रेष्ठ आहे. मेघाने पाऊस पाडला नाही तर काय परिणाम होईल, ह्याचा जरा विचार केला आहे का? कापसाचे झाड वाढणार नाही. मग तुम्हाला कपडे कसे मिळणार? पाऊस पडला नाही तर पिके कशी येणार? आणि तुम्ही उपाशी मराल. म्हणून पाऊस हा श्रेष्ठ आहे व पाऊस देणारा निसर्ग तो सर्वश्रेष्ठ आहे.'' अंधाचा हा उपदेश ऐकून दोन्हीही राजांनी आपले भांडण क्षणात थांबविले. तात्पर्य काय की, निसर्गापेक्षा कोणीही श्रेष्ठ नाही. आदिवासींच्या दृष्टीने कणसरीमाता, धरणीमाता, ढगेसर, पाऊस देव यांना आदिवासींच्या जीवनात सर्वश्रेष्ठ स्थान आहे, हे ह्यावरून स्पष्ट होते.''[६]

एका आदिवासी 'अंध' समाजातील माणसाच्या उपदेशाने दोन गर्विष्ठ राजांमधील भांडण कसे मिटले जाते, त्यावर प्रकाश टाकणारी ही एक छोटीशी मात्र अहंकारी राजांच्या डोळ्यांत अंजन घालणारी कथा असून त्यांच्या घमेंडी आणि श्रेष्ठत्वाचा अहंकार कसा गळून पडला हे सांगणारी ही कथा आहे. पाऊस देणारा निसर्ग हाच सर्वशक्तिमान आणि श्रेष्ठ आहे. शिवाय तो संयमीही आहे. हे समजूनउमजून घेणाऱ्या 'अंधांना' एकविसाव्या शतकातही आपण अडाणी, गावंढळ म्हणून चालेल का? ह्या सर्व जमाती निसर्गाला आपला सखा आणि पाठीराखा मानत असल्याने आजमितीला इथल्या यंत्रणेने जंगल त्यांच्या ताब्यातून हिसकावून घेण्याचा चंग जरी बांधला असला, तरी तो या यंत्रणेला शरण गेलेला नाही. हे 'निसर्गदेवता' ह्या कथेवरून स्पष्ट होते.

संपूर्ण सत्तेचाळीस जमातींचा मूळ पुरुष महादेव ठरतो, ह्याविषयी सर्वांचे एकमत झालेले दिसून येते. जमातीनिहाय महादेवाला नावे जरी वेगवेगळी असली, तरी तो एकच. मुळात आदिवासी, महादेव आणि निसर्ग ही 'त्रिसूत्री' असल्याने अनेक कथा अशा वातावरणाशी मिळत्याजुळत्या झाल्या आहेत. आर्यांनी आदिवासींना सुपीक जमिनीतून हाकलून दिल्यावर जंगलाबरोबर महादेवाशीही सख्य झाले, आणि त्यांची घनिष्ठ मैत्री झाली. मग भोळा शंकर, बडा देव, जय बुलाहाळपेन, तांडव नृत्य करणारा, तिसऱ्या डोळ्याची करामत अशा विविध शीर्षकांनी महादेवावर कथा तयार झाल्या. अशा निसर्गात रममाण होणाऱ्या देवाशीच आदिवासींचे का जमते? कारण व्याघ्रचर्म परिधान करणारा, गळ्यात सर्प बाळगणारा, नंदीसारखा शिष्यगण असणारा आणि भस्म, त्रिशूल, लिंबू, डमरू ही सारी आयुधे निसर्गाशी नाती सांगणारी आहेत, म्हणून ह्या जमाती निसर्गातील बेलाच्या पानाची आवड असणाऱ्या महादेवाला आपला पूर्वज मानतात. जंगलाला आग लागली, हिरड्या-बेहड्याची आणि चारोळीची कथा, सागाची, पळसाची आणि वरसाची कहाणी ह्या शीर्षकांनी अवतरलेल्या कथा कशाचे द्योतक आहेत? मुळात निसर्गातील संपूर्ण वनराई आदिवासींच्या झोपडीजवळ आलेली नसते, तर आदिवासींची झोपडीच 'वनराई'च्या हद्दीत असते. हे निसर्गाशी जुळलेले नाते अतूट असे आहे. त्यामुळे निसर्गाशी मैत्री करणारे आणि त्यांच्या पानोपानी मौखिक सुभाषितांनी गोंदून काढणारे संतश्रेष्ठ जगद्गुरू तुकोबाराय आदिवासींना आपले नातलग वाटतात.

इतर आदिवासींप्रमाणे कोरकूंमध्येही गोत्रपद्धती आढळून येते. कोरकूंच्या वंशवृद्धीसाठी महादेवाने ती निर्माण केली, अशी एक कथा सांगितली जाते. ती कथा निर्माण कशी झाली हे सांगणारी कोरकूंची 'गोत्रनिर्मिती' ही कथा विचार करायला लावणारी आहे. जांभळाच्या झाडाशी संबंधित असलेले कोरकूंचे गोत्र 'जंबू', शबरांचे गोत्र 'टोटेम' म्हणजे बोरीचे झाड. रावणाचे टोटेम म्हणजे ताडाचे झाड. जटायूचे टोटेम गिधाड, कोळी महादेवांचे टोटेम म्हणजे वरसाचे झाड, अशा पद्धतीने सर्वच जमातींमध्ये वृक्षांचे नाते गोत्रपद्धतीशी जोडले गेले आहे. त्यावरूनच 'वरसाई'चा डोंगर ह्या निसर्गदेवीविषयीची भूमिका तयार झालेली दिसून येते. मोह, आंबा, चिल्लाटी, पळस, भुसकुट, अर्जुन सादडा, फांगुळणा, वेहळा, करांबू, चारोळी, साग, आपटा, हिरडा-बेहडा अशा अमर्याद वृक्षांना आदिवासीने आपला मार्गदर्शक निवडले आणि त्यांची पूजा आरंभिली. तो वरुणरायाला वेळेवर येण्याची

विनंती करू लागला. छोट्या-मोठ्या संकटातून स्वतःचा बचाव होण्यासाठी निसर्गाला साकडे घालू लागला. तो कोपू नये म्हणून त्याला प्रसन्न ठेवले गेले.

गोंड परधानांच्या काही कथा, त्यांच्यातील व्यवसायावरून कशा श्रेष्ठ आणि कशा कनिष्ठ ठरणाऱ्या आहेत, हे 'सख्खे भाऊ' ह्या कथेवरून पाहता येते. भाऊबंदकीच्या वादातून एकाला कसे दुय्यम स्थान दिले, त्याला कसा खड्यासारखा 'पर' म्हणजे बाहेरच्या आणि 'धान' म्हणजे शेतीतील काबाडकष्ट करणाऱ्याच्या पंगतीत कसे नेऊन बसविले जाते, ती कथा म्हणजे गोंड परधानांच्या वांशिक व सांस्कृतिक संबंधांचा सबळ पुरावाच आपल्यासमोर मांडते. 'माणूस एकटा येतो आणि एकटाच जातो', असे सांगणाऱ्या वारली कथाकाराला जीवनाचा मार्ग किती सूक्ष्मपणे आकलन झालेला आहे, हे आपल्या लक्षात येते. 'ज्या घरात प्रेत, त्यालाच फक्त शोक होतो.' वरील कथेत माता, सटी म्हणजे मनुष्यप्राण्याचे संचित सटवी लिहिते, ह्यावर वारल्यांचा आधीपासून विश्वास आहे, असे म्हणता येणार नाही. ही हिंदू धर्माची कल्पना त्यांच्या मनावर बिंबवली गेल्याचे दिसते.

अशा कितीतरी कथा आहेत की, हिंदू धर्मसंस्कृतीचा, सणोत्सवांचा, जीवनविषयक तत्त्वज्ञानांचा, रूढी-परंपरांचा फार मोठा प्रभाव आदिवासींच्या मानसिकतेवर झाल्याचे दिसून येते. असे असले तरी हिंदूंच्या देवदेवतांना आदिवासींची झोपडी कशी काय दिसली नाही बरं? ती दिसली असली तरी आज एकविसाव्या शतकातही आदिवासी उपाशी आणि हिंदूंचे देव मात्र तुपाशी हे काय गौडबंगाल आहे? हेही समजून घेतले पाहिजे. जनताजनार्दनाला निर्माण करणाऱ्या देवाला आदिवासींचे हाल कसे काय निमूटपणे दिसतात, हेही अधोरेखित करण्यासारखे आहे.

तात्पर्य, शेवटी लोककथा ह्या मौखिक रूपाने एका पिढीकडून दुसऱ्या, तिसऱ्या आणि पुढच्या पिढीला देणगीदाखल मिळतात. आदिवासींच्या ह्या लोककथा म्हणजे त्यांच्या दैनंदिन संस्कृतीचे सार आणि जीवनाधार म्हणाव्या लागतील. ह्याच कथांना पुढे ग्रांथिक रूपाने ॲन्डो लॅग, फ्रेझर, टायलर इ. च्या कष्टांतून चालना मिळत गेली. भिन्न प्रांतांतील आणि भिन्न खंडांतील आदिवासींच्या रूढींच्या अभ्यासाने सर्व लोककथांचे व दैवतकथांचे मूळ 'टोटेम'[७] असल्याचे मतही मांडले गेले. त्यातूनच आदिवासींच्या कथा ह्या निसर्गाकडेच का झुकलेल्या आहेत, ह्यावरही संशोधन झाले. आजमितीला काहीही झाले, कितीही प्रवाह आले आणि गेले, तरी आदिवासी लोकसाहित्याची 'गंगोत्री' समजल्या गेलेल्या

लोककथांतून लोकवाङ्मयात नवनवीन संशोधनात्मक भर पडत जाणार, एवढे सामर्थ्य ह्या वाङ्मयात निश्चित आहे.

❑

संदर्भ आणि टीपा :

१. अलेक्झांडर क्रॉप, 'द सायन्स ऑफ फोक लोर', पृ. क्र. ८७.

२. गोविंद गारे, 'आदिवासी लोककथा', विनायक तुमराम यांच्या प्रस्तावनेतून, कॉन्टिनेन्टल प्रकाशन, पुणे, पृ. क्र. ०९, डिसेंबर २००३.

३. संजय लोहकरे (संपा.), 'रानपाखरांची गाणी', तुकाराम रोंगटे यांच्या प्रस्तावनेतून, फडकी प्रकाशन, अकोले, २००९, पृ. क्र. ०९.

४. सरोजिनी बाबर (संपा.), 'आदिवासींचे सण उत्सव', महाराष्ट्र लोकसाहित्यमाला, पुष्प चोविसावे, पुणे, प्र. आ. १९८३, पृ. क्र. ०३.

५. गोविंद गारे, 'सह्याद्रीतील आदिवासीः महादेव कोळी', आदिम प्रकाशन, पुणे, दु. आ. २००३, पृ. क्र. ४४.

६. गोविंद गारे, 'आदिवासी लोककथा', कॉन्टिनेन्टल प्रकाशन, पुणे, पृ. क्र. ३७.

७. प्रभाकर मांडे, 'लोकसाहित्याचे अंतःप्रवाह', गोदावरी प्रकाशन, औरंगाबाद, ति. आ. २००८, पृ. क्र. १०६.

८
माती आणि मातेच्या गर्भातून जन्मलेली स्त्रीगीते

लोकसाहित्याची व्याप्ती खूप मोठी असून लोकगीते, लोककथा, उखाणे, लोकभ्रम, लोकसमजुती, लोकप्रथा, लोकनृत्य आणि लोकनाट्य असा मुबलक खजिना लोकसाहित्याच्या अभ्यासकांनी उपलब्ध करून दिला आहे. लोकनाट्यामध्ये लोकगीत, लोकनृत्य, लोकसंगीत ह्यांचा मनोहारी मिलाफ बघायला मिळतो, तर लोककथेतून उखाणे व कोडी(हुमान) आपल्याला विचार करण्यास प्रवृत्त करतात. लोकसमजुतीवर आधारित असलेल्या कितीतरी लोककथा ह्या पारंपरिक जाणिवांना नवसंजीवनी प्रदान करून देतात. ह्यामध्ये लोकगीताला लोकसाहित्याचा आत्मा असे म्हटले असून ते लोकसाहित्याचे प्रमुख अंगदेखील आहे. मराठी लोकसाहित्यात अशा गीतांची संख्या मोठ्या प्रमाणात आढळते. मराठी लोकसाहित्याचे लोकगीत हे प्रमुख वैशिष्ट्य आहे.

लोकसाहित्याचे पाश्चात्त्य अभ्यासक ॲलेक्झांडर हे लोकगीतांना भावगीत किंवा चाल असलेली ललितकृती असे म्हणतात. तर लोकसाहित्याच्या अभ्यासिका सरोजिनी बाबरांच्या मते ती गीते फक्त ललितकृती नसून विविध प्रकारांच्या जातिवंत स्वरविलासांनी शिणगारलेले, अशिक्षितांनी कित्येक वर्षांपूर्वी रचलेले केवळ पाठांतराच्या बळावर पिढ्यान् पिढ्या आपल्या नवनवोन्मेषशालिनी तेजाने उत्तेजित करणारे भावगीत आणि सामान्य माणसांच्या सामुदायिक जीवनाची अभिव्यक्ती म्हणजे लोकगीते होत.

लोकगीतांचे वर्गीकरण विविध प्रकारे करता येते. ग्रामीण भागातील लोकगीते ही रानावनांमध्ये आणि डोंगरदऱ्यांत राहणाऱ्या आदिवासी जमातींची गीते असतात. तर शहरी भागातील लोकगीतांमध्ये खूप मोठा फरक असल्याचे जाणवते. मात्र ह्या वर्गीकरणाला मर्यादा असल्यामुळे पुरुषांची लोकगीते व स्त्रियांची

लोकगीते असे वर्गीकरण करण्याचा प्रयत्न संशोधकांनी केला आहे. त्यातच समाजातील भटक्या जमातींच्या लोकगीतांचा प्रश्न उरतोच. तसेच जातीयतेच्या आधाराने वर्गीकरण करूनही ते शास्त्रशुद्ध होईलच, असे सांगता येत नाही. अलेक्झांडर क्रॉपने लोकगीतांचे अंतरंग आणि बहिरंग असे वर्गीकरण केले आहे. त्यावरून दुर्गा भागवतांनी वर्गीकरण केले ते पुढीलप्रमाणे–

प्रणयगीते, नृत्यगीते, विलापिका, श्रमगीते, स्त्रियांची गीते, विधिगीते, विनोदी गीते इ. क्रॉपचे वर्गीकरण शास्त्रशुद्ध असले, तरी ह्याहूनही लोकगीते भिन्न पद्धतीची असल्याचे आढळून येते. ग्रामीण मनोभूमीत सांस्कृतिक निष्ठांचीच अभिव्यक्ती लोकसाहित्यातून होत असते. आचार, विचार, भाषा, श्रद्धा, निष्ठा, भावभावनांच्या प्रकटीकरणाच्या पद्धती, इतकेच नाही तर लोकगीतांतून प्रकट होणारे सारे अनुभवविश्व ग्रामजीवनाशी घनिष्ठ नाते सांगणारे असते. लोकगीतांच्या निर्मितीच्या प्रेरणा कोणत्यातरी विधिभूत गोष्टींशी निगडित असल्याने त्यानुसार लोकगीतांतील रचनाप्रकारांना आकार प्राप्त होत असतो. तो आकार कोणा एकाने दिलेला नसतो तर सामूहिक वर्तनप्रक्रियेतून जन्माला आलेला असतो.

लोकगीतांतून प्रामुख्याने सामाजिक आणि सांस्कृतिक वैशिष्ट्ये प्रकट झालेली असतात. डॉ. प्रभाकर मांडे ह्यांनी लोकगीतांचे जे वर्गीकरण केले आहे, ते ह्या लोकगीतांच्या स्वरूपविशेषांवर अधिक प्रकाश टाकणारे आहे. त्यामुळे हे वर्गीकरण मान्य करणे इष्ट ठरेल. ते वर्गीकरण पुढील पृष्ठावरील तक्त्याच्या आधारे दाखविता येते. ह्यातील स्त्रीगीते ह्याविषयी आपण सविस्तर बोलू शकतो. त्यामुळे स्त्री–लोकगीतांचे विविध प्रकार असल्याचे दिसून येते. त्या स्त्रियांच्या गीतांतील भावनिक, पारंपरिक, सांस्कृतिक संबंध जाणून घेण्याचा प्रयत्न अनेक अभ्यासकांनी केलेला आहे.

स्त्रीगीतांवरील संकलन :

आजवर लोकगीतांच्या संकलनाचे जे जे प्रयत्न झाले, त्यात प्रथमच सानेगुरुजींनी स्त्रीगीतांतून व्यक्त झालेल्या स्त्रीजीवनाचे दर्शन घडविले असून काका कालेलकर आणि कथाकार वामनराव चोरघडे ह्या दोघांच्या कसदार संकलनातून तयार झालेल्या साहित्याचे मूलधन, पांडुरंग श्रीधर गोरे ह्यांनी वऱ्हाडी लोकगीतांचा नजराणा रसिकांना भेट दिला, तर डॉ. कमलताई देशपांडे ह्यांच्या 'अपौरुषेय वाङ्मय' ह्या चर्चात्मक ग्रंथाने लोकसाहित्यविषयक गीतांच्या संशोधनात

भर पडत गेली. वि. ग. भिडे ह्यांनी श्रावणसरीत तमाम लोकसाहित्याभ्यासकांच्या रसिक मनाला न्हाऊ घालून त्यांच्यासमोर संकलनरूपाने मोत्याचे कणीस ठेवले. बरोबर ह्याच कालावधीत डॉ. नांदापूरकर, बोरसे आणि शेंडे ह्या जाणकार अभ्यासकांनी अनुक्रमे विदर्भ, खानदेश आणि मराठवाड्याच्या मातीतील मातेच्या मुखातून जे अस्सल काव्य बाहेर पडले, त्या गीतांचे संकलन करून लोकवाङ्मयाची सेवा करण्याचा प्रयत्न केला आहे. त्यातूनच 'माहेरचे मराठी', 'मराठीची माया' आणि 'मराठीचा मोहोर' ह्या मराठवाड्यातील स्त्रीगीतांचे नमुनेदार संग्रह प्रसिद्धीला आले. डॉ. नांदापूरकरांनी तर आपल्या विद्यार्थ्यांच्या मदतीने स्त्रीगीतांच्या संग्रहाची एक चळवळ नावारूपाला आणली. लोकसाहित्याच्या अभ्यासिका आणि स्त्री-गीतांतील काव्यात्मकतेने आणि कर्णमधुर स्वरावलीने भारावलेल्या डॉ. सरोजिनी बाबर, डॉ. यु. म. पठाण अशा कितीतरी अभ्यासकांनी अतिशय प्रामाणिकपणे स्त्री-गीतांचे संकलनकार्य केल्याचे निदर्शनास येते.

स्त्रियांची लोकगीते :

पारंपरिक पद्धतीने स्त्रियांच्या मुखातून निघालेल्या ओव्या, कथाकहाण्या, कांडणाची गाणी, सण–उत्सवातील गीते ह्यांना स्त्रियांची लोकगीते म्हणता येतील. तसे पाहता लोकसाहित्याच्या बहुतेक परंपरा ह्या मौखिकच आहेत. विशेष म्हणजे शिक्षणाची दारे कालपरवापर्यंत स्त्रियांसाठी बंदच होती. त्यामुळे पुरुषांच्या तुलनेत उपेक्षित जीवन जगणाऱ्या स्त्रियांच्या जीवनातील असीम वेदना त्यांच्या गीतांतून दिसून येऊ लागल्या. कृषिप्रधान भारतीय समाजामध्ये कुटुंबकेंद्री जीवन असल्याने स्त्रियांच्या गीतांतून कुटुंबव्यवस्थेची, श्रद्धासंकेतांची विविध रूपे दिसू लागली.

जात्यावरच्या ओव्या म्हणजे स्त्रीनिर्मित साहित्याचा मूलाधार होय. दळणकांडण, सडा–सारवण, शेती–शिवारातील कामे, बाळाला जोजवणे हे मातृकर्तव्य, फेराची गाणी, व्रतवैकल्यांशी संबंधित कथागीते असा स्त्री–लोकगीतांचा खूप मोठा पसारा सांगता येतो. जात्यावर बसलं की ओवी सुचते, असा आपल्याकडील लोकसमज आहे. त्यातील एक झलक पाहण्यासारखी आहे–

जातं ओढताणा देते मनगट तोलुनी
मातेचं दूध प्याले नाही घेतलं बोलूनी

जात्यावरच्या अशा प्रकारच्या कितीतरी ओव्या स्त्रीच्या जीवनातील कष्टमय जीवन प्रकट करणाऱ्या आहेत. नाजूक हातांनी जड जातं ओढताना

माती आणि मातेच्या गर्भातून जन्मलेली स्त्रीगीते । १११

स्वतःतील कणखरपणा ती अभिमानाने सांगत राहते.

श्रमभक्तीची उपासना :

कृषिप्रधान समाजामध्ये श्रमाला खूप महत्त्व असते. तेथे श्रमाला पर्याय नसतो. शेतकरी कुटुंबामध्ये जीव व्यापून गेलेली एक स्त्री आपल्या वेदना मांडताना म्हणते,

"देवा मापल्या पिकाला घोस येऊ दे कणीस ।
पोरं खाती पोटभरं असं सरू दे वरीस ।।"

आपल्या कुटुंबाची काळजी वाहणारी ही आदर्श माता पोराबाळांच्या पोटाची चिंता करून उन्हातान्हात शेतामध्ये राबते आहे. स्वतःच्या सुखाऐवजी आपल्या चिमण्या जीवांच्या पोटभरणीची चिंता करताना तिच्यासाठी मातृत्वाची असणारी किंमत सर्जनशील पद्धतीने निदर्शनास येते.

सासरचा वैशाखवणवा :

सासरी कितीही सुखी असली, तरी माहेरच्या ओढीनं सुहासिनी स्त्रीचे मन व्याकूळ होते. आपल्या आई-वडिलांच्या, भावा-बहिणींच्या आठवणीने व्याकूळ होणारी लेक लोकगीतांतून प्रकट होते. सासरी सासूकडून होणारा छळ आपल्या भावाला सांगण्यासाठी आतुर झालेली बहीण बाजाराच्या दिवशी खरेदीचा बहाणा करून गुपचूप भावाला भेटते. तिच्या मनातील भावना व्यक्त होताना पुढील गीत अगदी उत्स्फूर्तपणे येते...

"बाजाराचा दिस भाऊ बहिणीला भेटला ।
वळवाचा पाऊस ढग आस्मानी फुटला।
भावाच्या शेजारी बहीण बसली बिजली
दुःखाच्या सांगे गोष्टी खाली धरणी भिजली।।"

आपल्या मनातील सर्व व्यथा ती आपल्या भावाला सांगून मोकळी होते. ह्या गीतातून स्त्रीची होणारी होरपळ, तिच्या भावनांची होणारी कोंडी, संसारात सहन कराव्या लागणाऱ्या व्यथा ह्या सर्वांनाच कारुण्याची झालर प्राप्त होते.

स्त्रीत्वाच्या जाणिवा :

'कारल्याचा वेल' ह्या सुप्रसिद्ध लोकगीतातूनही सासुरवाशीण नववधूला

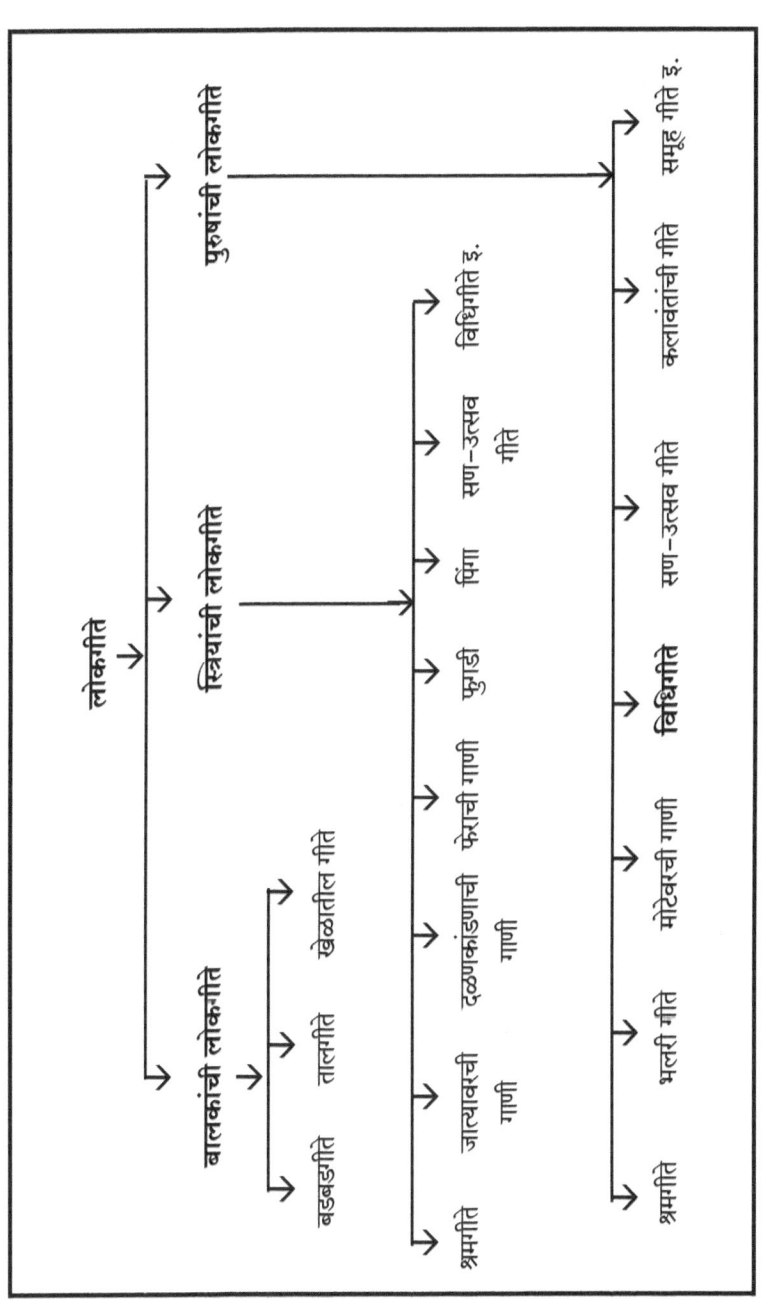

लोकगीते
बालकांची लोकगीते
स्त्रियांची लोकगीते
पुरुषांची लोकगीते
बडबडगीते
तालगीते
खेळातील गीते
श्रमगीते
जात्यावरची गाणी
दळणकांडणाची गाणी
फेराची गाणी
फुगडी
पिंगा
सण-उत्सव गीते
विधिगीते इ.
श्रमगीते
भलरी गीते
मोटेवरची गाणी
विधिगीते
सण-उत्सव गीते
कलावंतांची गीते
समूह गीते इ.

लागलेली माहेरची ओढ व आपल्या मनातील इच्छा 'फळाला' येईपर्यंत तिची अडवणूक करण्यासाठी तिला विविध कामांमध्ये गुंतवणारी सासू, हे चित्र अतिशय बोलक्या ढंगामध्ये आपणासमोर प्रकट करते. 'कारल्याचा वेल' हे रूपक वापरून सासू आपल्या सुनेकडून मातृत्वाची अपेक्षा ठेवून तिला लवकरात लवकर मूल व्हावे, म्हणून माहेरी जाण्यास प्रतिबंध करते. कारल्याचा वेल लावणे, त्याला पाणी घालणे, वेलाला फूल येणे आणि शेवटी फळ लागले की, एकदाची सासू तिला माहेरी जाण्याची परवानगी देते. आपला आनंद व्यक्त करीत ती सुनेला माहेरी पाठवताना म्हणते,

"आणा फणी घाला वेणी
जाऊ द्या राणी माहेराला..."

भारतातील ग्रामीण भागात आजही पारंपरिक दृष्टिकोनाची जपणूक कशा प्रकारे होते, ह्याचे चित्रण ह्या लोकगीतातून येत राहते. 'कारल्याचा वेल' ह्या शीर्षकाचं हे गीत स्त्रीच्या आयुष्यातील पूर्णत्वाला इतक्या सहजतेने उकलून दाखवते की, त्याच्यातून निर्माण होणारी भावनिक वलये मानवी मनाच्या तळाचा शोध घेऊ लागतात. सासू हे व्यक्तिमत्त्व लक्षात घेता आपल्यासमोर एक कजाग, छळ करणारी सासू उभी राहते. परंतु ही आदिवासी सासू मात्र आपल्या सुनेचे कौतुक करताना तिला 'राणी' असे संबोधून तिला माहेरी जाण्याची संमती देते. हा सासूच्या स्वभावातील प्रेमळ भाव या ठिकाणी दिसून येतो. हे आजच्या पार्श्वभूमीवर 'सासू' या व्यक्तिमत्त्वाला निश्चित उंची देणारे आहे. 'हे स्त्रीगीत मातृसत्ताक कुटुंबव्यवस्थेचे चित्रण करणारे आहे. मातृसत्ताक व्यवस्था अवशेषरूपात शिल्लक असणाऱ्या काळात हे गीते निर्माण झालेली आहेत.'

संस्कृतीची जपणूक करण्यामध्ये पुरुषांपेक्षा स्त्रियांचा वाटा महत्त्वाचा आहे, असे म्हटल्यास ते वावगे ठरू नये, कारण भावनेच्या अलगद स्पर्शाला समाजमनात स्थिर ठेवण्याचे काम स्त्री-गीते करताना दिसतात.

सण-उत्सवातील आनंद :

सण, उत्सव, रूढी, रीतीरिवाज ह्यांमध्ये स्त्रियांच्या लोकगीतांना विशेष स्थान आहे. स्त्री-मनातील भावविश्वाची अभिव्यक्ती अशा लोकगीतांतून प्रकर्षाने जाणवते. ही लोकगीते कित्येक वर्षांपासून स्त्रीमने जतन करीत आली आहेत.

“मी गं भैय्याला सांगते।
बारा सणाला नेऊ नको
पंचमीला रे ठेवू नको।।”

नागपंचमी हा स्त्रियांचा सगळ्यात प्रिय सण. आपल्या भावासाठी, त्याच्या दीर्घायुष्यासाठी व भरभराटीसाठी बहीण ह्या दिवशी उपास करते व नागोबाला पुजते.

‘चल गं सई वारुळाला।
नागोबाला पुंजायला।।’

असं म्हणत ती सासरच्या व्यापातून माहेरी येऊन मोकळा श्वास घेत असते. आपला आनंद व्यक्त करण्यासाठी ती मुक्तपणे गीत गात असते. तसेच गोकुळाष्टमी, नारळी पौर्णिमा, होळी, मंगळागौरी ह्या सणांचीही आतुरतेने वाट बघत असते. फुगडी, झिम्मा, कोंबडा, पिंगा ह्यांसारख्या असंख्य पारंपरिक खेळांतून ती स्वतःचा आनंद व्यक्त करते.

भक्तीतील माधुर्य :

भारतीय स्त्रीच्या मनातील परमेश्वराविषयी असलेली अंतरीची श्रद्धा उत्कटतेने जाणवते.

“विटेवरी उभा, युग झाले अठ्ठाविस।
सावळ्या इठ्ठलाला कुणी म्हणेना खाली बस।।”

असे म्हणून परमेश्वराची चिंता करणारी ही स्त्री आदर्श गुणांची मूर्ती वाटते. जन्मजातच सांस्कृतिक वातावरणात वाढलेली असल्यामुळे देव, दैवत, पुराण, आख्यान ह्यांविषयी तिच्या मनात श्रद्धाभाव आहे. सीतेसारख्या राजकन्येला वनवासाला जावे लागते, ह्या लोकगीताचे बोल स्त्रीच्या मनातील त्या प्रसंगाची वाटणारी हृदयद्रावकता व्यक्त करणारे आहे. ‘रूक्मिणीला साडी, सत्यभामाला लुगडी। दारी तुळस उघडी।।’ हे चरण पतिव्रतेची स्थिती सूचित करण्यासाठी खूप समर्पकपणे योजिले आहे.

जन्म–मृत्यूतील कल्पकता :

आईविषयीचा जिव्हाळा तर प्रत्येक स्त्रीचा स्थायीभाव आहे. स्त्रीगीतातील प्रत्येक ओवीला जिव्हाळ्याचा स्पर्श झालेला आहे. आपल्या आईविषयी माया व्यक्त करणारी लेक म्हणते,

माती आणि मातेच्या गर्भातून जन्मलेली स्त्रीगीते । ११५

> *"जीव माझा गेला, सरण जळतंय सावलीला।*
> *दुःख झाले माझ्या माऊलीला।।"*

अशा असंख्य ओव्या त्यामधील भावसौंदर्याने भरलेल्या आपल्याला दिसतात.

स्त्रीसुलभ भावना :

संसारातील प्रचंड व्यापामुळे कंटाळलेल्या स्त्रिया आपला सासरा, सासू, नणंद, दीर सतत कामे सांगतात म्हणून ती चुकवण्यासाठी अनेक कारणे शोधून काढतात. लोकसाहित्यातील ही स्त्री आळशी नाही, मात्र सततच्या कामाच्या व्यापातून उसंत मिळावी, म्हणून तिचा चाललेला तो खटाटोप आहे. सासऱ्याला चिलीम सापडत नाही. म्हणून ती दुर्लक्ष करते. दिरालाही दाद देत नाही, पण 'कारभारी बोलवतो' असे म्हणतात, तेव्हा ती लगबगीने जायला निघते व म्हणते,

> *"आंघूळ बिंघूळ झाली असंल,*
> *आरशात बिरशात बघत असंल*
> *त्यात मी त्यानला दिसत असंल*
> *येते म्हणून सांग जा."*

ह्या गीतातून तिच्या मनातील स्त्रीसुलभ भावनांचा सहजाविष्कार झाल्याचे दिसून येते. नवऱ्याविषयीचे प्रेम, आकर्षण, उत्सुकता ह्या सर्व सुप्त भावना तिच्या स्त्रीसुलभ लगबगीतून दिसून येतात.

समारोप

प्राचीन काळापासून पुरुषाच्या सुखदुःखांमध्ये समान वाटेकरी होणारी स्त्री आपल्या निसर्गदत्त मर्यादांना सांभाळत समयोचित भूमिकेत वावरत राहिली. 'चूल आणि मूल' ह्या संकल्पनेत अडकलेली तत्कालीन स्त्री नंतरच्या काळात आपल्या मनातील भावभावनांना दैनंदिन कामे रेटत असताना लोकगीतांतून गाऊ लागली.

स्त्रीची गीते म्हणजे केवळ संसारिक दुःखांचे वर्णन करणारे साधन नसून तिच्या मनातील भावनांना प्रकट करणारे ते एक असंख्यपदरी वस्त्र म्हणावे लागेल. आपल्या जीवनजाणिवांना गीतांतून मांडताना दुःखालाच ती शब्दबद्ध करीत नाही, तर तिच्या गीतांतून व्यक्त होणारा आनंद शब्दातीत आहे. सौंदर्य, मातृत्व, माया-ममता, प्रेम, आपुलकी, जिव्हाळा, माधुर्य, संयम, संघर्ष ह्या

जीवन जगण्यातील सकारात्मक बाबींना स्त्रीने गात्रांत भिनवून घेतले. प्रसंगाप्रमाणे आपल्यातला राग, द्वेष, उद्विग्नता, प्रकोप, संताप ह्यांचेही दर्शन तिच्या गीतांतून होते.

'स्त्रीगीतांतून स्त्रीच्या दैनंदिन जीवनातील घटना-प्रसंग, भाव-भावना, अपेक्षा-उपेक्षा, रूढी-समजुती ह्या सगळ्यांचा सहज आविष्कार होतो. शारीरिक कष्ट आणि भावनिक आंदोलने ह्या दोहोंची अभिव्यक्ती गीतात होते. माणसाचे पारंपरिक मन हे भावाकुल मन असते. स्त्रीमन तर विशेष भावाकुल असल्याने स्त्रीगीते भावाकुल आहेत.'

अशा प्रकारे लोकसाहित्यातील एक महत्त्वाचा भाग म्हणून आपणास स्त्रीगीते विशेष महत्त्वपूर्ण वाटतात. भावनेच्या अत्युच्च बिंदूला स्पर्श करून संस्कारसुलभ मानवी मनाला संस्कृतीच्या सर्वसमावेशकतेचा बोध करून देण्यामध्ये स्त्रीगीतांचा हिस्सा फार मोठा आहे, हे केव्हाच मान्य झाले आहे.

❑

संदर्भ आणि टीपा :

१. बाबर सरोजिनी, 'लोकसाहित्य : साजशिणगार', लोकगीतांची घराणी, महाराष्ट्र राज्य लोकसाहित्यमाला, पुष्प अकरावे, पृ. क्र. १२.

२. व्यवहारे शरद, 'लोकसाहित्य उद्‌गम आणि विकास', प्रतिमा प्रकाशन, पुणे, पृ. क्र. ३१.

३. शिंदे विश्वनाथ, 'लोकसाहित्य मीमांसा भाग-२', स्नेहवर्धन पब्लिशिंग हाऊस, पुणे, प्र. आ. २००६, पृ. क्र. २६३.

४. इंगोले प्रतिमा, 'स्त्रीचे महन्मंगल दुर्मीळ रूप', (संपा. श्रीराम गव्हाणे), भूमी, वर्ष दुसरे, अंक दुसरा, एप्रिल, मे, जून, २०१०, पृ. क्र. १३.

५. महाजन राजा, 'अहिराणी लोकगीतातील स्त्रीजीवन', महाराष्ट्र राज्य, लोकसाहित्यमाला, पुष्प अकरावे, पृ. क्र. १२.

६. भवाळकर तारा, 'लोकसाहित्यातील स्त्रीप्रतिमा', सुगावा प्रकाशन, पुणे, प्र. आ. डिसेंबर १९९०, पृ. क्र. ०७.

७. मांडे प्रभाकर, 'लोकरंगभूमी – परंपरा, स्वरूप आणि भवितव्य', गोदावरी प्रकाशन, औरंगाबाद, प्र. आ. डिसेंबर १९९४, पृ. क्र. ३०७.

९

आदिवासी नियतकालिके : स्वरूप व वाटचाल

भारतात इंग्रजी राजवट सुरू झाली आणि शूद्रातिशूद्रांना शिक्षणाची दारे मोकळी होत गेली. इंग्रजांच्या आगमनाबरोबर ज्या काही चांगल्या गोष्टी आल्या, त्यांपैकी मुद्रणयंत्राचे आगमन आणि नियतकालिकांचा उदय या होत. ह्या दोन्हीही गोष्टी आपल्या दृष्टीने अनन्यसाधारण होत. सन १९६० नंतर मराठी साहित्यात अनेक वाङ्मयीन प्रवाह निर्माण झाले. त्यातच आदिवासी साहित्याने चळवळीच्या माध्यमातून आपले विचार समाजाला पटवून देण्याचे महत्त्वाचे काम हाती घेतले आणि तितक्याच चिकाटीने पूर्णत्वास नेले. अशा वातावरणात नियतकालिकांचे आणि तेही आदिवासींच्या नियतकालिकांचे संशोधन होणे हे काहींना खरेतर हास्यास्पद वाटल्याशिवाय राहणार नाही. मराठी भाषेतील पहिले नियतकालिक सन १८३२ साली बाळशास्त्री जांभेकरांचे 'दर्पण' चालू झाले असले, तरी आदिवासींच्या सामाजिक जीवनाचे पुनरुत्थान घडवून आणण्याचे कार्य या काळात एखाद्या नियतकालिकाने केले आहे, असे दिसत नाही.

सन १९३४ साली 'मॉडर्न रिव्ह्यू' या नियतकालिकातून डॉ. वेरिअर एल्विन यांनी अगदी पहिल्याप्रथम आदिवासी जमातींच्या समस्यांवर लेख लिहिला. ह्या लेखाद्वारे डॉ. एल्विन यांनी बैगा आदिवासींची बिकट आर्थिक परिस्थिती, त्यांचे अज्ञान व त्याचबरोबर मंत्रमुग्ध करणारी त्यांची जीवनपद्धती ह्या बाबींचे यथार्थ चित्रण केलेले आहे. ते लिहितात, 'आदिवासी जीवनपद्धती मंत्रमुग्ध करणारी आहे, परंतु त्यांच्या गरिबी व कष्टांचा नुसता विचार जरी मनात आला, तरी आपल्यासारख्यांची झोप निश्चितच उडाल्याशिवाय राहणार नाही. अशा परिस्थितीत ज्या समाजाने पिढ्यान् पिढ्या आदिवासींकडे जाणूनबुजून दुर्लक्ष करून त्यांची वाईट अवस्था केली, त्या समाजास कोणती शिक्षा द्यावी, असा प्रश्न मनात

आल्याखेरीज राहत नाही.'

मराठीतील पहिले नियतकालिक 'दर्पण' हे सन १८३२ साली कार्य करू लागले असले, तरी आदिवासींचे हक्काचे नियतकालिक जन्माला यायला तब्बल १२१ वर्ष लागली. सन १९५१ साली श्री. तु. ना. काटकर यांनी चंद्रपूर येथून गोंडवना साहित्य संस्थेचे मुखपत्र असलेले 'मधुबन' हे नियतकालिक खास आदिवासींच्या ध्येय-धोरणांची अंमलबजावणी व समस्या निवारण्यासाठी सुरू केले. त्यानंतर सन १९७२ मध्ये मो. ग. लोटलीकर ह्यांनी जव्हार, जि. ठाणे येथून दि. १५ जुलै रोजी 'आदिवासी टाइम्स' नावाचे पहिले पाक्षिक सुरू केले. तिसरा महत्त्वाचा प्रयत्न सनदी अधिकारी डॉ. गोविंद गारे ह्यांनी सन १९७९ मध्ये पुणे येथून 'आदिवासी संशोधन पत्रिके'ला जन्म देऊन केला. प्रा. रा. के. मुटाटकर ह्यांनी पुणे येथूनच सन १९८० मध्ये 'हाकारा' हे त्रैमासिक सुरू केले. नागपूरहून डॉ. टी. यू. नंदनवार ह्यांनी सन १९८१ रोजी 'ट्रायबल वेल्फेअर' हे साप्ताहिक सुरू केले. एक आगळावेगळा प्रकल्प म्हणजे श्री. गणेश देवी ह्यांनी वडोदरा येथून सन १९९८ रोजी 'ढोल' नावाचे नियतकालिक सुरू केले. आज २१ व्या शतकाच्या पूर्वसंध्येला अनुसरून अकोले येथून डॉ. संजय लोहकरे चालवीत असलेले 'फडकी' हे मासिक होय. 'फडकी' म्हणजे चिंदूक-धांदूक नसून ते आदिवासी मातेचे 'महावस्त्र' आहे, ह्याची शिकवण देण्याचे कार्य ह्या मासिकाने करावे, ही त्याची जमेची बाजू म्हणावी लागेल. ह्याव्यतिरिक्त बरीच लहानमोठी नियतकालिके सुरू झाली. काही बंद पडली तर काही बंद पडण्याच्या मार्गावर आहेत.

मनापासून नियतकालिकांचा संग्रह करणे हा खरातर मूठभर लोकांचा छंद. बाकी वाचकांच्या दृष्टीने ही नियतकालिके म्हणजे चार-दोन तासांची करमणूक आणि अनंत काळाची रद्दी. अशा नियतकालिकांचा शोध घेणे म्हणजे केवळ मनस्ताप. त्यात आदिवासींची नियतकालिके म्हणजे आणखी अवघड काम. आपली नियतकालिके जपून ठेवण्याचे शहाणपण एखाद्याच आदिवासीला लाभले असेल. इतरांनी ह्या नियतकालिकांचा संग्रह करणे ही तर किती हास्यास्पद गोष्ट? ज्या आदिवासींच्या नावाचा उल्लेख होताच काहीजणांच्या कपाळावर आठ्या दिसू लागतात, अशा जात्यंध लोकांना आदिवासींच्या नियतकालिकांचे काय महत्त्व कळणार?

एकविसाव्या शतकाचे ढोल-ताशे कितीही जोरात वाजविले जात असले

तरी एका वेळच्या रोजी-रोटीला मोताद ठरलेला आणि निव्वळ लंगोटीच्या आधाराने आला दिवस ढकलणारा आदिवासी आजही आहे तेथेच हातपाय खोडत, मरण येत नाही म्हणून धडपडतो आहे. हे विदारक सत्य नाकारण्यात काहीच अर्थ नाही. पाणी, आरोग्य, शिक्षण, मोलमजुरी, रस्ते असे साधे दैनंदिन प्रश्नही अजून सुटलेले नाहीत. आदिवासी भागात सरकारने काही प्राथमिक आरोग्य केंद्रे सुरू केली असली, तरी ती फक्त कागदोपत्रीच आहेत. काही ठिकाणी तेथे पोचण्यासाठी आवश्यक रस्तेच नाहीत. मात्र पायपीट करून आदिवासी कसाबसा दवाखान्यात पोचला, तरी डॉक्टरांचा पत्ता असेल कशावरून? मग असे कितीतरी जीव तडफडत जंगलदऱ्यांतच अखेरचा श्वास सोडतात. पावसाळ्यात येणाऱ्या नदीनाल्यांच्या पुराने किती माणसे व जनावरे स्वाहा होतात, याची गणती करणे अवघडच. उरल्यासुरल्यांचा दाणागोटा संपल्याने उपासमारीची वेळ येते अशा वेळी त्यांना कंदमुळे अथवा झाडांची पाने खाऊन दिवस काढण्याशिवाय गत्यंतरच नसते. एवढेच काय पण पिण्याच्या पाण्यासाठी उन्हातान्हात मैलोन् मैल वणवण भटकावे लागते. असे कितीतरी ज्वलंत प्रश्न विविध नियतकालिकांच्या संपादक-मंडळींनी फार पोटतिडकीने मांडण्याचा प्रयत्न केला आहे.

कोणतीही नियतकालिके ही सामाजिकतेबरोबर राजकीय, धार्मिक, व्यापार अथवा वाङ्मय अशा कितीतरी विषयांना वाहिलेली असतात. त्यामुळे ती त्या-त्या क्षेत्रातील ठरावीक वर्गाचे विविध प्रश्न सातत्याने मांडत असतात. त्या प्रश्नांना वाचा फोडून समाजात जागरूकता निर्माण करण्याचे कार्य तर नियतकालिके करतातच; शिवाय समाजातील भळभळत्या जखमेवर हळूहळू फुंकर घालण्याचे काम नियतकालिके खूप चांगल्या पद्धतीने करत असतात. अशी ही नियतकालिके सामाजिक, धार्मिक आणि शैक्षणिक अशा अनेक चळवळींच्या यशस्वितेसाठी लोकसंग्रह, लोकमानस आणि लोकबळ तयार करीत असतात. खरोखर त्यांच्या ह्या निर्भीड कर्तृत्वामुळेच भारताला राजकीय स्वातंत्र्य मिळवून देण्याचे महत्कार्य झाले. त्याचबरोबर सामाजिक पारतंत्र्यात खितपत पडलेल्या आदिवासींच्या मनात त्यांच्या न्याय्य हक्कांची बीजे पेरून, त्यांच्यात स्वाभिमान, आत्मतेज आणि आत्मोद्धाराची जाणीव निर्माण करण्यात यश मिळविल्याचे दिसून येते. अशा ह्या नियतकालिकांमध्ये आदिवासीच काय, परंतु सर्व मानवसमूहाचे प्रतिबिंब पडलेले दिसते.

गणतंत्र दिनाच्या कवायतीमध्ये नाचणारे, शहरातील कारखान्यांत ढोर-

मेहनत करणारे, शाळा-कॉलेजात 'एस. टी.' असे लेबल लटकविलेले ह्या सर्वांपेक्षा वेगळे आदिवासीही भारत देशात कसेबसे तग धरून शेवटची घटका मोजत आहेत. हजारो वर्षांचा सांस्कृतिक वारसा सांभाळत जंगल आणि गाव ह्यांच्या सीमारेषांवर जगणाऱ्या ह्या आदिवासींची आपल्याला पुसटशी तोंडओळखही नाही. ते शंभरहून अधिक वेगवेगळ्या बोली बोलतात. त्यांचे सौंदर्यशास्त्र आहे. त्यांनी पूर्वीपासून एक प्रगल्भ वैद्यकविद्या जोपासली आहे. त्यांची निसर्गाकडे पाहण्याची दृष्टी अत्यंत उदार आहे; नव्हे, ते आपल्या साहित्याची आद्य प्रेरणा निसर्गालाच मानतात. त्यांच्या प्रत्येक व्यवहारात माणुसकी हा प्रथमसंस्कार जोपासला गेला आहे. आज प्रस्थापित समाज ज्याला संस्कृती मानतो, ती महाभारतकाळापासून तो आदिवासींपासूनच शिकला आहे. अजूनही त्यांच्यापासून शिकण्यासारखे खूपकाही शिल्लक आहे. जातपातविरहित, शोषण, सत्ता, लालसा, लांडीलबाडी हे शब्द त्यांच्या शब्दकोशात चुकूनही सापडणार नाहीत. संपूर्ण समानतेच्या तत्त्वावर बांधल्या गेलेल्या आदिवासी समाजाचा २१ व्या शतकातील मार्गक्रमणासाठी आदर्श ठेवता यावा असाच आहे. सध्याच्या नाकेबंदीत व ज्ञानक्षेत्रातील गुलामगिरीच्या वातावरणात लगेचच साऱ्या गोष्टी शक्य होणार नाहीत. 'कम से कम' त्यांना काय सांगायचे आहे, ह्यासाठी त्यांनी काढलेली थोडीशी फुरसत म्हणजे 'नियतकालिके' होत.

स्वातंत्र्यानंतर सहासष्ट वर्षं स्तंभित अवस्थेत राहिलेल्या बोलींना 'वाचा' फोडण्याचे महत्त्वाचे काम करण्यासाठी जंगलाशी ज्यांचे नाते अवघड बनत गेले, ज्यांचे अस्तित्वच धोक्यात आले, अशांचा क्षीण होत जाणारा आवाज उमटविण्यासाठी आणि हजारो वर्षांच्या मौलिक परंतु मौखिक परंपरेतील जवळजवळ संपत आलेली शेवटची संपत्ती शोधण्यासाठी, आदिवासींच्या खऱ्या प्रेरणा मांडण्यासाठी एक हक्काचे विचारपीठच म्हणावे लागेल. नियतकालिकांच्या संदर्भात एक अभ्यासक म्हणतो, "भारतातील अनेक प्रांतांत पसरलेल्या माझ्या अगणित सहकाऱ्यांच्या मनात आदिवासी प्रजेबद्दलचा असलेला जिव्हाळा म्हणजे ही 'नियतकालिके' होत. कारण शतकानुशतकांचा अत्याचार, अन्याय आणि उपेक्षेचा सामना करताकरता वाचा हरवून बसलेल्या, मुक्या बनत गेलेल्या आदिवासीला आपला चेहरा आणि आवाज देण्याचे काम जर कोणी केले असेल, तर ते नियतकालिकांनी. अशा नियतकालिकांची बीद्रवाक्येही विचार करायला लावणारी आहेत. उदा., 'कष्टकरी जनता, भूषण भारता, वंदन करितो पददलिता, इये

आदिवासींचिये नगरी.' सर्वप्रथम चळवळीच्या माध्यमातून आदिवासी समाजसेवक एकत्र आले आणि प्रचार करता करता त्यांनी नियतकालिकांचाही विचार केला.

सन १९८०-८५ पासून आदिवासींच्या नियतकालिकनिर्मितीला जोर चढला आणि आत्मोद्धाराचा मार्ग दाखविण्यासाठी आदिवासींच्या नियतकालिकांच्या संख्येतही भर पडत गेली. हिंदू धर्मातील चालीरीती, जातिव्यवस्था, दुष्ट रूढी, अनिष्ट पद्धती ह्यांनी आदिवासींना शतकानुशतके शैक्षणिक, आर्थिक आणि मानसिक गुलामगिरीत जखडून ठेवले होते. ह्या गुलामगिरीतच ते मूकपणे अपमान, अवहेलना, दास्य, गरिबी ह्यांनी ग्रासलेले जीवन कंठीत होते. अशा ह्या सर्व आदिवासींच्या व्यथा समाजाच्या वेशीवर टांगण्याचे आणि त्यांना त्यांच्या हक्कांसाठी, उन्नतीसाठी जागृत करण्याचे कार्य ह्या नियतकालिकांनी हाती घेतले. हिंदू धर्मातील प्रस्थापितांचा त्यांनी निषेध केला. आदिवासींच्या समस्यांची विविध अंगे आणि उन्नतीविषयी मतांची अनुकूलता-प्रतिकूलता अशी चर्चा त्या नियतकालिकांच्या रकान्यांतून झाली. महाराष्ट्रभर चाललेल्या आदिवासींच्या चळवळीचे साद-पडसाद त्यातून उत्तम रित्या उमटले आणि ह्या चळवळींना यशस्वी करण्यात त्यांचा वाटा उल्लेखनीय आहे, हे ठामपणे म्हणता येऊ लागले.

अशा नियतकालिकांची नावे पुढीलप्रमाणे, 'आदिवासी टाइम्स', 'साप्ताहिक क्रांतिपत्र', 'ट्रायबल वेल्फेअर', 'आदिवासी संघर्ष,' 'कालतरंग,' 'आदिवासी संशोधन पत्रिका', 'नाहारकंद', 'जागृती', 'एकजूट', 'महासंघ वार्ता', 'वनराज', 'जव्हार वार्ताहर', 'सा. गोंडवाना कोईतूर', 'जंगोराईताड', 'शब्दमशाल', 'महाराष्ट्र आदिवासी दर्शन', 'आदिवासी भारत', 'तारपा', 'बलवान सह्याद्री', 'आदिरंग', 'एकलव्य', 'प्रेरणा', 'देवधनू', 'मर्मस्पर्श', 'मूलनिवासी', 'गोंडवाना', 'रानव्यथा', 'हुंकार', 'कोकणा दर्शन', 'आदिवासी नगारा', 'ढोल', 'हाकारा', 'गोंडवाना संदेश', 'जयसेवा' आणि 'फडकी' अशी कितीतरी साप्ताहिके, पाक्षिके, मासिके, त्रैमासिके, षण्मासिके, वार्षिके, स्मरणिका, काही खास विशेष अंक ह्या काळात उदयाला आले व आजही काही येत आहेत. अशा नियतकालिकांविषयी 'तारपा' नियतकालिकाचे संपादक म्हणतात, ''आदिवासी नियतकालिकांची चर्चा करताना आदिवासींनी स्वतः निर्माण केलेली आणि बिगर-आदिवासींनी निर्माण केलेली किंवा पूर्णपणे आदिवासींसाठी चालविलेली अथवा काही अंशी आदिवासींना आपल्या प्रसारमाध्यमांमध्ये स्थान दिलेली नियतकालिके, अशा प्रकारे त्यांचे वर्गीकरण करता येईल.''

वरीलपैकी जवळजवळ बरीच नियतकालिके केवळ संपादकांच्या नेतृत्वाखाली निघत आहेत. केवळ एकाच व्यक्तीच्या आधाराने चाललेल्या नियतकालिकांना म्हणावे तेवढे आयुष्य लाभणे तसे कठीणच. अशी बरीच नियतकालिके चालविणाऱ्या संपादकांनी स्वतःच्या खिशाला झळ पोचवून फक्त समाजोन्नतीसाठी केलेला स्वार्थत्याग ही आदिवासी नियतकालिकांच्या इतिहासातील गौरवपूर्ण घटना म्हणावी लागेल. अशा संपादकांना धनवंतांचा, जाहिरातदारांचा पाठिंबा असता, तर एक-दोन वर्षांत बंद पडण्याची वेळ अशा नियतकालिकांच्या वाट्याला आली नसती. आजही वणवण भटकणारा, जंगलात काही मिळते का ह्याचा शोध घेणारा आदिवासी मधमाशांचे पोळे शोधण्यासाठी संपूर्ण दिवस भटकंती करत असून सायळ, घोरपड, खेकडा, रानकोंबडी, ससा, खार ह्या प्राण्यांची शिकार करण्यासाठी त्याला तासन् तास पळावे लागत असले तरी एकविसाव्या शतकातही त्याने काही आपला ठेका सोडलेला नाही. त्याच्यावर कितीही संकटे आली, तरी निसर्गानेच त्याला जणूकाही कवेत घेतल्यामुळे तो बिनधास्तपणे येणाऱ्या संकटांचा सामना करतो आहे. जंगलातून अनेक वनौषधी वनस्पती मिळत असल्यामुळे तो त्यांच्यावरच प्रयोग करू पाहत आहे. जंगलातील मोहाची फुले गोड व रसाळ असतात. परंतु प्रमाणापेक्षा जास्त खाल्ली की त्याने भूल चढते. पोटात काहीच नाही, कावळे ओरडतात, मग अशा वेळी मुले, स्त्रिया व पुरुष हे सर्वजण मोहाची फुले खाऊन काही तास भूल चढवून घेतात.

आदिवासींना अन्नातून विषबाधा होणे हा प्रश्न काही नवा नाही. दि. १५ ऑगस्ट २००७ ह्या भारताच्या स्वातंत्र्यदिनी अमरावती येथे अन्नातून विषबाधा होऊन अनेक आदिवासी लोकांचा मृत्यू झाला, ही भयंकर शोकांतिका नाही का? अहो, ज्यांना स्वातंत्र्य कधीच मिळाले नाही, अशांचा मृत्यू मात्र स्वातंत्र्यदिनाच्या दिवशी, तोही अन्नाच्या विषबाधेतून व्हावा, ह्यापेक्षा अजून कोणते महाभयंकर दुःख असू शकेल? अशा विषबाधेने मरण पावलेल्या दुर्दैवी माणसांच्या सामुदायिक अंत्ययात्रा पाहूनही सरकारचे मन विषण्ण होत नाही. काय म्हणावे अशा सरकारला?

आदिवासींबाबतची अशी कितीतरी प्रकरणे सांगता येतील. ह्या समाजाची खरी स्थिती न्हाहाळली तरी लक्षात येईल की, मुक्या जनावरांना एकवेळ अन्न-पाणी मिळेल, मात्र दलित आदिवासींना ते मिळेलच ह्याची शाश्वती नाही. एवढेच कशाला, सरकारच्या गोदामात कितीतरी वर्षांचे धान्य साठवून ठेवले जाते, त्याला कीड लागते, ते खराब होऊन जाते, शेवटी एक दिवस फेकून द्यावे लागते;

परंतु गोरगरिबांना ते मोफत तर जाऊद्याच पण सवलतीच्या दरात विकावे, असे सरकारच्या मनात कधीही येत नाही. निवडणुका जवळ आल्या की, स्वार्थी पुढारी मोठ्या बेडकाप्रमाणे उड्या मारत लंब्याचौड्या गप्पा करत गोरगरिबांच्या थेट झोपड्यांपर्यंत पोचतात.

अशा वेळी कंबरेपासूनच काय पण अक्षरशः लोळण घेऊन नमस्कार करायलाही त्यांना अजिबात शरम वाटत नाही. नेहमीच सोबतीला पंचपक्वान्नांची मेजवानी असणाऱ्यांच्याही चुली पेटत नाहीत आणि आदिवासींच्याही बऱ्याचदा चुली पेटत नाहीत. ह्या दोघांत फरक एवढाच की, श्रीमंतांना रोज घरचे जेवण कसेही बनवले तरी गोड लागत नाही. कारण त्यांना नेहमी बदल हवा असतो. म्हणून ते घरची चूल बंद ठेवून महागड्या पंचतारांकित हॉटेलात जाऊन अपचन होईस्तोवर खातात. आदिवासींचे मात्र तसे नाही. जवळ काहीच नाही, मडके-गाडगे रिकामे झाल्याने त्यांच्या चुली पेटतच नाहीत. त्यामुळे त्यांना उपाशीपोटीच राहावे लागते. रोज अन्नात बदल करणारे गर्भश्रीमंत आपल्या जिभेचे चोचले पुरविण्यासाठी नाना युक्त्या शोधत असतात. त्यांना कसली चिंता असणार? आदिवासी जनतेला अन्नाचे तर सोडाच, पण पाणी टिपण्यासाठीही मैलोन् मैल कसरत करावी लागते. ह्या बांधवांच्या फुटक्यातुटक्या घागरी कधी भरणार आहेत का? शहरातील मस्तवाल लोक स्पर्धेच्या नावाखाली 'स्विमिंग टँक'मध्ये मनमुराद डुंबत आहेत. ही मोठी तफावत सरकारच्या ध्यानी कधी येणारच नाही का?

स्थापत्यशास्त्राचा, वैद्यकशास्त्राचा, शस्त्रागारांचा पाया घालणारा पहिला हक्कदार हा आदिवासीच आहे. शिवाय विविध कला 'अधिष्ठात्या'चा मानही त्याच्याकडेच जातो. तसेच पृथ्वीतलावरचा पहिला शेतीचा शोध स्त्रीने लावला, आणि तोही आदिवासी स्त्रीने. त्याचबरोबर मद्याचा शोधही आदिवासींनेच लावला. तसेच पहिला वास्तुविशारद, वैद्य असण्याचा मानही आपोआपच त्याच्याकडे जातो. मात्र त्याने लावलेल्या शोधाची समस्या त्यालाच रसातळाला नेईल, असे कधी त्याला स्वप्नातही वाटले नसेल. पूर्वी आदिवासींची 'दारू' म्हणजे नुसतीच 'ताडी' आणि तांदळापासून बनविलेली असे. ती फार मादक तर नसेच, उलट, तिच्यात पोषणाचा बराच अंश असल्याने आदिवासींच्या दृष्टीने ते फायद्याचेच होते. पण आज काळ्या गुळाने आणि नवसागराच्या माऱ्याने अनेक वाड्या-पाड्यांवरच्या आदिवासींना झुलवत ठेवले आहे. आपणा सर्वांना माहीत आहेच की, फ्रेंच राज्यक्रांतीला कारणीभूत ठरलेल्या मेरी ॲन्टोईनेत राणीने गरीब जनतेला

उद्देशून म्हटले होते की, 'भाकरी मिळत नसेल तर 'केक' खा.' आजतर आपले शरम नसलेले सरकार मायबाप म्हणते आहे, 'धान्य मिळत नसेल तर, मद्य प्या...' म्हणजे आज नव्याने पुन्हा सरकारचे 'डोके ठिकाणावर आहे काय?' असे विचारण्याची नक्कीच वेळ आली आहे. 'आदिवासी म्हणजे दारू' आणि 'दारू म्हणजेच आदिवासी' असे चुकीचे समीकरण तयार केले जात आहे. एवढेच कशाला? सन १९३८ मध्ये तत्कालीन ब्रिटिश शासनाने जॉन सिमिंग्टन ह्या वरिष्ठ अधिकाऱ्याची आदिवासींच्या विविध समस्यांची पाहणी करण्यासाठी नियुक्ती केली होती. पाहणी केल्यावर त्याने आपल्या अहवालात जे नमूद केले आहे, ते विचार करायला लावणारे आहे. सिमिंग्टन म्हणतो, " They drink as a race", थोडक्यात दारू त्याचे विश्व व्यापून दशदिशांना पुरून उरली आहे. अशा आदिवासींची लग्ने दारूशिवाय होत नाहीत. जातपंचायत दारूशिवाय बसत नाही, मर्तिकपूजाही दारूशिवाय पार पडत नाही. म्हणजेच मूल जन्माला आल्यापासून ते मरेपर्यंत दारू त्याला सोडत नाही.

समाज कोणताही असला, तरी त्याचा सुधारण्याचा पाया 'शिक्षण' हाच आहे. आपल्या देशाला शिक्षणाची फार जुनी परंपरा असली, तरी आजही 'अज्ञान' आणि 'दारिद्र' ही जणूकाही आदिवासींच्या मानगुटीवर बसलेली भुतेच होत. शिक्षणाने आपण काय साध्य करणार आहोत, ह्याचे उत्तर आदिवासींना एकविसाव्या शतकातही न मिळाल्याने ते शिक्षणापासून वंचित राहिले आहेत. दुसरे महत्त्वाचे म्हणजे आई-वडील मोलमजुरीसाठी जातात, तेव्हा तान्हुल्याला सांभाळायला घरात कोणीच नसते. अशा आई-बाबांना शिक्षणापेक्षा आपल्या रोजीरोटीचीच चिंता अधिक असते. जेथे रोजीरोटीचा प्रश्न गंभीर आहे, तेथे शिक्षण हे दुय्यम दर्जाचे समजले जाते.

अशा कुटुंबातील शिक्षण न घेण्याची कारणे त्यांच्या तोंडून ऐकलेली बरी. ती अशी- "शिकायला जायचा... आय-बा मजुरीनं जातात, तवा धाकल्या बाबल्याला संभाळायला कोन?" म्हणून आठ वर्षाचा पांडू व दहा वर्षांची राणू घरीच 'बाळगी' म्हणून राहतात. तर दुसरे "साळंत जाऊनसान काय करणार? पोटाला दोन घास कोन घालणार..." अशी कितीतरी दारिद्र्य व अज्ञानमूलक कारणे दिसून येतात. सर्वांत वाईट म्हणजे त्यांच्या शिक्षणाची हेळसांड पावलोपावली तर होतच आहे, शिवाय त्यांची नको तेवढी टिंगलटवाळी, टर उडवली जात आहे. बायकांच्या जेवणाविषयीच्या आस्वादक चर्चेत तर "एवढ्या लवकर जेवायला

काय आम्ही 'आदिवासी' आहोत काय?''असे संवाद नेहमी ऐकायला मिळतात. एखादा माणूस बसमध्ये लवकर चढत नसेल, तर बसचा कंडक्टर त्याला ओरडतो, आणि म्हणतो, ''आदिवासी आहेस का? तुला काहीच कसे समजत नाही. डोक्याचा भाग काही आहे का नाही?'' ह्याच्यापुढचा कळस म्हणजे काही दिवसांपूर्वीच, मासिक 'नाहारकंद'मध्ये एक कार्टून प्रकाशित झाले होते. त्यात लिहिले होते, 'खबरदार! ह्या पुलावरून कोणी जाल तर! कारण हा पूल 'आदिवासीं'च्या फंडातून बांधला आहे. ह्या पुलावरून जायचे म्हणजे त्यांची परवानगी नको का घ्यायला?'[६] आता पुलाचे आणि आदिवासींचे काही देणेघेणे आहे का? मात्र थट्टा करण्याचा असाही मूर्खपणाचा कळस केला जातो. ह्याचा अर्थ पृथ्वीवरील सर्व दोष, सर्व वाईट गोष्टी ह्यांसाठी जणू काही पर्यायी समानार्थी शब्द म्हणजे 'आदिवासी' असा खुळा गैरसमज इथल्या महाभागांनी करून तर घेतला नसेल? एक मात्र खरे, आदिवासींच्या दोषांची जेवढी चर्चा होते, तेवढीच गुणांची का बरे होत नाही? हा खरा संशोधनाचा भाग म्हणावा लागेल. आता शांत बसून चालणार नाही, तर आदिवासींना स्वतःच्या शाळा, महाविद्यालये, वसतिगृह काढणे क्रमप्राप्त होणार आहे. त्याचबरोबर सांस्कृतिक पार्श्वभूमी जतन करणे, लोकसमूहातल्या चालीरीती, विविध कलांची जपणूक करायची असेल, तर त्यांनी 'नियतकालिकां'कडे अधिक लक्ष द्यायला हवे, असे वाटते.

आदिवासींना संगीतातील 'राग-रागिणी'चे अजिबात ज्ञान नसते, असे काही उपटसुंभे मोघमपंचे ओरडतात. मात्र आदिवासींच्या गायनात 'मेघ मल्हारा'चे स्वर सहजतेने हजेरी लावून जातात. एवढेच नाही तर संगीत रत्नाकरांच्या संकेताची आठवणही करून देतात. मग पाऊस आल्यावर त्यांचा आनंद गगनात मावत नाही. ते सारे विसरून नाच-गाण्यात तल्लीन होतात. शेवटी निसर्गाचे पुजारीच ते! त्यांची आणि आपली तुलना कशी करता येणार?

आज अतिशय जलद गतीने होणाऱ्या बदलांमुळे, जागतिकीकरणामुळे, आधुनिकीकरणामुळे आणि खाजगीकरणामुळे आदिवासी संस्कृती धोक्यात आली आहे. तिला सुरक्षित ठेवण्यासाठी प्रसारमाध्यमे, नियतकालिके फार चांगल्या पद्धतीने समाजजागृती करतील, असा विश्वास वाटतो. आदिवासींवर होणारी धार्मिक आक्रमणे, जल, जंगल आणि जमिनीवर होणारी आक्रमणे, खोट्या आदिवासींचा धोका... असे कितीतरी धोके संपुष्टात आणायचे असतील तर आपल्याला समूहमनाने सदसद्विवेकबुद्धी जागृत ठेवून 'नियतकालिकां'चीच कास

धरावी लागेल. म्हणजे २१ व्या शतकात प्रसारमाध्यमांची जी क्रांती होत आहे, त्यात आदिवासींना नवीन दिशेने गरुडझेप घेता येईल.

❑

संदर्भ आणि टीपा :

१. 'आदिवासी मुद्रित प्रसारमाध्यमे,' श्री. शंकर बळी, आनंदोत्सव, अहमदनगर, दि. १ नोव्हेंबर २००८, पृ. क्र. ४९-५८.

२. 'डॉ. व्हेरिअर एल्विन ह्यांच्या आदिवासी विकासविषयक तात्त्विक धोरणप्रणालीची उत्क्रांती', जॉन गायकवाड, डॉ. एल्विन विशेषांक, हाकारा, पुणे, वर्ष १० वे, अंक-जानेवारी-जून, १९८९, पृ. क्र. १३.

३. 'मराठी नियतकालिकांचा वाङ्मयीन अभ्यास', व. दि. कुलकर्णी, खंड-१, (१८३२-१८८२), पृ. क्र. ३८.

४. 'अभिरुची' मासिक, मराठी वाङ्मयाचा अभिनव इतिहास, सुषमा करोगल, स्नेहवर्धन पब्लिशिंग हाऊस, पुणे ३०, पृ. क्र. १४८.

५. 'दलितांची नियतकालिके', हरिश्चंद्र निर्मळे, सुगावा प्रकाशन, पुणे, १९८७, पृ. क्र. १२.

६. 'आदिवासी लोककथा', गोविंद गारे, कॉन्टिनेन्टल प्रकाशन, पुणे २००३, पृ. क्र. ८९.

७. 'भूमिसेनेचा सेनापती, काळूराम दोधडे', श्रीविद्या प्रकाशन, पुणे, प्र. आ. १९८८, पृ. क्र. १५१.

८. 'आदिवासींचे शिक्षण आणि दुर्गम आदिवासी', 'एकजूट', अकोले तालुका विशेषांक, राजूर, २००२, पृ. क्र. १०.

९. 'माझ्या आदिवासी बांधवांच्या अधोगतीचे लपलेले गूढ', दत्तू बारकू जाधव, जव्हार दिवाळी अंक, प्र. आ. २००१, पृ. क्र. २५.

१०. 'भारतातील आजच्या दुर्दैवी घटना,' संजय दाभाडे, नाहारकंद, मुंबई, सप्टेंबर १९९६, पृ. क्र. २७.

११. 'आदिवासी जीवनाच्या यशोमंदिराची वाटचाल', सुबोध जावडेकर, लोकराज्य, आदिवासी विकास अंक, दि. १६ डिसेंबर १९८३, पृ. १२-१४.

१२. 'डॉ. बाबासाहेब आंबेडकरांची पत्रकारिता', विशेष अंक, संपा. प्रा. विलास वाघ/ डॉ. विजय खरे, डॉ. बाबासाहेब आंबेडकर अध्यासन केंद्र, पुणे विद्यापीठ, पुणे, दि. २६ जाने. २००७, पृ. क्र. २४-२८.

१३. विविध दै. वर्तमानपत्रातील संदर्भीय बातम्या...

१४. ‘मराठी साहित्य : इतिहास आणि संस्कृती’, नियतकालिके, वसंत आबाजी डहाके, पॉप्युलर प्रकाशन, मुंबई, प्र. आ. २००५.
१५. ‘भाषा केंद्राविषयी, भिल्ल विशेषांक’, गणेश देवी, मराठी अंक, मे २०००, पृ. क्र. ०५.
१६. ‘खोट्या आदिवासींचा धोका’, दादाभाऊ तळपे, ‘हाकारा’ जुलै-डिसेंबर १९८८, पृ. क्र. २६-२७.
१७. ‘मराठी साहित्य आणि प्रसारमाध्यमे’, खताळ सोमनाथ, अक्षरगाथा, दि. १० ऑक्टोबर २०१०, नांदेड, पृ. क्र. ९४-९५.

१०
मराठी साहित्यातील आदिवासी स्त्रीचित्रण

पृथ्वीतलावरचे पहिले संतान, इथल्या भूमातेचा पहिलावहिला गहिवर म्हणजे आदिवासी जनसमुदाय होय. ज्याने प्रथम इथे अधिवास केला, तो आदिवासी म्हणजेच इथला मूळनिवासी होय. जो इथला आद्य संशोधक, समाजशास्त्रज्ञ, वैज्ञानिक, वास्तुविशारद, विधिज्ञ, वैद्य आणि तोच सर्व काही. त्यानेच निसर्गाच्या संगतीत आणि प्राण्यांच्या सान्निध्यात राहून स्वत:वर संस्कार करून घेतले. पुढे तो टोळ्याटोळ्यांनी आपला जीवनमार्ग क्रमू लागला.

स्त्रियांची पूर्वपीठिका

ही कथा आहे माकडाचा माणूस होऊन गुहेतून झोपडीत आला तेव्हाची. इतर प्राण्यांपेक्षा आपण काही अंशी वेगळे आहोत हे मानवाच्या लक्षात आल्यानंतर तो सातत्याने आपल्यात बदल करत राहिला. जंगलातील प्राणी, अग्नी आणि पावसापासून भय वाटते म्हणून त्याने टोळीटोळीने रहायला सुरुवात केली. जीवन जगण्याची एक अलिखित आचारसंहिता बनवूनच तो जीवन जगू लागला. स्त्री-पुरुषांचे म्हणजे नर-मादीचे आकर्षण त्या काळात अधिक तीव्रतेने त्यांना जाणवत गेल्याचे निदर्शनात येते. आपली शारीरिक ठेवण आणि जबाबदारीचीही उकल त्यांना झाल्याने त्या काळच्या नर-मादीने एकमेकांना नीटपणे समजून घेतले. मात्र प्रत्यक्ष सामना (टोळीयुद्ध) सुरू झाले की, कुणाचीही गय केली जात नसे. त्यासाठी प्रत्येकाला आपली क्षमता सिद्ध करावी लागत होती. तरच अशा अष्टपैलू व्यक्तिमत्त्वाला आपल्या टोळीचा 'गणनायक', 'गणपती' म्हणून मान मिळत होता. त्याचबरोबर स्त्रियांनाही 'गणनायिका', सम्राज्ञी म्हणून मान्यता मिळत होती.

मातृसंस्कृतीचा उदय आणि विकास

आदिवासींमध्ये प्रारंभापासून मातृसत्ता अस्तित्वात असल्याचे दिसून येते. त्यासाठी रामायण आणि महाभारतात कितीतरी उदाहरणे सापडतात. 'रामायण-महाभारतातील वर्णसंघर्ष' ह्या वैचारिक ग्रंथात कॉ. शरद पाटील म्हणतात की, 'निर्ऋती ही मूळची कृषिदेवता असून तिने छंदासी अथवा तांत्रिकी श्रुती ह्या नावांनी ओळखल्या जाणाऱ्या आद्यकृषिमायेचे व अब्राह्मणी प्रवाहाचे सर्जन केले. त्यातून दिती, उर्वशी इ. स्त्रीराज्यांच्या राण्यांनी आपले राजवंश प्रसविले. मात्र पुढारलेल्या संस्कृती प्रसवल्या नाहीत. हे काम मात्र निर्ऋतीने केले.'[१] त्यामुळे अशा आद्य मातृकी संस्कृतीच्या निर्मातीला त्या प्रवाहाबरोबरच नेणिवेत लोटावे लागले आहे. कारण आर्य हे मूळचे भटके. पशुपालन करत इथपर्यंत आले. त्यामुळे त्यांना जवाशिवाय दुसरे धान्य माहीत असण्याचे काही कारणही नव्हते. ब्राह्मण्यके व उपनिषदे सांगतात की, आर्यांनी शेती व धान्य अनार्यांपासून घेतली. आणि पुढे ते हातपाय पसरवीत राहिले. त्या काळी आदिवासी स्त्रीने मोठ्या कष्टाने प्रथम शेतीचा शोध लावला आणि ती भरभराटीला आणली, हे आपल्याला कदापिही विसरून चालणार नाही. मंदोदरी ही मातृदेवता गणातील अशोकवनाची मालकीण होती, शूर्पणखा ही दंडकारण्याची सम्राज्ञी होती, तर त्राटिका, पूतना, हिडिंबा अशा कितीतरी महासम्राज्ञी ह्या स्वतंत्र राज्यांच्या गणनायिका म्हणून राज्यकारभार करत असल्याचे आपल्या लक्षात येते. त्या काळी मातृसत्ता अस्तित्वात असल्याने जंगली युगातून रानटी युग आणि रानटी युगातून संस्कृतियुग अशा स्थित्यंतरांमधून वाट काढत काढत स्त्रीने आपली मातृसत्ता अबाधित ठेवली होती. त्यामुळे पुरुषाची निवड करण्याचा अधिकार तिच्याकडे होता. ती आपल्याला अनुकूल, चपळ, प्रसंगावधानी, झाडावर चढण्यात आणि उतरण्यात प्रवीण असलेल्या शूर नराची आपला जोडीदार म्हणून निवड करीत असे. संपूर्ण कुटुंबाची जबाबदारी पेलायचे कौशल्य तिच्याकडे असल्याने, तीच कुटुंबप्रमुख म्हणून उत्तम कामगिरी बजावत होती. लेखिका मंगला सामंत आपल्या 'स्त्रीपर्व' ह्या ग्रंथात लिहितात की, स्वावलंबन, स्वसंरक्षण आणि लैंगिक स्वातंत्र्य हे प्रत्येक प्राण्याला दिलेले तीन निसर्गदत्त अधिकार आहेत.[२] ह्या तीनही अधिकारांचा पुरेपूर वापर आदिवासी स्त्री करत आली आहे. थंडीपासून रक्षण करण्यासाठी अग्नीला गुहेत ठेवून बाळाला ऊब देण्याची कल्पना असो, दुष्काळापासून कुटुंब वाचविण्यासाठी अन्नपदार्थ

टिकवण्यासाठी नाना युक्त्या, झाडांच्या साली जोडून शरीर लपेटून घेण्याचा प्रयत्न, बाळाला अन्न खाता यावे म्हणून अग्नीचा शोध लावून शिजवण्याची धडपड, विविध रोगांपासून बचाव होण्यासाठी औषधी वनस्पतींचे ज्ञान आणि त्यावरील संशोधन असो, अशा कितीतरी गोष्टी आदिवासी स्त्रीने आपल्या बुद्धीला चालना देऊन केल्या, त्यातूनच तिच्या विविध हस्तकौशल्यांचा, कलांचा आणि तिच्या कल्पनाशक्तीचा विकास होत गेला आणि आदिवासी संस्कृतियुगाचा उदय झाला.

शोधांची जननी आदिवासी स्त्री

शिकारीसाठी दगडांची हत्यारे बनविली, थंडीपासून बचाव होण्यासाठी जनावरांच्या शरीराच्या कातड्यापासून अंगरखा शिवला, विंचू-काटे आणि सर्पदंशापासून वाचवण्यासाठी स्त्रीने जनावरांच्या कातड्यापासून पायताण बनविले. त्यासाठी अणकुचीदार हाडे घेऊन तिने सुया बनविल्या. ह्यातूनच पुढे शिवणकलेचा विकास होत गेला. झाडांच्या सालीपासून वल्कले बनविणे, बांबूपासून टोपल्या, परड्या विणण्यापासून ते भांड्यांचा शोध लावण्याचे कसबही तिचेच. ती शेतीची जननी असल्याने शेतीला पूरक व्यवसायांनाही तिनेच बळकटी दिली. त्यापासूनच पशुपालन, दुग्धव्यवसाय, विणकाम, हस्तकला, मातीकला अशा कितीतरी लघुउद्योगांची जननी स्त्री असल्याचे आपल्या निदर्शनास येते. शेवटी अत्यंत मौल्यवान शोधाची जननी स्त्रीच आहे, हे नाकारून चालणार नाही. तो शोध म्हणजे 'भाषेची निर्मिती' होय. निसर्गातील नाना पशुपक्ष्यांचे आवाज ऐकून स्त्रीने आपल्या बाळाला भाषा शिकवली. म्हणून तर जग़ातील प्रत्येक संस्कृतीतील भाषा ही 'मातृभाषा'(Mother Tongue) म्हणूनच ओळखली जाते. 'पितृभाषा' (Father Tongue) असे संबोधन कुठेही आढळत नाही. निसर्गातील आवाज वापरून स्त्रीने भाषा कशी बनविली, त्याविषयी वि. का. राजवाडे 'भारतीय विवाहसंस्थेचा इतिहास' ह्या संशोधनाच्या परिशिष्टात लिहितात, 'कावकाव करणाऱ्या पाखराला काक:, कि:खी: करणाऱ्या माकडाला कि खि अशी नामे तयार झाली आधुनिक आई बाळाला गाय दाखवताना 'हम्मा बघ' म्हणते. कावळ्याला 'काऊ' किंवा चिमणीला 'चिऊ' म्हणू लागली.'[३] ह्यावरून स्त्रीचे भाषेमधील आद्य कार्य सर्वांच्या नजरेत भरणारे असेच आहे.

समूहजीवनातील मानवी मूल्ये जोपासणारी आदिवासी स्त्री :

अनादी काळापासून श्रम, समूह आणि सहकार्य ह्या त्रिस्तरीय मूल्यांना आपल्या जीवनातील अविभाज्य घटक बनवून आदिवासी स्त्री मार्गक्रमण करताना दिसते. उपवर मुलीचे लग्न ठरवताना तिचा होकार अग्रक्रमाने विचारात घेतला जातो. तिला पसंत नसलेल्या मुलाबरोबर कदापिही बळजबरीने तिचे लग्न लावले जात नाही. ह्याचाच अर्थ वरसंशोधनाचा पूर्ण अधिकार तिला आहे; नव्हे, तिने तो आपल्या अधिकाराने मिळवला आहे.

आदिवासी स्त्रीला जसा वर निवडण्याचा अधिकार आहे, तसाच तो आपल्या समान असेल तरच ती त्याला होकार देते. अन्यथा नाही. कवी वाहरू सोनवणे म्हणतात की, ''आदिवासींत लग्न झाल्यावर मुलगी नवऱ्याला देव मानत नाही. तर सुख-दुःखात, आनंद-उत्सवात जीवनसाथी म्हणून स्वीकारते. जर का नवऱ्याने बायकोला खूप त्रास दिला, दीर-जेट-सासू-सासरे यांच्याकडूनही छळ व्हायला लागला, तर मुलगी नवऱ्याच्या धनसंपत्तीला बघून वा सोने-चांदी किंवा हवेलीला बघून झिजून-झिजून जगणे तिला जमत नसेल, तर अशा नवऱ्याला 'चल फूट' म्हणून सोडून देते. आणि आवडीच्या मुलासोबत जीवनसाथी म्हणून संसार करते. ह्या प्रकारात समाज तिला बहिष्कृत करत नाही, तर तिला प्रेरणा देतो. कारण आदिवासींमध्ये इतरांसारखी आत्महत्या करण्याची परंपरा नाही.''[४] त्यांची संस्कृती उच्चकोटीतील आहे. त्यामुळे अनेक पिढ्यांनी तिला उद्ध्वस्त करण्याचा चंग बांधला असला, तरी ती नाश पावली नाही.

आदिवासी स्त्रीची सौंदर्याची कल्पना श्रम करणारी आहे किंवा नाही एवढेच बघितले जाते. आदिवासी स्त्रिया कपाळावर, गालावर गोंदतात; कारण ती सौंदर्याची खूण समजतात. स्त्री-पुरुषांचे दुसावटी लग्न म्हणजे 'मोहतूर' लावण्याची प्रथा मोठी सन्मानाने केली जाते. आदिवासी स्त्री सुरुवातीपासून धाडसी आणि महापराक्रमी होती. तिने सर्वच कार्यामध्ये पुरुषाच्या खांद्याला खांदा लावून काम केले आणि आपली मातृसंस्कृती उज्ज्वल केलेली दिसते. त्या काळी भारतामध्ये नांदत असलेली सिंधु खोऱ्यातील द्रविडीयन संस्कृती ही कृषीप्रधान संस्कृती असून 'नांगर' तंत्राचा उदय होण्यापूर्वी ह्या संस्कृतीमध्ये स्त्री-प्राधान्य किती उच्च कोटीचे होते, ते बघायला मिळते.

अशा सुजलाम सुफलाम कृषी देशाला अचानक उतरती कळा लागण्यामागचे आणि आदिवासींना शारीरिक, बौद्धिक आणि सांस्कृतिक गुलाम करण्यामागचे

कारण म्हणजे आर्यांचे येथे येणे. त्यांनी येथील आदिवासींवर आपली मूल्यहीन संस्कृती लादली. प्रथम त्यांनी कशावर घाव घातला असेल तर ते म्हणजे भारतातील मातृसत्ताक पद्धतीवर... त्यांना पुरुषसत्ता आणायची होती आणि स्त्रियांच्या राज्यांचा नायनाट करायचा होता. मात्र हे करत असताना अनार्यांना अजिबात शंका येणार नाही असे काही गौडबंगाल त्यांनी सुरू केले. त्यासाठी त्यांनी 'देव'नावाची संकल्पना जन्माला घातली आणि त्यातून आदिवासींच्या निसर्गावर आधारलेल्या धार्मिक, सांस्कृतिक आणि राजकीय बाबींचा समाचार घेऊन त्यांची राज्ये कपटाने जिंकून घेतली.

सर्वांत प्रथम आर्य ऋषी मुनींनी वेदकाळात अनेक काल्पनिक देव निर्माण करून अनार्यांमध्ये त्यांची पूजा-सेवा करायला सुरुवात केली. देवांची संख्या वाढत असताना देवताही जन्माला घातल्या. त्यांना देवता, देवमाता संबोधले जाऊ लागले. आणि इथे पुन्हा देवी बनविलेल्या स्त्रियांना पुरुषदेवांच्या गुलामीत अडकविले गेले. प्रत्येक देवाबरोबर एक स्त्री-देवी त्याची पत्नी म्हणून देवाचा संसार करू लागली. तिचे अस्तित्व नष्ट करून तिची सत्ता हळूहळू काढून घेतली गेली. अधिकार गेल्यामुळे ती देवांवर अवलंबून राहू लागली. थोडक्यात, तिला परावलंबी बनविले गेले. पुढे तर ती भोगदासी आणि पुरुषांची वासना शमविण्याची शिकार बनली. तिला विवाहसंस्थेच्या गोंडस पिंजऱ्यात कायमचे अडकवून धूर्त पुरुषांनी तिची मातृसंस्कृती उद्ध्वस्त केली आणि तेथूनच पुरुषसत्तेचा उदय झाला. रामनगीना सिंह आपल्या 'रावणाची सत्यकथा' ह्या वैचारिक ग्रंथात म्हणतात, "राम सीतेबरोबर वनवासात असताना एके दिवशी त्यांना त्यांच्याच कार्यात मग्न असलेले आदिवासी दिसले. त्या वेळी राम लक्ष्मणाला म्हणाला, ह्या रानटी माणसांचा नायनाट केला पाहिजे, ह्यांच्यापासून आपल्या जीवाला धोका आहे. त्यावर सीता म्हणाली, 'ही माणसे तर निष्पाप आहेत, त्यांनी आपल्याला काहीच केले नाही, तर मग त्यांना कशासाठी इजा पोहचवायची?' तेव्हा राम म्हणाला की, ज्या कामासाठी ऋषिमुनींनी माझी निवड केली आहे, ते करण्यापासून मला जर कोणी परावृत्त करू लागला, त्यात लक्ष्मण असला वा तू असली तरी मी तुझा त्याग करील, मात्र माझ्या निश्चित ध्येयापासून मी कदापिही ढळणार नाही."[५] इथे रामाचे ध्येय म्हणजे अनार्य मातृसत्ताक पद्धती नष्ट करणे असेच होते. आणि त्याने तसेच केल्याचे रामायणातील सर्व घटना सांगतात.

पुढे एका गोष्टीने स्त्रीचे सर्व अधिकार काढून घेण्यात आले. मनुस्मृतीने तर

तिला पापाचे आगार म्हटले, 'न स्त्री स्वातंत्र्यमर्हती!' अशी देववाणी सांगणारी ही मनुस्मृतीच. 'बाई म्हणजे पायातली वाहाण!' तिला डोक्यावर घेऊन चालत नाही. कामापुरताच तिचा वापर करावा. तिला सतत कष्टात मग्न ठेवावे. म्हणजे ती वाईट चिंतन करत नाही.'[६] अशी सांगते.

ज्यांना स्त्रीमाहात्म्य मान्य नाही, त्यांनी जगाच्या पाठीवर तिला सर्व बाजूंनी उपेक्षित ठेवले. तिच्या 'मातृत्वा'चा गौरव येथील पारंपरिक स्मृतिग्रंथांनी धुळीला मिळविला, त्यातून पुरुषाच्या तुलनेत स्त्रीचे स्थान कायम दुय्यम, उपेक्षित मानले गेले. हे सारे घडले ते 'पुरुषमाहात्म्य' वाढविण्यासाठीच. त्यामुळे जगाच्या साहित्यातही तिची प्रतिमा ह्यापेक्षा वेगळी काय असणार?

साहित्याने उमटविलेली स्त्रीची कलुषित मोहर

आदिवासींच्या दृष्टीने जागतिक साहित्याकडे नजर टाकली तर आपल्याला आदिवासींबद्दलचे कितीतरी घृणास्पद आणि किळसवाणे उल्लेख सापडतील. वेदांपासून ते ब्रिटिश काळापर्यंतच्या ग्रंथांचा जरी विचार केला, तरी ह्या जमातीबद्दल काळेभिन्न, धरतीचे पापी, लुटारू, हिंसक, जंगली अशा कितीतरी कुत्सित उपाध्या दिलेल्या आढळतात. अनेकांनी आदिवासींना कधी लोणच्यासारखे तोंडी लावण्यापुरते, तर कधी साहित्यात रानटी व असंस्कृत दाखविले आहे.

आदिवासी साहित्याचा विचार सुरू होतो तेव्हा वाल्याकोळी, एकलव्य, कीचक, त्राटिका, हिडिंबा, शुर्पणखा, महाराणी पूतना, महाभारतातील राणी दिती (हिरण्यकशिपू हा दितीचा मुलगा होता), राणी कैकसी, राणी सुंदरी, राणी केतुमती, मालवीची पत्नी राणी वसुधा, लंकेची अधिष्ठाती देवी निकुंभिला, राजमाता मंदोदरी, रावणाची मावशी राका, आडार कोलाम अशा कितीतरी सम्राज्ञी होऊन गेल्या; मात्र त्यांचा साधा उल्लेखही इतिहासाने केला नाही.

डॉ. रावसाहेब कसबे म्हणतात की, ''ज्या आदिवासी समाजाला शेकडो वर्ष व्यक्तिगत आणि सामाजिक जीवनात स्वातंत्र्याचा श्वास घेता आला नाही, ज्याला कधी सुखाचा घास मिळाला नाही, त्याचे चित्रण कधी आपल्या साहित्यात झालेच नाही. शाकुंतलसारख्या महान मानल्या गेलेल्या वाङ्मयीन कलाकृतीतही आदिवासी दाखविले आहेत. परंतु ते प्रेक्षकांना हसविण्यासाठीच. जो आदिवासी शकुंतलेची माशाने गिळलेली अंगठी राजाला परत देण्यासाठी येतो, त्याच्या प्रामाणिकपणाची, निष्ठेची, निःस्वार्थी वृत्तीची छाप पडण्याऐवजी त्याच्या प्रवेशाबरोबर

सारे सभागृह हास्याच्या सागरात बुडून जाते, ह्याचा अर्थ काय? ही केवळ आदिवासींची टिंगलटवाळी नाही तर त्यांच्या प्रामाणिकपणाची, निष्ठेची आणि निःस्वार्थी वृत्तीच्या मूल्यांचीच टिंगल म्हणावी लागेल.''[७] ही झाली एक तुच्छतेची झलक.

आदिवासी क्रांतिकारकांबरोबरच स्त्रियांनीही हिंमतीने बाजी लावलेली बघायला मिळते. उदा., स्वातंत्र्यसेनानी राणी गायडिनलू, स्वातंत्र्यसंग्रामातील तेजस्विनी दशरीबेन, शूर बाण्याची सम्राज्ञी जिजाई भांगरे, वीर झलकारी बाला अशा कितीतरी क्रांतिकारक स्त्रिया होऊन गेल्या आहेत; मात्र इतिहासाने त्यांची कुठेच दखल घेतलेली नाही. मराठी साहित्यात अस्सल आदिवासी चित्रण हे दुरापास्तच म्हणावे लागेल. त्यातील काही कलाकृती अशा दुर्गा भागवत ह्यांच्या 'महानदीच्या तीरावर' ह्या कादंबरीने खळबळ माजविली. आदिवासी स्त्रीवर कर्णिकांनी 'वाडगीण' नावाची वर्णनात्मक, पसरट कादंबरी लिहिली. 'जेव्हा माणूस जागा होतो' ही वारल्यांचा संघर्ष सांगत स्वतःचा अभिमान सांगणारी कादंबरी गोदावरी परुळेकरांनी लिहिली आणि स्वतःचीच प्रसिद्धी मिळवली. 'अरण्येर अधिकार'मध्ये महाश्वेता देवींनी बिरसा मुंडाची चळवळ आणि समाजाचे वेगळेपण दाखविले. ही कलाकृती उत्तम तऱ्हेने साकारली आहे. बाबा भांडांनी 'तंट्या' ही कादंबरी एक सामाजिक दस्तऐवज म्हणून पुढे आणली असून अनिल सहस्रबुद्धे ह्यांनी 'डांगाणी' कादंबरीत इंदी नावाची नायिका उभी करून एक काल्पनिक सौंदर्याची परिसीमा साधली आहे. र. वा. दिघे ह्यांनी 'पाणकळा', 'पड पाण्या', 'सराई', 'सोनकी' ह्यांसारख्या कादंबऱ्या लिहून त्यांत कमालीची काल्पनिकता ओतप्रोत भरली आहे. दीनानाथ मनोहरांच्या 'आंदोलन', 'मन्वंतर' ह्या कादंबऱ्या वास्तवतेला धरून आल्या असल्या, तरी सुरेश द्वादशीवार ह्यांच्या 'हाकूमी' आणि 'तांदळा' ह्या कादंबऱ्यांपैकी 'हाकूमी'मधला कन्ना मडावी चांगला रंगवलेला असला, तरी त्यातील बराच तपशील विसंगत वाटतो. आनंद पाटील ह्यांच्या 'झडीचे दिवस' ह्या ग्रंथात आदिवासी युवतींना बीभत्सपणे चितारण्याचा खटाटोप पाहावयास मिळतो. कवितेच्या अंतर्बाह्य स्वरूपाबद्दल आकलन करून देणाऱ्या 'मॉडर्न आफ्रिकन पोयट्री' आणि 'साउथ आफ्रिकन व्हर्स' ह्यांचे संपादन अनुक्रमे गेरॉल्ड मूर आणि स्टीफल ग्रे ह्यांनी केले असून उत्तम काव्याचा नमुना म्हणून त्यांच्याकडे पाहण्यात येते. आफ्रिका देशातील कवितेला काहींनी काळी कविता म्हणून संबोधले असले, तरी तसे करून चालणार नाही. कारण ह्या कविता

आदिम वेदनेसोबत गतिमान संघर्ष घेऊन आल्या आहेत. ही कविता पांढरपेशी समाजालाही दिलासा देते. कारण तिचे अस्तित्व आदिवासींच्या लढ्याशी जोडले गेले आहे. आदिवासी कवितेत कवयित्री उषाकिरण आत्राम, कुसुम आलाम, रेखा डगळे, प्रेरणा कन्नाके, सीता भोजने ही नावे आता आपल्याला विसरून चालणार नाहीत. आदिवासी साहित्यात स्त्रियांनीही आपले अस्तित्व नव्याने दाखवायला सुरुवात केली आहे.

❑

संदर्भ आणि टीपा :

१. कॉ. शरद पाटील, 'रामायण-महाभारतातील संघर्ष', मावळाई प्रकाशन, शिरूर, द्वि. आ. मार्च २००५, पृ. क्र. ०३.

२. मंगला सामंत, 'स्त्री पर्व', सुगावा प्रकाशन, पुणे, प्र. आ. २०००, पृ. क्र. १५.

३. वि. का. राजवाडे, 'भारतीय विवाहसंस्थेचा इतिहास', लोकवाङ्मय गृह, मुंबई, नववी आवृत्ती, पृ. क्र. ८७.

४. वाहरू सोनवणे, 'आदिवासी संस्कृती आणि विकासाची संकल्पना', परामर्श, पुणे विद्यापीठ, पुणे, खंड-२७, अंक ०३, नोव्हेबर-जानेवारी २००५-०६, पृ. क्र. २४-२५.

५. राम नगीना सिंह, 'रावणाची सत्यकथा', अनुवादक वासंतिका पुणतांबेकर, सुगावा प्रकाशन, पुणे, तृ. आ. २००६, पृ. क्र. ५९.

६. तारा भवाळकर, 'लोकसाहित्यातील स्त्रीप्रतिमा', सुगावा प्रकाशन, पुणे, प्र. आ. १९९०, पृ. क्र. ०२, ०३.

७. गोविंद गारे, 'आदिवासी साहित्य संमेलन', अध्यक्षीय भाषणे, सुगावा प्रकाशन, पुणे, प्र. आ. २००५, पृ. क्र. ०७.

आदिवासी साहित्य :
चिंतन आणि चिकित्सा

विभाग - ब

११

निसर्गाचा अनोखा संगम : आदिवासी संस्कृती

> *"बामणाच्या जल्माला जाशी*
> *त लिखून लिखून मरशी,*
> *महारवाडी होशी*
> *त तोलून तोलून मरशी,*
> *चमार होशी*
> *त नाड्या जोती करून मरशी,*
> *पन वारल्याच्या जल्माला जाशी*
> *त जंगलचा राजा होशी र बाबा...."* [१]

वारली जमातीच्या वरील गीतावरून ती 'वारली माय' आपल्या तान्हुल्याला जो काही सबुरीचा आणि शहाणपणाचा सल्ला देते आहे, त्यातच आदिवासी संस्कृतीची मूल्ये रुजलेली आहेत. कुणाच्याही बंधनात न राहता, पक्ष्यांप्रमाणे, अवखळ वाऱ्याप्रमाणे, खळाळत्या ओढ्याप्रमाणे आणि निसर्गाच्या प्रत्येक हालचालीसोबत आपल्या मुलाने मनसोक्त संचार करावा, इथल्या गहन सृष्टीची उकल करावी, एवढे मोठे स्वातंत्र्य ती आपल्या चिमुकल्याला सहज देते. ह्याचाच अर्थ आदिवासींची संस्कृती व्यापकतेने, उदारमतवादी आणि विशाल दृष्टिकोनातून बघणारी अशी आहे.

आदिवासीने अतिशय विनम्रभावे ऊन, वारा, पाऊस, डोंगर आणि आभाळाला आपली पंचमहाभूते मानून ह्या पृथ्वीतलावर अहोरात्र खपून, घाम गाळून अवघ्या विश्वाचे नंदनवन फुलविले. अशा सृजनशील आदिवासीने निसर्गाशी तादात्म्य पावून विज्ञानकिमयेला सहजतेने अलिखित नियमांत बांधिलकीच्या भावनेने गुंफत अवघ्या विश्वासात जादुभरी किमया केली. अशी हजारो वर्षांची

परंपरा असलेली आदिवासींची संस्कृती किती उच्च दर्जाची असेल?

'ज्यांचे जीवनच पराकोटीचे समर्पित असेल, ते कधी जुने होणार आहे का? चंद्र, सूर्याला कधी म्हातारपण आल्याचे ऐकले आहे का? दर्या कधी आटला आहे का? ह्यांतील प्रत्येक गोष्ट आदिवासीने न्याहाळली आहे. मात्र अनंत युगे लोटली तरी विनाश त्यांच्याजवळ पोचलेला नाही, ना कधी त्यांचा कायापालट झाला. मातीच्या आणि मातेच्या सान्निध्यात आदिवासीला आत्मप्रत्यय येत गेला. ज्याच्या जीवनाला आणि जगण्याला खास एक लय होती, अशीच त्यांची संस्कृती. ती कधीच लयाला गेली नाही. ह्यांचे जीवन म्हणजे नित्यनूतन खळाळता झरा होय. अशा आनंदावर अनेक ऋतुमानांचा परिणाम झाला असला, तरी ते जीवन आणि त्यातील जिव्हाळा कधीच आटू शकला नाही. त्याची कितीतरी उदाहरणे सांगता येतील.'[२]

आदिवासीने अन्न मिळविण्यासाठी वा शिकारीसाठी ओबडधोबड असा दगड हातात धरला, तीच तर त्यांच्या संस्कृतीची पहिली पहाट मानली गेली. आदिमानवाच्या संस्कृतीचा भरभक्कम पुरावा म्हणजे दगडी अवजारे होत. ही अवजारे म्हणजे लहान दगड एकमेकांवर आपटून त्यांचे कवचे काढून राहिलेल्या मुख्य दगडाची वा कपचाला योग्य आकार देऊन तयार करण्यात आलेली हत्यारे होत. पुढे पुढे त्यांच्या शस्त्रास्त्र संशोधनात जसजशी सुधारणा होत गेली, त्यातूनच शिकारी अवस्थेतून बाहेर पडून शेतीचा शोध लावणाऱ्या आदिवासी स्त्रीचे कौतुक करणे क्रमप्राप्त ठरते. कारण इथूनच पुढे त्यांची उत्तरोत्तर प्रगती होत गेली. स्त्रीने केलेल्या शेतीचा प्रारंभ म्हणजे 'शिफ्टिंग कल्टिव्हेशन' आणि 'दळ्याची शेती' होय.[३]

अशा शेतीचे महत्त्वाचे वैशिष्ट्य म्हणजे जमिनीच्या एका तुकड्यावर काही वर्षं शेती केली की, तो तुकडा तसाच सोडून दुसरीकडे शेती करण्याची जी पद्धती आहे, ती नवाश्मयुगीन शेतीशी नाते दाखविणारी आहे. ह्यातून जमिनीवर जास्त ताण येत नाही. त्यातूनच जमिनीची सुपीकता टिकून राहण्यास जरूर मदत होते. त्या वेळी त्याने तेथील वाळलेली झाडे, वेली तोडून जमिनीवरील पालापाचोळा, गवत जाळले आणि जमिनीवरील 'कार्बनी द्रव्यां'चा मोठ्या प्रमाणात नाश करण्यात त्याला यश मिळाले. हा त्याचा त्या काळातील अतिशय महत्त्वाचा प्रयोग यशस्वी झाला आणि त्यातून त्याला दिशा मिळत गेली.

आदिवासींची अस्सल कलात्मकता दर्शविणारा अतिशय महत्त्वाचा घटक

म्हणजे त्यांची विविध विषयांवरची मुक्तहस्त चित्रे होत. गुहेत वास्तव्याला असताना त्याने प्रथम निसर्गातील विविध वनस्पतींची ओबडधोबड चित्रे आपल्या गुहेतच काढायला सुरुवात केली. 'त्याकाळी भारतातच नव्हे, तर जगभरातील गुहांमधून कितीतरी झाडे, वेली, सूर्य, चंद्र, तारका आणि प्राण्यांच्या चित्रांचे नमुने बघायला मिळत होते. पुढे तर मध्य आणि अश्मयुगात चितारलेल्या चित्रांत आदिमानव आणि प्राण्यांच्या शिकारीसंबंधीची लक्ष वेधणारी चित्रे पहावयास मिळाली. पुढच्या टप्प्यात गाय, बैल, म्हैस, वाघ व हत्ती अशा प्राण्यांना; दुसऱ्या टप्प्यात निलगाय, चिंकारा, बोकड, अस्वल, गेंडा, माकड, ससा अशा कितीतरी प्राण्यांना त्याने आदबीने चितारले. एका गुहाचित्रात तर मोठ्या शिळेवर नर्तकी वाघाच्या साथीने नृत्य करीत असल्याचे दाखविले आहे.'४

पुढे प्राणी माणसाळून पाळणे सुरू झाले. त्यांचा योग्य पद्धतीने उपयोग करणे सुरू झाले. त्यांचे मित्रत्वाचे नाते अधिक घट्ट होत गेले. विविध प्राण्यांना समाजामध्ये स्थान दिले गेले. त्यातूनच 'कुलचिन्हां'च्या रूपाने मानव प्राणिमात्रांना महत्त्व देऊ लागला. काही जमातींनी वृक्षांबरोबरच प्राण्यांना पवित्र मानायला सुरुवात केली. कुलचिन्ह म्हणजे टोटेम. अशी टोटेम प्राण्यांच्या अथवा वृक्षांच्या नावे ओळखली जाऊ लागली. अशी कुलचिन्हे आजही ऑस्ट्रेलियापासून उत्तर अमेरिकेपर्यंत आणि जगाच्या कानाकोपऱ्यांत सगळीकडे आढळून येतात. आजही आदिवासी आपली सांस्कृतिक चिन्हे, कुलचिन्हे, विविध प्राण्यांची चित्रे आपल्या पाठीवर, हातांवर रंगवून घेतात तर काही भागात तुळस, फुले, बेल, मासा, पक्षी अशी चित्रे गोंदून घेण्याची प्रथा आजही टिकून आहे. भारतातील कोळी महादेव, ठाकर, भिल्ल, बैगा, गोंड, नागा, वारली ह्या जमातींमध्ये 'वाघा'ला फार महत्त्व आहे. म्हणून तर बारशीला वाघाची 'वाघ बारस' आजही साजरी केली जाते, तर नागा जमातीत नागाची पूजा केली जाते. भिल्लांमध्ये पोपट वगैरे कितीतरी कुलचिन्हे स्वीकारून सांस्कृतिक वाटचाल करत आदिवासींनी आपल्या संस्कृतीला गर्भश्रीमंत बनविल्याचे दिसून येते.

अपार परिश्रम घेऊन आदिवासींनी सुजलाम सुफलाम बनविलेल्या आपल्या शेतीवर बाहेरून आलेल्या आर्यांनी कब्जा करून, शस्त्रास्त्रांचा धाक दाखवत त्यांच्या कत्तली केल्या. काहींना आपले गुलाम बनविले आणि बाकीच्यांना जंगलात हाकलून दिले. तेव्हापासून आदिवासी टोळ्या करून राहू लागले. आपल्या टोळीचे वर्तन सुयोग्य असावे, ह्यासाठी खबरदारी घेण्यात तर आलीच शिवाय

नातेसंबंधही तयार करण्यात आले. त्या काळी मातृसत्ताक पद्धती अस्तित्वात असल्याने स्त्रीला पूर्ण स्वातंत्र्य होते म्हणण्यापेक्षा पुरुष आणि स्त्री दोघेही मिळून कामे करत असत. स्त्रीला कुठेही कमी लेखले जात नव्हते. त्यामुळे वैवाहिक संबंधाविषयीही तिला आपला निर्णय घेण्याचे पूर्ण स्वातंत्र्य होते. त्यासाठी आपल्या टोळीतील मुलींच्या विवाहासाठी दुसऱ्या टोळीतील मुलांना आमंत्रित करून, अशा आमंत्रित केलेल्या तरुणांचे चातुर्य, क्षमता व बुद्धिमत्ता तपासण्याचे पूर्ण स्वातंत्र्य त्या तरुणींना असे. अशा स्पर्धेत जो तरुण आपले कौशल्य दाखवून यशस्वी होईल, त्या तरुणाला ती तरुणी आपला जीवनसाथी निवडून त्याच्याच गळ्यात पुष्पमाला घाली. अलीकडची उदात्त वधूपरीक्षेबाबतची एक घटना लक्षात घेण्यासारखी आहे, ती अशी की, 'भामरागड येथे आजही जेव्हा तरुणींचे लग्न करायचे असते, अशा वेळी अनेक उपवर मुली आणि मुले एकत्र येतात. तेथील सार्वजनिक लाकडी मल्लखांबाला एरंडाचे तेल चांगलेच चोपडले जाते. त्या वेळी लग्नासाठी इच्छुक असणाऱ्या तरुणांनी त्या मल्लखांबावर चढायचे असते. तेव्हा तेथील तरुणी त्यांना अजिबातच चढू देत नाहीत. मात्र एखादा तरुण सर्व तरुणींना चुकवून भरभर मल्लखांबाच्या टोकाला गेला की, मग तो म्हणेल त्या तरुणीबरोबर त्याला लग्न करता येते. ही पद्धती आजही चंद्रपूर, भामरागड, बल्लारपूर, हेमलकसा, आलापल्ली अशा भागांमध्ये दिसून येते.'[५]

आदिवासींची संस्कृती इतकी महान आहे की, जगाच्या पाठीवर एकही उदाहरण असे नाही की, आदिवासींच्या कोरडवाहू, स्थलांतरित आणि स्थिर शेतीत काही पिकलेच नाही, म्हणून त्याने शेजारच्या उंबराच्या, जांभळीच्या वा हिरडीच्या झाडाला लटकून आत्महत्या केली आहे. तो तसे का करत नाही? कारण त्याने निसर्गाला आपला सोबती, मार्गदर्शक मानल्याने त्याच झाडाला लटकून आपले ओझे कशासाठी जाता जाता त्याच्यावर सोपवायचे, म्हणून तो तसे करत नाही. दुसरे कारण म्हणजे शेतीत काहीच पिकले नाही, तर त्याला कंदमुळांवर आणि जंगलातील रानमेव्यावर दिवस काढता येतात. इतरांना मात्र जंगलाच्या आश्रयाला जाण्याची लाज वाटते. मग ते शेवटचा उपाय म्हणून जवळच्या झाडालाच लटकून फाशी घेतात. आदिवासींचा असा हा निसर्गाविषयीचा सांस्कृतिक वारसा आपल्याला कदापिही नजरेआड करून चालणार नाही. तिसरे एक कारण म्हणजे आदिवासी स्त्री ही स्वाभिमानी आणि स्वयंशासित कौटुंबिक राज्यकारभार करणारी सम्राज्ञी असल्याने तिच्यावरही उपासमारीची वेळ आली

तरी ती खंबीरपणे पावले उचलते. परिस्थितीला सामोरी जाते. मात्र वेश्यागमनाचा वा भीक मागण्याचा मार्ग ती कदापिही स्वीकारत नाही.

आदिवासींच्या संस्कृतीचे महान वैशिष्ट्य म्हणजे निसर्गाला सर्वस्व मानून त्याच्या ठायी लीन होणे आणि त्याच्यासोबत राहून आपल्या जीवनात आनंद उपभोगणे. हेच तो आजवर आपले आद्य कर्तव्य मानत आला आहे. त्यामुळेच 'आदिवासी संस्कृतीचा पाईक, श्रेष्ठ आणि जगविख्यात धनुर्धारी निषादराज हिरण्यधनूपुत्र एकलव्याने निसर्गाच्या सान्निध्यात आणि निसर्गालाच आपला गुरू मानून 'प्रयत्नप्रमाण' धनुर्विद्येचे प्रशिक्षण घेतले.'[६] द्रोणाचार्यांनी निषाद म्हणून हिणवून हाकलून दिलेला एकलव्य नंतर शिष्य कसा काय बनू शकता? एकलव्य साधा द्रोणाचार्यांचा बहिःस्थ विद्यार्थीही नव्हता, कारण त्याने द्रोणाचार्यांच्या गुरुकुल-परीक्षेचा अर्जच भरला नव्हता, तर त्यांचा अभ्यासक्रम बघण्याची त्याला जरुरी तरी कशी असेल? तरीही धूर्त आणि कावेबाज द्रोणाचार्यांनी गुरुदक्षिणा म्हणून एकलव्याच्या हाताचा अंगठाच का मागावा? त्याचे खरे कारण असे की, द्रोण आपल्या शिष्यांबरोबर जंगलात भटकंती करताना त्यांच्यासोबत असलेल्या कुत्र्याला जंगलातून कसलातरी आवाज आला. तत्क्षणी कुत्रा त्या दिशेने धावत सुटला. द्रोणादी शिष्यही त्याच्यामागून जाऊ लागले आणि पाहतात तो काय आश्चर्य! भुंकणाऱ्या कुत्र्याला कुठलीही जखम न होता, फक्त बाणाने कुत्र्याचे तोंड बंद केले होते. हा देखावा बघून द्रोणाचार्यांना दरदरून घाम फुटला. हा दिग्विजयी धनुर्धारी काही साधासुधा नाही, त्याचा कायमचा बंदोबस्त करणे अत्यंत गरजेचे आहे, म्हणूनच त्यांनी अशा प्रकारची गुरुदक्षिणा मागितली.

मुळात निसर्गाला शरण जाऊन ध्यानमग्न होऊन अचूक संधान साधून केलेल्या साधनेचे गमक द्रोणांना समजले. आपल्या आवडत्या विद्यार्थ्याच्या वाटेतील हा अडथळा वेळीच दूर केला पाहिजे; हीच तर खरी वेळ आहे आदिवासींच्या संस्कृतीचा नायनाट करण्याची आणि वैदिक संस्कृतीचा उदोउदो करण्याची. म्हणून तर द्रोणांनी एकलव्याच्या अंगठ्याचे कारस्थान केले आणि पहिलाच घाव आदिवासींच्या संस्कृतीवर घातला. एवढेच नाही, तर अलीकडेही अमेरिकन 'रेड इंडियन', ब्राझीलमधील 'कोगुई', अमेझॉन-फिलिपाईन्समधील 'बंटुक' व कलींग ह्या आदिवासींना सुधारणेच्या नावाखाली शस्त्रधारी टोळ्यांचा धाक दाखवून त्यांची सर्व मालमत्ता लुबाडण्याचे कारस्थान खुलेआम चालू आहे. मोठ्या प्रमाणात कत्तली करून, दहशत पसरवून घबराट निर्माण करून त्यांना

देशोधडीला लावले जात आहे. त्यांना कर्जबाजारी करण्याचे षडयंत्रही रचले गेले आहे. जंगल, जल आणि जमिनीचा मूलधनी असलेल्या आदिवासीला लुटण्याचे काम आजही सुरूच आहे. आता उरलेल्यांना मुख्य प्रवाहात आणण्याच्या नावाखाली उरल्यासुरल्या जंगलात अभयारण्य आणून त्यांच्या जमिनी ताब्यात घेण्याचे सत्र सुरू आहे. त्यांची मालकी असलेल्या जमिनीवरच धरणे बांधण्याचा कार्यक्रमही सुरू आहे. सर्व पर्यटनस्थळेही आदिवासींच्या हक्कांच्या जागेवर सुरू करून प्रदूषणे केली जात आहेत. त्या बिचाऱ्याला मात्र साधे पिण्याचे पाणी मिळण्याची मारामार. त्यांना कुठे पुनर्वसित करायचे ह्याबाबत मात्र कसलेही नियोजन न करता शासनाने त्यांना वाऱ्यावर सोडून 'ना घरका ना घाटका' अशी अवस्था केली आहे.

'आदिवासींचे अस्तित्व आणि त्यांची संस्कृती म्हणजे नेमके काय आहे, तिचे वेगळेपण कशात आहे, हे जाणून घेण्यासाठी निसर्ग, त्यातील जीवनपद्धती, संघटन आणि नैतिक मूल्ये विचारात घ्यावी लागतील. अभिजन समूह पृथ्वीकडे उपयोजित वस्तू म्हणून बघत मालकी प्रस्थापित करतो. मात्र आदिवासी पृथ्वीच्या आयुष्यातले स्वतःला पाखरू समजतो, तो मालकी दाखवत नाही. याचे कारण म्हणजे अभिजनांची संस्कृती ही डार्विनच्या 'सर्व्हायव्हल ऑफ दी फिटेस्ट' च्या दमनतंत्राशी निगडित आहे, तर आदिवासी मूल्यव्यवस्था ही निसर्गाला अनुसरून 'शेअर ॲण्ड केअर' अशा ट्रस्टी जाणिवांवर आधारित आहे. ह्या बाबतीत आदिवासी जाणीव ही स्थितिवादी असल्याने ती परिवर्तन नाकारणारी आहे, असे कृपया चुकून कोणी समजू नये.'[७] मूल्य व संस्कृतीमध्ये निसर्गाशी अनुरूप असे परिवर्तन केले जाते.

आज पर्यावरण चळवळीच्या मूल्यव्यवस्थेचे सर्व स्तरांवर समर्थन होत असून त्याचा गाभा मात्र आदिवासी संस्कृतीच्या मूल्यव्यवस्थेत आहे, हे सर्वानुमते मान्य करावेच लागेल. आज जागतिकीकरणाच्या 'ग्लोबल' आक्रमणाशी संघर्ष करून फिटेस्ट राहण्यासाठी आपल्याला निसर्गाचाच धावा करावा लागेल, आणि त्याच्या पायाशीच लीन व्हावे लागेल. निसर्गाच्या विरोधात जाऊन त्याच्याशीच प्रतारणा करून चालणार नाही, असे आदिवासी संस्कृती प्रथमपासून सांगत आली आहे, आणि ती आजही सांगते आहे- निसर्गाकडे चला! निसर्गाशी मैत्री करा! त्याचा विश्वास संपादन करून गुण्यागोविंदाने राहू या!!!

गेल्या दोन दशकांतील भारताची औद्योगिक प्रगती खूपच महत्त्वाची ठरली

आहे. भारताच्या अशा प्रगतीचा अमेरिकाच नव्हे तर इतर देशांनीही धसका घेतला आहे. काही काळपर्यंत बहुतांशी स्वतःमध्येच गुरफटलेली भारतीय बाजारपेठ आता आपल्या कक्षा रुंदावत खऱ्या अर्थाने आंतरराष्ट्रीय होऊ पाहते आहे. भारताने स्वीकारलेल्या लिबरलायझेशन, प्रायव्हेटलायझेशन आणि ग्लोबलायझेशन धोरणाने ह्यात मोलाचा वाटा उचलून यशस्वी वाटचाल केली असून त्यासाठी त्याला परदेशातील शेकडो भाषा शिकाव्या लागल्या. त्याने वाट्टेल ते कष्ट घेतले, मात्र अशा ग्लोबल वातावरणात तो आपल्याच आजीला, आईला विसरू पाहतोय... जिने आपल्याला ही पृथ्वी दाखविली, ती बोली... आदिवासी बोली. जिच्यात चिरजीव संकल्पनांचा, प्रतीकांचा, मूल्यांचा आणि चिन्हांचा प्रेमळ ओलावा आहे, अशी एकही भाषा त्यांना परिचयाची करून घ्यावीशी वाटली नाही. त्याचा परिणाम असा झाली की, 'काही दिवसांपूर्वीच एका आदिवासीला गुन्हेगार समजून त्याला कोर्टात शिक्षेसाठी उभे केले. तो त्याच्या जमातीतील शेवटचा माणूस होता. म्हणजे त्याची बोलीभाषा जाणणारा त्याच्याशिवाय इतर कोणी शिल्लकच नव्हता. अर्थातच त्याच्यासोबत त्याच्या भाषेला, त्याच्या सांस्कृतिक मूल्यांना आणि निसर्गातील सर्व घटकांना फाशी दिली गेली. वा! काय महान आपल्या देशाची संस्कृती!'[८]

आदिवासींचे संगीत हे इतर संगीतापेक्षा वेगळे तर आहेच, शिवाय उच्च दर्जाचे आहे. ह्या संगीताचे पडसाद जागतिक संगीतात दिसून येतात. मुळात आदिवासींचे संगीत हे निसर्गातील 'शीतल वाऱ्याच्या झुळके'ने वाजविलेल्या शिळेतून येते, ओढ्याच्या पाण्याच्या खळाळणाऱ्या आवाजातून येते. जंगलातील पक्ष्यांच्या बोलीतून, कोकीळ, पोपट, चिमणी, होलगा, मोर... ह्या सर्वांच्या आवाजाचे सूर आदिवासींच्या संगीतात दिसून येतात. अशा ह्या निसर्गाच्या संगीतातूनच शास्त्रीय संगीताचा आणि एकूणच भारतीय संगीताचा जन्म झालेला आहे. आदिवासी संस्कृतीचा दस्तऐवज म्हणजे सिंधू नदीच्या खोऱ्यातील हडप्पा व मोहेंजोदाडो ह्या शहरांतील उत्खननात सापडलेल्या असंख्य वस्तू होत. आदिवासी संस्कृतीच्या बाबतीत सिंधू संस्कृतीचा काळ हा महत्त्वाचा काळ समजला जातो.

सिंधू संस्कृतीतील लोकांनी पाच हजार वर्षांपूर्वी खंदकांनी परिवृत दरवाजे असलेली तटबंदीची शहरे बांधली होती. ते लोक सुखी, समृद्ध व त्या काळी उत्कर्षाच्या परमोच्च शिखरावर होते. त्यांनी सोने, मौल्यवान दगड, धान्य, गायी ह्यांची अगणित संपत्ती कष्टातून जमविली होती. त्यांनी निसर्गात रममाण होऊन

आपल्या कलेला उच्चप्रतीला पोचवले होते. त्यांनी व्यापाराचा विस्तार थेट सुमेरपर्यंत पोचविला होता. त्यांना नौकानयन तर येत होतेच; शिवाय शस्त्रे तयार करणे, भांडी बनविणे, बांधकाम करणे, शेतीतील मशागत करून विविध पिके घेणे यात ते निष्णात होते. लिपी शोधून काढण्यात ते जगातील पहिलेच असावेत. त्यांची 'चित्रलिपी' आजही उपलब्ध असून ती मात्र कुणालाच वाचता आलेली नाही. ती संस्कृती संरक्षणात्मक होती. मात्र अशा संस्कृतीचा आर्यांनी विनाश केला.'१ मोहेंजोदाडो व हडप्पा ह्या दोन्ही शहरांच्या उत्खननात जे साहित्य सापडले, ते सर्व आदिवासी संस्कृतीचे पदर उलगडून दाखविणारे आहे. ह्या उत्खननात जी माती-दगडांची भांडी, प्राण्यांच्या हाडांच्या वस्तू, दातांच्या वस्तू सापडल्या आहेत, तसेच साहित्य आजही आदिवासींच्या जीवनात वापरले जात आहे. त्यामुळे पाच हजारांपेक्षाही जास्त वर्षांपूर्वीच्या महान आणि उदात्त संस्कृतीची जपणूक त्यांनी केल्याचे निदर्शनास येते.

आज मात्र हजारो वर्षांची परंपरा असली तरी उरल्यासुरल्या अशा मौल्यवान संस्कृतीला बरबाद करण्याचे कारस्थान ह्या देशात दिवसाढवळ्या चालू आहे. इतिहासाकडे नुसते मागे वळून पाहिले तरी जाणवेल की, आदिवासी संस्कृतीची पाळेमुळे उखडण्याचे काम चालू आहे. मग ती 'नालंदा' आणि 'तक्षशीला' संस्कृती विद्यापीठासारखी असतील, की त्यांना जाळून बेचिराख केले गेले. 'रक्ष' संस्कृतीचा निर्माता 'रावणसंहिता'कार आणि 'असुरेंद्र' अशा महापराक्रमी रावणाला इथले सनातनी प्रत्येक विजयादशमीला जाळत आहेत. त्याचे कारण असे की, आदिवासींच्या महान संस्कृतीचा त्यांनी निश्चितच धसका घेतला असणार. मात्र ही संस्कृती निसर्गाच्या संघटित घटकांनी तयार झाली असल्याने कितीही युगे आली आणि गेली, तरी ती नाश पावणार नाही. कारण ही संस्कृती अतिशय उदात्त विचारसरणीची असून ती आजही संपूर्ण मानवजातीचा तारणहार राहिली आणि राहणार, ही तेवढीच काळ्या दगडावरची पांढरी रेघ म्हणावी लागेल.

❑

संदर्भ आणि टीपा :

१.   कुसुम नारगोळकर, वसंत नारगोळकर, 'जंगलचे राजे', प्र. आ., गारगोटी, १९५५, पृ. क्र. ०३

२.	सरोजिनी बाबर, 'लोकसाहित्यः साजशिणगार', महाराष्ट्र राज्य लोकसाहित्यमाला, पुष्प अकरावे, प्र.आ. १९६५. प्रस्तावना यशवंतराव चव्हाण, पृ. क्र. १३.

३.	शौनक कुलकर्णी, 'संस्कृती, निसर्ग आणि जीवनशैली', डायमंड पब्लिकेशन, पुणे ३०, प्र. आ. २००७, पृ. क्र. ११.

४.	Varadpande M. L. Tradition and Indian Theatre, Page No. 03

५.	जगदीश गोडबोले, 'मोहीम इंद्रावतीची', ग्रंथाली प्रकाशन, प्र. आ. १९८३, पृ. क्र. २८.

६.	शरद पाटील, 'रामायण–महाभारतातील वर्णसंघर्ष', मावळाई प्रकाशन, प्र. आ. १९८६, पृ. क्र. १२.

७.	भुजंग मेश्राम, 'परिवर्तनाची संकल्पना आणि आदिवासी साहित्य', पुणे विद्यापीठ, मराठी विभाग येथे दि. २१ व २२ फेब्रु. २००१ रोजी आयोजित केलेल्या 'मराठी साहित्य परिवर्तनाची संकल्पना' ह्या विषयावर वाचण्यात आलेला शोधनिबंध, पृ. क्र. ७४.

८.	अभिजित घोरपडे, 'आदिम जारवांच्या प्रदेशात', दै. लोकसत्ता, लोकरंग पुरवणी, दि. २१ ऑगस्ट, २०११, पृ. क्र. ०४.

९.	गोकुळदास मेश्राम, 'आदिवासी संस्कृतीचे वारसदार आणि त्यांचा धम्म', सुगावा प्रकाशन, प्र. आ. २००६, पृ. क्र. २७.

१२
निसर्गाचा खराखुरा 'पास्वान'

आर्यांचे सिंधुस्थानात आगमन होण्याअगोदर आदिवासी हे ह्या देशाचे मूळ मालक होते. अशा टोळ्यांनी गंगेच्या परिसरात घाम गाळून शेतीची मशागत करून त्या काळी शेतीत हरितक्रांती केली असताना, शस्त्रधारी आर्यांनी निष्पाप आदिवासींवर हल्ला चढविला आणि त्यांची जनावरे, धान्य हस्तगत करून मोठे रक्तरंजित युद्ध केले; त्यात आदिवासींची मोठी हानी झाली. त्यांतील काही आदिवासींच्या कत्तली झाल्या, काहींनी शरणागती पत्करली तर उरल्यासुरल्यांनी भीतिपोटी किर्र्र अरण्याचा रस्ता धरला तो आजतागायत सुटलाच नाही.

सुरुवातीला अरण्यात भटकणाऱ्या आदिवासीला अरण्याचीच भीती वाटू लागली. तो तिथे वास्तव्य करून राहू लागल्यावर जंगलातील बलाढ्य प्राणी त्याच्यावर हल्ला करू लागल्यावर अशा प्राण्यांचा व शत्रूचा नि:पात करण्यासाठी त्याने टोळीटोळीने वावरायचे ठरविले. त्यात आदिवासी 'स्त्री'ही मागे नव्हती. तीही बिनधास्तपणे जंगलात वावरत असे, आणि पुरुषाबरोबर कोणतीही कामे करत असे. सुरुवातीला तिला विवाहसंस्थेत अडकण्याची गरजच भासली नाही. कारण त्यांच्यात मातृसत्ताक पद्धती अस्तित्वात असल्याने 'नरा'ची निवड करण्याचे पूर्ण स्वातंत्र्य तिच्याकडे होते. त्यामुळे ती नराची पूर्ण क्षमता प्रथम अजमावत असे. तिला नर जर चपळ दिसला नाही, तो कड्याकपाऱ्यांतून आणि अवघड झाडांवरुन लीलया उड्या मारण्यात कुठे थोडाजरी कमी पडला तरी ती चुटकीसरशी त्या नराला बाजूला सारीत असे आणि तिला योग्य असलेल्या नराचीच ती आपला जोडीदार म्हणून निवड करीत असे.

इ.स. पूर्व ५००० वर्षांपूर्वीचा विचार जरी केला, तरी सिंधू संस्कृतीत निसर्गशक्तीची पूजा केली जात असे. नगराजवळच्या वृक्षांना त्याच काळात

शोभिवंत पार बांधून विविध विषयांवर चर्चा करण्यासाठी अथवा सभा घेण्यासाठी झाडांच्या सावलीचा उपयोग होत असे. जो कोणी अधिकाधिक चांगल्या प्रतीची झाडे लावून जगवील, त्याचा नगरप्रमुखाच्या हस्ते जाहीर सत्कार केला जात असे. त्याला काही मौल्यवान वस्तू भेट दिल्या जात आणि अशा माणसाला नगरीत सरकारी नोकरीत सामावून घेतले जाई अथवा सल्लागार म्हणून त्याची नेमणूक केली जात असे. झाडांची निगा राखण्यासाठी प्रत्येकजण काळजी घेत असे. म्हणूनच तर "The power of Nature and the super Natural of God" अशी मानवी मनाची निसर्गाबद्दल प्रथमपासूनच लीनतेची भावना दिसून येते.

आदिवासींनी धरतीमातेलाच आपला धर्म मानला आणि निसर्गाला आपला सखासोबती मानून वाटचाल करायला सुरुवात केली. 'आदिवासी माणूस मुळात जंगलाचा आणि आपला संबंध रक्ताच्या नात्यापेक्षाही अधिक जवळचा मानत आला आहे. त्याचे मुख्य कारण म्हणजे त्याचे अन्न वनस्पतीवर अवलंबून असून त्याचे वस्त्र, घर आणि सर्वच काही निसर्गाजवळून देणगी मिळावी तसे घेऊन त्याने पवित्र भावनेने वाटचाल करायला सुरुवात केली. निसर्गाच्या सान्निध्यात दिवस कंठत असताना त्याच्या असे लक्षात आले की, झाडे केवळ उन्हाच्या वेळी माणसे, प्राणी आणि कृमिकीटकांवर सावली धरतात असे नाही तर, जन्मभर ती सजीवांना जगण्यासाठी शुद्ध हवा पुरवितात आणि झाड लावणारा असो किंवा तोडणारा असो, ते कोणताही भेदभाव न करता दोघांनाही फळे आणि सावली पुरवतात.'[१] हा उदात्त दृष्टिकोन आदिवासी निसर्गाच्या अंगाखांद्यावर खेळणारा कसा बरे विसरेल?

आदिवासी साहित्य आणि संस्कृतीचे अभ्यासक डॉ. गोविंद गारे म्हणतात, 'रानातील पाना-फुलांनी शरीरे शृंगारून विविध रंगांच्या मण्यांच्या अथवा कवड्यांच्या माळा गळ्यात घालून डोक्यात पक्ष्यांची सुंदर पिसे खोवून, त्यांचे पूर्वज स्वैर जीवन व्यतीत करीत असत. पांढरपेशांशी संबंध येण्यापूर्वी त्यांच्या स्वच्छंदी जीवनातील आनंदाला उपमाच नव्हती. अजूनही स्वैर व स्वच्छंदी वृत्ती त्यांच्या स्वभावात प्रकर्षाने जाणवते, ह्याचे महत्त्वाचे कारण म्हणजे त्यांची निसर्गाबरोबर असलेली एकरूपता, विश्वास आणि तादात्म्य पावण्याची भूमिका होय.'[२] कारण त्यांच्या जीवनावर निसर्ग सातत्याने संस्कार करत आलेला आहे म्हणूनच तर ते निसर्गातल्या प्रत्येक चल आणि अविचल हालचालीला तेवढाच प्रतिसाद देण्यास कटिबद्ध असतात. ह्या प्रतिसाद देण्याच्या प्रवृत्तीमुळेच वारली

आदिवासींच्या झोपड्यांच्या कुडांवर संपन्न आणि समृद्ध निसर्गाची विविध कृतिशील रूपे रेखाटलेली आढळतात. आपल्या प्रत्येक हालचालीमधून जिवंत, लयबद्ध सळसळ दाखविणाऱ्या वारली चित्रांमधल्या वनस्पती, माणसे, जनावरे, सृष्टी, वादळ, नर्तन करणारे स्त्री-पुरुषांचे समूह, शेतीची नांगरट, कापणी, विधी-नाट्याचे सादरीकरण, तारपा वाद्याच्या तालावर आणि वाऱ्याच्या संगीतावर होणारे गतिमान परंतु अतिशय लयबद्ध पदन्यास करायला हा जंगलात स्थिरावलेला आदिवासी कोठून शिकला? उत्तर मिळते, त्याने निसर्गाची मनोभावे पाद्यपूजा केली. अतिशय नम्रपणे तो निसर्गाच्या सान्निध्यात राहून त्याच्याकडूनच सर्व काही शिकला. हे सांगायला तो अजिबात विसरत नाही. ह्यातच तर त्याचे सामान्यपण दिसून येते.

आदिवासीला संपूर्ण विश्वाकडे पाहण्याची जी सौंदर्यशास्त्रीय दृष्टी प्राप्त झाली आहे, तिलाही निसर्गाची महान देणगी म्हणावी लागेल. त्यामुळे विविध झाडपाल्यांपासून कितीतरी सप्तरंगांच्या उधळणीचा शोध त्याला निसर्गातून लागल्यावर, मातीच्या भांड्यावर अविस्मरणीय असे नक्षीकाम तो करू लागला. निसर्गातून विविध वृक्षांच्या फांद्याचा कुंचला करून त्याने पुन्हा निसर्गालाच चितारायला सुरुवात केली. विणकाम, बांबूकाम, चटया, टोपल्या बनवून त्याने आपल्या कारागिरीत हातखंडा निर्माण केला.

निसर्गदेवतेची मनोभावे पूजा बांधणारा आदिवासी ऊन, वारा, पाऊस, वादळ आणि कितीतरी नैसर्गिक संकटांना सामोरा जात असतो. "जंगलातील विविध वनस्पती, पशु-पक्षी आणि माणसे सर्व एकत्र आनंदाने नांदतात. ते एकमेकांचे सोबती आणि मित्रत्वाची भावना जोपासतात. त्याचे कारण म्हणजे त्यांना निसर्गसृष्टीचा नियम मान्य आहे. 'जीवो जीवस्य जीवनम्' ही जैव तत्त्वप्रणाली अमलात आणून ते एकमेकांचा सन्मानही तेवढ्याच आदराने करतात. जंगल आपल्यासाठी आहे म्हटल्यावर त्याची नासधूस करून चालणार नाही,"[३] अशा अलिखित नियमाचे ते तंतोतंत पालन करतात. त्यामुळे झाडांची फळे पाहिजे तेवढीच तोडायची, बाकी नासधूस करायची नाही हा निसर्गाचाच नियम असल्याने, खाली पडलेली फळे फक्त माणसांसाठीच असतात, असा अधाशीपणा (Greedy) ते कधीही करत नाहीत. सर्वांना समान छाया आणि फळा-फुलांपासून उपयोगी पडणाऱ्या निसर्गाची महती माहीत असल्याने डुकरे, गायी, म्हशी, मेंढ्या, कोंबड्या, वानरे, माकडे ह्या सर्वांना त्यातील थोडा का होईना हिस्सा मिळालाच पाहिजे, ह्या

उदात्त हेतूने ते वागत असतात. 'सर्वेपि सुखिन: सन्तु' ह्या संस्कृत सुभाषिताचा अर्थ जरी आदिवासींना माहीत नसला, तरी हे सुभाषित ज्यांनी तयार केले त्या स्वत:ला सुसंस्कृत (?) समजणाऱ्या स्वार्थी आणि हावरट माणसासारखे निसर्गाच्या सर्वांगावर क्रूर आक्रमण कधीच करीत नाहीत.

डॉ. गोविंद गारे म्हणतात, 'सर्वच वनस्पती प्राणिमात्रास हरतऱ्हेने उपयोगी पडतात, जंगलामुळे निसर्गाची शोभा वाढते, विस्तीर्ण जंगलांमुळे तीव्र हवामान सौम्य होते. सौम्य हवामानाच्या प्रदेशात मानवाला निसर्गाशी जुळवून घेण्यासाठी शक्ती मिळते. अशा ठिकाणचा माणूस हा सौम्य प्रवृतीचा आणि भावनाशील बनतो. अशा देशातील लोक सुंदर, संवेदनशील व साहाय्यकारी प्रवृतीचे असतात. त्यांची भाषा गोड आणि हालचाल रुबाबदार असते. एवढेच नव्हे, तर कला आणि विज्ञान अशा लोकांत सदैव फुलतात आणि त्यांचे तत्त्वज्ञान उत्साहवर्धक असते. असे लोक म्हणजे निसर्गाशी एकनिष्ठ व्यवहार करणारे आदिवासी होत.'[४]

आदिवासी 'स्त्री' आणि जंगलाचा विचार सुरू झाला, की आपल्या लक्षात येते, आदिवासी स्त्री ही स्वाभिमानी, स्वयंशासित, कौटुंबिक राज्यकारभार करणारी राजमाता, कुटुंबप्रमुख आणि महासम्राज्ञी असल्याने ती स्वत:चे निर्णय स्वत:च घेत होती. पुढे दिवस पालटले, तिच्यावर उपासमारीची वेळ आली, तरी ती खंबीरपणे पावले उचलते, परिस्थितीला बेधडक सामोरी जाते. मात्र भीक मागण्याचा अथवा वेश्यागमनाचा मार्ग ती कदापिही स्वीकारत नाही. ह्यामागची प्रमुख शक्ती निसर्गदेवतेची असल्याचे आपल्या ध्यानी येईल.

प्रारंभापासूनच आदिवासी स्त्रियांचे झाडांसोबत एक सलोख्याचे आणि मैत्रीचे नाते निर्माण झालेले बघायला मिळते. त्याचे कारण म्हणजे कोणतेही काम करताना तान्हुल्याला मोठ्या विश्वासाने ती झाडाला बांधलेल्या झोळीत निजवायची आणि बिनधास्तपणे कामात मग्न असायची. तिचे बाळ निवांतपणे झोपी जायचे अथवा जागे झाले तर झाडांच्या सळसळणाऱ्या पानांकडे बघून ते टाळ्या पिटायचे आणि आनंदाने बोबड्या बोलाने गायचे. त्यामुळे तिच्या कामात कुठेच अडथळा येत नसे. एवढे करूनही तिच्यावर एखादे संकट आले तर ती झाडाच्या सोबतीनेच सुख-दु:खाची वाटणी करायची, आणि गुण्यागोविंदाने आपल्या कुटुंबासोबत रममाण व्हायची. तिने झाडाला सखा आणि बंधुरायाही म्हटले आहे. तिने आपल्याजवळ नेहमीच वैज्ञानिक दृष्टिकोन बाळगल्याने विविध वनौषधींचे गुणधर्म ताडून बघितले आहेत. त्यातूनच झाडांच्या कितीतरी कहाण्या अजरामर झाल्या

आहेत. गर्भपात करण्यासाठी वापरात येणाऱ्या भूमिकेत जाऊन स्वत:वरच प्रथम काही प्रयोगही ती करीत आली आहे. अशातूनच तिला काही महत्त्वाचे शोधही लावता आले. 'टेंभरु' झाडाचा डिंक गुळात मिसळून गोळ्या बनवून ठरावीक वेळेनुसार खायला दिल्यावर पुरुषाशी संबंध आला तरी बाईला दिवस जात नाहीत आणि 'येल्या' साप बाईला खायाला दिल्यावर त्या काळात पुरुषाचा संबंध आला तर लवकर गर्भधारणा राहते, हे स्त्रियांनी निसर्गाच्या समीप राहून आपल्या फायद्या-तोट्यासाठी लावलेले अत्यंत मौलिक शोध म्हणावे लागतील.'[५]

आदिवासी स्त्रियांचे औदुंबर, पिंपळ, मोह, जांभूळ, बहावा, हिरडा-बेहडा, साग, पळस, चिंच, बांबू, बाभूल, वड, पिपर, धायटी, कोरफड, सादडा, धावडा, सायर, भोकर इ. वृक्षांशी अत्यंत पवित्र आणि भावनिक नाते निर्माण झालेले बघायला मिळते. मोहाला आदिवासी माउली कल्पवृक्ष मानते. कारण त्याच्या सर्वच भागापासून काही ना काही उपयोग होतो. मोहाच्या फुलांपासून फक्त दारूच बनविली जात नाही तर साल, पाने, लाकूड, बियांपासून कितीतरी औषधे बनविली जातात. असा मोह औषधी असताना तो तोडण्याचे शासन हुकूम फर्मावते, तेव्हा तेथे काम करत असलेल्या डॉ. राणी बंग गडचिरोलीतील एक मजेशीर आठवण सांगतात...'१९५६ साली मुंबई प्रांतात दारूबंदीच्या अंमलबजावणीसाठी महाराष्ट्र शासनाने एक जी. आर. काढला की आदिवासी भागातली सर्व मोहाची झाडे कापून टाका. कारण काय तर म्हणे, आदिवासी मोहांच्या फुलांपासून दारू बनवून पितात आणि ती दारू आरोग्याला हानिकारक असते म्हणून. मात्र 'टोळीची' सर्व झाडे राखून ठेवा. कारण टोळीपासून आदिवासी तेल काढून खातात, ते त्यांच्या तब्येतीसाठी चांगले असते. एक झाड कापा व एक दुसरे झाड राखा, ह्यातले गुपित आदिवासी एकमेकाला हसून सांगतात आणि म्हणतात, "ह्या दिल्ली, बंबईच्या लोकाले कसा न्हाई माहीत, की मोहाचा फळ म्हणजेच टोळ होय!"[६]

निसर्गाने आदिवासीला नम्रता, प्रामाणिकपणा, आदरातिथ्य आणि लीन होण्याचे जसे शिकविले, तसेच ताठ मानेने जगण्याचे शिकविले. मात्र कुणाच्याही पुढे मिंधा होऊ नये हेही शिकविले. म्हणूनच त्याने 'आईच्यान...', 'गाईच्यान...' आणि 'लक्ष्मीच्या चाऱ्या'ची शपथ घेऊन खुद्द निसर्गालाच साक्षी ठेवून पारदर्शक वाटचाल केलेली बघायला मिळते. पर्यावरणाचे चक्र विस्कटले, ते उलटे फिरू लागले तर काय होऊ शकते? ह्याचे एक उदाहरण मला आठवते. आमचे गाव

उंच डोंगरावर असल्याने पावसाच्या पाण्याचा पूर्ण निचरा होतो आणि मग लवकरच पिण्याच्या पाण्याची टिपवण येते. त्याने अख्ख्या डांगाणवाशीयांच्या तोंडचे पाणी पळते, तर जनावरांची चारा-पाण्यावाचून उपासमार होते. कारण मानवानेच जंगल नष्ट करायला सुरुवात केल्याने त्याचे वाईट परिणामही दिसू लागले आहेत. आजही आदिवासींचे ऋतुमान आणि निसर्गाबद्दलची आडाखेबांधणी, जंगलचे निरीक्षण इतके अचूक असते की, ते प्रथम चिंतन करूनच सांगत असतात. पावसाळा जवळ आला की, आमच्या गावातील बुजुर्ग. अनेक उन्हाळे-पावसाळे पचवलेला सक्रुदा हातात काठी घेऊन फिरायचा. त्याची नजर सैरभैर असायची. मुंग्याना अंडे पळविताना बघितले की, उस्मरून म्हणायचा, ''पोरांनो! पाण्याचा वखत झाला बरा का. ह्यारा त्या मुंग्या कशा त्येंची आंडी लगामी लावण्यासाठी पळतात हेरा.''[७] चार-दोन पावले जाणारा सक्रुदा मध्येच थबकायचा आणि काव काव करणाऱ्या कावळ्याला प्रश्न करायचा...''कारं आवंदा वावधान-पानी किती हाय?''[८]

तत्क्षणी कावळा टुणकन उडी मारून, त्याने बनविलेल्या घरट्याजवळ जायचा आणि काव काव करत दाखवायचा ..... सक्रुदाला सगळे उमजायचे. तो आम्हाला सांगायचा प्राणी, पक्षी खूप हुशार असतात बरं का. समजा, कावळ्याने कोटा खोडाजवळ केला तर समजावे की, आवंदा लई वावधान हाय, त्याने कोटा शेंड्याला केला की समजावे पाऊस कमी पडणार. ह्या प्रकारचे चिंतन आदिवासी सदैव करत आला आहे.

पूर्वी जंगलासंबंधी कोणतीच बंधने नसल्याने आदिवासी जंगलचे राजेच होते. मात्र जंगलविषयक कायद्यांनी आदिवासींची नाळ कधीच तोडून टाकली आहे. १९ व्या शतकाच्या मध्यानंतर प्रगत समाजाचे आक्रमण जंगलावर होऊ लागले. त्यांचे आर्थिक स्वातंत्र्य संपविण्यात जंगलचे कायदे व जंगलचे रक्षण, नव्हे भक्षण करणारे फॉरेस्ट गार्ड ह्यांनीच जंगलांची पूर्ण वाट लावली आहे. कंत्राटदारांचा सुळसुळाट, महसूल, जंगलाधिकारी व जमीनदार ह्यांच्या अरेरावीने आणि दडपशाहीने आदिवासींच्या मनात वैफल्याची भावना प्रकर्षाने निर्माण झाली आहे. राजरोसपणे जंगलांना बोडके करणारा धूर्त कंत्राटदार बिनधास्त लांडी-लबाडी करणाऱ्या अधिकाऱ्यांच्या आशीर्वादाने जंगलांचे गळे घोटतो आहे. मात्र आदिवासींच्या अज्ञानाचा फायदा घेऊन त्यांनाच अडकविले जात आहे.

एकेकाळी आदिवासीला जंगलचा राजा म्हटले जात असे. आज मात्र

अशा राजाला पद्धतशीरपणे जंगलातून हुसकावले जात आहे. जंगलाच्या आश्रयाने स्वच्छंदी जीवन जगणाऱ्या आदिवासींवर उपासमारीची वेळ आली ती, ब्रिटिश भारतात आले आणि त्यांनी अमाप जंगलसंपत्तीची वारेमाप लूट केली, तेव्हापासून त्यांनी महत्त्वाची सर्वच जंगले ताब्यात घेतल्याने जंगलच्या राजाचे सिंहासन गदागदा हलू लागले. त्यांचे जंगलावरचे अधिकार संपुष्टात आल्याने, क्षणार्धात आईची आणि बाळाची ताटातूट व्हावी तसे आदिवासींचे झाले.

मायेने आणि ममतेने जंगलांशी मैत्री करणाऱ्या आदिवासीला सवलत काय दिली तर म्हणे, हाताच्या मुठीत मावेल एवढे वाळलेले लाकूड नेण्याची मुभा, वाळलेल्या काटक्या, कुटक्या वापरण्याची सवलत. बस्.... ह्यापलीकडे कशालाही हात लावायचा नाही हा आदिवासींना दंडक. जर काही चुकून उचलले तर शिक्षा ठरलेली. आदिवासींना जर कधी झाड तोडताना खाकी कपडेवाल्यांनी बघितले, तर त्यांनी आदिवासीला पकडायचे, विनापंचनामा लाकूड, कुऱ्हाड, कोयता इ. साधने जप्त करायची. एखादी सुंदर तरुणी भेटली तर तिचा उपभोग घ्यायचा हे जंगल राखणाऱ्यांचे कामच. उदा., सूड नावाच्या कथेत तर डॉ. धैर्यशील शिरोळे लिहितात, ''एके दिवशी सायंकाळच्या सुमारास लाकूडफाटा गोळा करताना सगणीला फॉरेष्ट गार्डने बघितले. मग काय तिला पकडण्यासाठी तो तिचा पाठलाग करू लागला, तिला तुरुंगात डांबण्याची धमकी देऊ लागला. मात्र ती थांबत नाही म्हटल्यावर गार्ड पुन्हा तिच्यामागे धावू लागला, तेवढ्यात ती तिच्या झोपडीवजा घरात शिरली आणि सासूजवळ जाऊन लपली. फॉरेष्ट गार्ड त्याही अवस्थेत झोपडीत गेला, त्याने सगणीला सासूजवळून ओढले आणि तिच्यावर बलात्कार केला. ह्या घटनेला सासू साक्षीदार होती.''[१] जंगलात काही शोधताना बघितले तर आदिवासींना हकनाक दम, हातपाय तोडण्याच्या धमक्या, ह्यावर शिरजोरी म्हणजे लाकूड पकडले तर, त्याची केस होऊ नये म्हणून त्या बिचाऱ्यांची कोंबडी, बकऱ्या फस्त करून वर मोहाची स्पेशलची ऑर्डर द्यायची आणि जेवढी रोकड मिळेल तेवढी उचलायची; मग सांगायचे, काही घाबरू नका, केस होणार नाही, असा दिलासा देऊन पसार व्हायचे.

कधी आदिवासीने घर शाकारायला घेतले की, पुन्हा तीच तऱ्हा. शेतीच्या अवजारासाठी, चुलीसाठी लाकडे आणायची म्हणजे चोरीच... एवढेच कशाला, घराच्या भिंती उभारण्यासाठी कारवी आणायची म्हणजे कर्मकठीण. हे काम करण्यासाठी खाकी कपडेवाल्यांसमोर भिकाऱ्यासारखे हात पसरायचे. हे काम

प्रथम जंगलावर मालकी असणाऱ्या आदिवासीला अजिबात मान्य नाही. पण परिस्थितीने त्यालाही लाचार बनविले. म्हणजे जंगलच्या राजाला आपल्याच मालासाठी पैसे मोजावे लागू लागले. सरकारच्याच एका पाहणीनुसार तुटलेल्या प्रत्येक पन्नास झाडांमागे केवळ एकच वाळलेले झाड हे आदिवासीने आपल्या मूलभूत गरजेपोटी तोडलेले असते. ही वस्तुस्थिती नजरेआड करून चालेल का?

एकंदरीत या सर्व गोष्टींचा विचार केला असता बिगरआदिवासी फक्त आदिवासींनाच सांगू लागले आहेत की, आदिवासींनीच पर्यावरणाचे संतुलन राखावे. त्यांनीच वन्य प्राण्यांची शिकार बनावे, विंचू-काट्यांमध्येही त्यांनीच भटकावे. वरून बिरुदावली काय तर म्हणे 'जंगली' जिथे कोणत्याच सुविधाचा वारा पोहोचला नाही, तिथेच आदिवासींनी पिढ्यान्‌पिढ्या रहायचे का? त्यांचे आरोग्य सुधारण्यासाठी, चांगले शिक्षण मिळण्यासाठी, त्यांच्यातील अंधश्रद्धा नाहीशी होण्यासाठी आपण नाही, तर मग कुणी मदतीचा हात पुढे करायचा? काही आदिवासी तर कपडेही घालत नाहीत, त्यांना एकविसाव्या शतकातही तसेच राहू द्यायचे का? संस्कृतीच्या गोंडस नावाखाली भिकेला लावायचे का? ह्या प्रश्नांची जोपर्यंत आपण उत्तरे शोधत नाही, तोपर्यंत ते आहेत तिथेच राहणार.

'आदिवासी भागात रस्ते, वीज, एस. टी., रेडिओ, दूरदर्शन, शाळा, कॉलेज हे सर्व पोचल्यावर त्यांची संस्कृती टिकेल का? अशी चिंता करणारा मोठा वर्ग आहे. त्यांनी आदिवासींची चिंता न केलेली बरी. आपल्या देशात विचारांचेदेखील प्रदूषण झाले आहे. पण आदिवासी मुला-मुलींनी खूप शिकावे, त्यांना उत्तम इंग्रजी यावे, विज्ञान आणि तंत्रज्ञानाने त्यांच्या हातात हात घालून फिरावे, त्यांनी शिक्षक, प्राध्यापक, इंजिनियर, डॉक्टर, ऑफिसर व्हावे असे का बरे आपल्याला वाटत नाही?'[१०] मात्र आता आदिवासींनीच खंबीर भूमिका अवलंबिली आहे. ते म्हणतात,... 'आता किती दिवस आम्हीच जंगलांचे रक्षण करायचे? आम्हीच का मक्ता घेतला आहे? आता ते कदापिही चालणार नाही.' डॉ. बाबासाहेब आंबेडकर म्हणाले होते की, 'दलितांनो, खेडी सोडा आणि शहरांकडे चला. त्याशिवाय तुमची सुधारणा अटळ आहे'.[११] आज आदिवासींनाही ललकारण्याची वेळ आली आहे.

त्यामुळे या जंगलाच्या खऱ्याखुऱ्या 'पास्वाना'ला 'आदिवासींनो, जंगले सोडा, आणि शहराकडे चला', असे म्हणण्याची वेळ आली आहे. त्याशिवाय तुमच्यात जागतिकीकरणाचे वारे शिरणे अवघड आहे, चला, लागू या कामाला

समय आपल्याजवळ कमी आहे......अपेक्षित भारत घडवू या......'

❑

संदर्भ आणि टीपा :

१. संजय लोहकरे संपादित, आदिवासी धार्मिक अस्मितेचा उदय, यशोदीप प्रकाशन, पुणे, प्र. आ. २०११

२. गोविंद गारे, आदिवासी प्रश्न आणि परिवर्तन, अमृत प्रकाशन, औरंगाबाद, प्र. आ. १९९४, पृ. क्र. १२६.

३. तुकाराम रोंगटे, आदिवासी धर्माचे सिंहावलोकन, पृ. क्र. ७६, दिवाळी विशेषांक २०११, यशोदीप क्रिएशन्स, पुणे.

४. गोविंद गारे, आदिवासींचे पारंपरिक वनौषधोपचार: सह्याद्रीतील औषधी वनस्पती, शुभेच्छा गंगाराम जानू आवारी, आदिवासी विकास प्रतिष्ठान, पुणे, मार्च २००२, पृ. क्र. २.

५. राणी बंग 'गोईण : गडचिरोलीतील स्त्रियांचे झाडांशी नातं, ग्रंथाली प्रकाशन, पुनर्मुद्रण.

६. तत्रैव, पृ. क्र. ५.

७. http://www.bbc.co.uk/hindi/regionalnews/story/2004 chipko thirty years

८. तुकाराम रोंगटे, आदिवासी साहित्य : नियतकालिकातील, डिंपल प्रकाशन, वसई, प्र. आ. २००७, पृ. क्र. ७५.

९. धैर्यशील शिरोळे, 'आदिवासी कथा आणि व्यथा', स्नेहवर्धन प्रकाशन, पुणे, २००२, द्वि. आ. पृ. क्र. ८०.

१०. भुंजग मेश्राम, 'आदिवासी साहित्य संमेलन भाषणे', संपा. गोविंद गारे, प्र. आ. २००७, पृ. क्र. २५ ते २८.

११. मासिक 'सुगावा', लेख– 'आदिवासींनो, जंगले सोडा आणि शहराकडे चला.'

१३
आदिवासी धर्माचे सिंहावलोकन

जगाच्या पाठीवर असा एकही देश नाही की, त्या देशाला धर्म नाही. भारत देशामध्ये तर विविध जाती–धर्मांचे लोक गुण्यागोविंदाने नांदत असल्याचे अभ्यासक सांगतात. मात्र भारत देशातीलच आदिवासी ही एकमेव जमात अशी आहे की, तिला त्या काळी कोणत्याच धर्माची गरज भासली नाही. किंबहुना तशी गरज कोणालाही असू नये. पुढे काही संधिसाधू धर्ममार्तंडांनी त्यांच्या दृष्टीने धर्म नसलेल्या आदिवासींची उणीव बरोबर हेरली आणि आपापल्या धर्मात आदिवासींना वाटून घेण्याचे काम सुरू झाले. आजही ही प्रक्रिया थांबलेली नाही. २१ व्या शतकात आदिवासींना स्वतःची अस्मिता आणि अस्तित्व टिकवून ठेवण्यासाठी त्यांच्या स्वतंत्र धर्माची गरज भासू लागली आहे. या पार्श्वभूमीवर आदिवासी धर्माचे सिंहावलोकन होणे गरजेचे आहे.

इथली खरी गोची काय आहे, तीदेखील आपण समजून घेणे गरजेचे आहे. आदिमांचा धर्म हा मातृसत्ताक पद्धतीला आदराने स्वीकारणारा असून वैदिकांनी ह्याच गोष्टीवरून आदिवासी धर्माचा मुळापासून निःपात करण्याचे सत्र आरंभल्याचे दिसते. कारण त्यांना मातृसत्तेवर विश्वास ठेवणारा आणि श्रम, सहकार, सामुदायिकत्व, न्याय, करुणा, समता, सत्य, शील व 'कुलचिन्ह'[१] ह्या नऊ रत्नांच्या तत्त्वप्रणालीवर भरभक्कमपणे स्वतःच्या पायावर उभा असलेला, आणि जगाच्या कानाकोपऱ्यांतील विविध धर्मांची निर्मिती ज्याच्यापासून झाली तो जागतिक स्तरावरचा अतिशय पवित्र आणि शांततेचा भोक्ता असलेला जगत्‌विख्यात 'निसर्ग धर्म'च मान्य नाही. म्हणून हे प्रदूषित आणि गढूळ वातावरण पाहायला आणि ऐकायला मिळत आहे. म्हणूनच आपण आता आपल्या धर्माविषयी सावध भूमिका घेणे अत्यंत गरजेचे आहे, असे मला मनापासून वाटते.

आदिवासींच्या निसर्गाच्या चलत्पटातून उदयास आलेल्या धर्मसंस्कृतीचा वेध घ्यायचा झाल्यास आपल्याला थेट आदिम काळात डोकावून पाहावे लागेल. त्यांची धार्मिक आणि सांस्कृतिक मूल्ये तपासावी लागतील. पूर्वी कळपाने वावरणाऱ्या आदिवासींमध्ये टोळीचा म्होरक्या आपल्या सोबत्यांसोबत दुसऱ्या टोळीवर हल्ला करीत असे. त्यात साहजिकच बलाढ्य टोळी जिंकत असे. त्या वेळी जिंकलेल्या टोळीला हरलेल्या टोळीतील माणसांसोबत स्त्रियादेखील मिळत असत. त्या स्त्रिया मिळविण्यासाठी पुन्हा त्यांना लढाई करण्याची गरजच भासत नसे. कारण आपली ओळख पटविण्यासाठी प्रत्येक टोळीतील स्त्रियांच्या हातावर आणि कपाळावर विशिष्ट पद्धतीने गोंदण्याची तऱ्हा असल्याने त्या टोळीतील स्त्रियांना ओळखण्याची ती महत्त्वाची खूण असल्याने, त्यांचे पुन्हा तेवढ्याच आदराने स्वागत केले जाई. ''दुसरी स्त्री मातेसमान मानण्याची पवित्र भावना तेव्हापासूनच मानली जाऊ लागली. ह्या विश्वासार्हतेलाच आदिवासी आपला धर्म मानू लागला.''[२]

रानटी अवस्थेत टोळ्या-टोळ्यांनी वावरणाऱ्या आदिवासीला सुरुवातीला विवाहसंस्थेत अडकण्याची गरजच भासली नाही. कारण आदिवासींमध्ये मातृसत्ताक पद्धती अस्तित्वात असल्याने नराची निवड करण्याचे पूर्ण स्वातंत्र्य स्त्रीला होते. तिला 'नर' चपळ दिसला नाही, त्याची क्षमता कमी वाटली तर ती चुटकीसरशी त्याला बाजूला सारीत असे. पुढे आदिवासींनी निसर्गाच्या साक्षीने आपली कुटुंबव्यवस्था बनवली, तेव्हाची ही गोष्ट आहे.

आपला उदरनिर्वाह करण्यासाठी कंदमुळांबरोबरच शिकारीला जाणारा पुरुष लवकर येत नाही म्हणून गुहेच्या बाहेर येऊन आपल्या भुकेने व्याकूळ झालेल्या चिमुकल्याला काही मिळते काय ते शोधण्यासाठी किलकिल्या नजरेने बघणाऱ्या स्त्रीने काही वृक्षांचे निरीक्षण केले. तेवढ्यात झाडावरून वाळलेले एक फळ खाली पडले. त्याच्या बिया अस्ताव्यस्त पसरल्या. त्या बिया वेचून तिने आपल्या गुहेच्या आणि नंतर झोपडीच्या लवेला आणून लावल्या. अंगणात कुंपण करून काही वेलभाज्या लावल्या, त्यातूनच तिने प्रथम शेतीचा शोध लावला. जो शिकवितो आणि जगवितो अशा निसर्गावर तिचा दृढ विश्वास बसला आणि आदिवासीने निसर्गराजाला आपला 'अधिष्ठाता' आणि 'धर्मज्ञाता' मानायला सुरुवात केली.

आदिवासी प्राण्यांशी, कृमिकीटकांशी आणि निसर्गातील सर्व घटकांशी

बांधिलकी मानून त्यांच्या सहवासात आनंदाने राहू लागल्यावर त्यांच्या असे लक्षात आले की, प्राण्यांपेक्षा आपण काही बाबतीत नक्कीच कमी आहोत. म्हणजे आपल्याला खार आणि माकडासारखे का बरं चपळतेने झाडावर चढता येत नाही? असे काही प्रश्न त्याला पडतात न पडतात तोच, त्याचे उत्तरही त्याला मिळत असे. आपल्या हातांची बोटे एकमेकांच्या त्वचेला चिकटलेली आहेत, ती वेगळी करण्यासाठी त्यांना पहिल्या दोन-तीन पिढ्या नक्कीच खपवाव्या लागल्या असणार. त्याने ह्या काळात केलेले संशोधन जर आपला धर्म मानून केले नसते, तर आज ही आपली सर्व दृष्टीने प्रगती झाली आहे, ती नक्कीच झाली नसती.

नुकताच कष्ट करून गंगेच्या आणि इतर नद्यांच्या दोआबात कुठे स्थिरावतो, तोच अशा जमातींना आर्यांनी 'दस्यू' संबोधले. त्या वेळी अशा टोळ्यांना 'गण' म्हणून व गणांच्या प्रमुखांना 'गणनायक' संबोधले जाई. आदिवासी गणांचे राज्ये हिमालयाच्या पायथ्याशी आणि सह्याद्रीच्या रांगेत वस्ती करून राहणाऱ्या डोंगरदऱ्यांतही होती. ही सर्व गणराज्ये आपली गुलाम व्हावीत, म्हणून त्या वेळच्या सम्राटांनी खूप प्रयत्न केले. त्या वेळच्या कितीतरी गणराज्यांवर आक्रमणे करून गणांच्या नायकांना आर्यांनी निदर्यपणे, अधर्माने वागवून ठार मारले. ह्या बाबतीत सम्राट चंद्रगुप्ताचा मंत्री कौटिल्य ह्याने लिहून ठेवले आहे की, 'आदिवासी गणनायकांची आपापसात भांडणे लावून, त्यांना दारूचे व्यसन लावून, सुंदर स्त्रिया पाठवून ह्या गणांची शक्ती कशी कमी करता येईल, ते जातिनिशी बघितले जात असे. अशा प्रकारचा कावेबाजपणा आदिवासींच्या रक्तात चुकूनही सापडणार नाही, तर धर्मात कुठून येणार?' वरील गणनायक म्हणजे आदिवासी धर्माचे प्रचारक म्हणून काम करत होते. असा धर्म समतेवर, श्रमावर आणि सहकारावर आरूढ झालेला होता.

अगदी रामायण, महाभारत, चार वेद, उपनिषदे, ब्राह्मण्यके, तैतिरीय संहिता, रावणसंहिता ह्या ग्रंथांचा विचार जरी केला तरी आपल्याला दिसेल की, आदिवासी धर्मसंस्कृती किती महान आहे. मात्र अशा महान संस्कृतीला आर्यांनी पायदळी तुडविण्याचा आटोकाट प्रयत्न केला, कारण कुबेर हा रावणाचा ज्येष्ठ बंधू 'यक्ष'संस्कृतीचा पुरस्कर्ता होता, तर रावण 'रक्ष'संस्कृतीचा म्हणजेच 'रक्ष' धर्माचा पालनकर्ता होता. 'रक्ष' धर्म म्हणजे वैदिक यज्ञ-कर्मकांडाच्या विरोधात शड्डू थोपटणारा धर्म होय. आपल्या निसर्गधर्माचा बचाव करण्यासाठी 'रक्ष' संस्कृती निर्माण केली. 'रक्ष' म्हणजे स्वतःसह समाजाचे रक्षण करणे होय. अशा

धर्मात रावणाने आदिवासींच्या सर्व गणांचा समावेश केला होता, मात्र लंकेत राहणाऱ्या ब्राह्मणांपासून अनेक अठरापगड जाती-जमातींच्या माणसांवर आपला 'रक्ष' धर्म लादण्याचा कुठेही खटाटोप केला नव्हता. तरी 'रक्ष' धर्माचा प्रसार झपाट्याने होत होता. त्यामुळे रक्ष धर्माचा प्रसार करणारे रक्षक (राक्षस) हे आर्यांचे मुख्य शत्रू बनले आणि त्यांनी 'रक्ष' धर्माचा नायनाट केला. पुढे खूप काळ लोटला आणि १९व्या शतकात बिहारमधील रांचीजवळ एका खेड्यात जन्मलेल्या बिरसा मुंडाला आदिवासी धर्माने पछाडले. आपला निसर्गधर्म असताना इथले इतर धर्मीय आपल्याला छळतात, आपल्या देवादिकांची टिंगल करतात म्हणून बिरसाने त्या काळी 'बिरसा धरम' स्थापन करून त्याला तत्त्वज्ञानाचे अधिष्ठान तर दिलेच, शिवाय आपल्या अनुयायांमार्फत सगळीकडे प्रचारही केला. मात्र इतरांनी दुर्लक्ष केल्याने 'बिरसाधर्मा'ला प्रतिसाद मिळाला नाही. विदर्भात 'कोयतूर धर्म' उदयास आला. त्यातूनच गोंडी धर्म चळवळ उदयास आली. आजही तेथील आदिवासी आपला 'कोयतूर' धर्म पाळतात. मात्र तो संपूर्ण आदिवासी समाजाला एका छत्राखाली आणणारा धर्म नसल्याने, त्यात तशी मूल्ये नसल्याने, ह्या धर्मालाही उतरती कळा लागली. सन १८३८ साली तळोदा तालुक्यात आदिवासींचे संत आप श्री. गुल्या महाराज ह्यांनी त्या काळी एक मोठी धर्मपरिषद घेऊन 'आप मंडळ' म्हणजेच 'आप' धर्म स्थापन करण्याचा क्रांतिकारी विचार मांडला होता. आपल्या भिल्ल बांधवांना एकत्र करून ह्या धर्माची स्थापना होणे किती गरजेचे आहे, ते पटवून दिले होते. त्यासाठी आदिवासी बांधवांनी संत श्री. गुल्या महाराजांना 'आपश्री' ही उपाधी बहाल केली होती. असे असताना हिंदू धर्मापुढे ह्या धर्माचा काही निभाव लागला नाही, आणि देवदेवतांपासून सर्व धार्मिक विधी हिंदूंनी आदिवासींवर लादल्याचे स्पष्ट झाले. हे सर्व थोपवायला आता जरा जड जात असले, तरी सर्वांनी कंबर कसून कामाला लागले तर आदिवासींचा निसर्गधर्म पुनरुज्जीवित व्हायला फार वेळ लागणार नाही. जो धर्म विज्ञानावर आधारलेला आणि सर्व जगातील आदिवासी जमातींना सामावून घेणारा असेल, अशाच धर्माची खरी गरज त्यांना वाटते.

आदिवासींना धर्मच नसेल तर काय होऊ शकते, हे आपण उघड्या डोळ्यांनी पाहतच आहोत. मुळात धर्म ही एक अफूची गोळी नसून त्या-त्या समाजासाठी एक आदर्श जीवनप्रणाली आहे, असे मला वाटते. कोणत्याही धर्माचे मानवी जीवनातील स्थान अतिशय महत्त्वाचे असते. मानवी जीवनातून धर्माला

बाजूला काढणे म्हणजे दोरा तुटलेल्या पतंगासारखीच गत त्या समाजाची नाही का होणार? एक महत्त्वाचे सूत्र आपल्याला विसरून चालणार नाही, ते म्हणजे माणसांनी आपल्या सोईसाठी धर्म निर्माण केला आहे; धर्माने माणूस नव्हे! आज धर्माने माणसाला सदाचाराने, नम्रतेने वागायला शिकविले आहे. जर ही उच्च कोटीची तत्त्वे मानवी जीवनात धर्मसंस्काराच्या माध्यमातून आली नसती, तर मनुष्यप्राणी प्राण्यांपेक्षाही हीन जीवन जगत राहिला असता. परंतु आज मनुष्य विविध धर्मांच्या माणसांशी अतिशय आपुलकीने आणि जिवाभावाने जो काही वागतो, व्यवहार करतो त्याचे कारण म्हणजे त्याच्यावरील धार्मिक संस्कार होत. म्हणूनच तर धर्म माणसाला माणूस म्हणून त्याच्या समाजाचा एक घटक म्हणून आणि संस्कारमय रीत्या जीवन जगायला शिकवितो. असे असताना आदिवासींनी संपूर्ण जगाला निसर्गाच्या सान्निध्यात राहून आपल्या धर्माचे आणि संस्कृतीचे जतन करण्याचे वस्तुपाठ शिकविले. अनेक पिढ्यान् पिढ्यांत हे पारंपरिक ज्ञान प्रसविले. आज हेच लोक हाकाटी करू लागले आहेत की, आदिवासींचा वेगळा धर्म नसून हिंदू धर्म हाच त्यांचा खरा धर्म आहे.

अशा वेळी आपल्याला आदिवासींच्या सामाजिक आणि धार्मिक नीतिमत्तेचा विचार करावा लागतो. त्यातील सामाजिक मूल्ये बघावी लागतील. उदा. 'मे' महिन्याच्या अखेरीस पाऊस पडून गेला की, भुईच्या पोटातून विविध भाज्यांचे कोंब उगवतात. ते कोंब भाज्या म्हणून खाण्याआधी आदिवासी आपल्या निसर्ग-देवतेची, कणसरी मातेची पूजा करतात. काही महत्त्वाच्या भाज्या शिजवून त्याचा निसर्गदेवतेला नैवेद्य दाखविल्याशिवाय ते एक घासही खात नाहीत. हा विधी झाल्यावर जनावरे आणि माणसे तेथील वेलभाज्या आणि पालेभाज्या वाटून खातात. इतकेच नव्हे तर न्याहरीला आपल्या मांडीला मांडी घालून गुलब्या वा खंड्या कुत्र्यालाही ताट वाढले जाते, आणि जी काही शिळीपाकी भाकरी वा कोंड्याचा मांडा असेल ते दोघेही वाटून खातात. त्यातीलच काही तुकडे कुस्करून चिमण्यांना, मुंग्यांनाही भरविणारा आदिवासी 'माणुसकी' हाच आपला धर्म पाळतो. त्यानेच त्यागाची भावना स्वीकारून 'जगा आणि जगू द्या' ही जीवनप्रणाली प्रत्यक्षात आणली आहे. कारण आदिवासींचा धर्म माणसांना, कृमिकीटकांना आणि प्राणी, पशु-पक्ष्यांना मैत्रीचे तत्त्वज्ञान शिकवितोच, शिवाय त्यागाची भावनाही रुजवितो.

भादव्यात आणि आश्विनात पिकांच्या बाजूला कुर्डूची, बरकीची, काठ

माठाची, राजगिरा अशा कितीतरी भाज्या येतात. तर मार्गशीर्ष महिन्यात हरभऱ्याची आणि त्याच्याच शेजारी चिलाची भाजीही उगवते. ह्या सर्व भाज्या आदिवासी आपल्या आहारात वापरतात. मात्र ह्या भाज्या ते उपटून कधीच घेत नाहीत, तर फक्त त्यांची कोवळी पाने आणि टांभे खुडून घेतात. त्यांना निसर्गधर्म चांगलाच माहीत असल्याने त्या भाज्या अधिकच फुटून डवरतात. त्यांचा चांगलाच विस्तार होतो. अशा कितीतरी भाज्यांच्या सुफलीकरणाचा महत्त्वाचा धर्म आदिवासींकडून नित्यनियमाने पाळला जातो. अशा धर्माविषयी काहींनी आपली मते नोंदविली आहेत, तीदेखील विचारात घेण्यासारखी आहेत. धर्म ही मानवी मनाची अभिव्यक्ती आहे, असे फ्रॉइडने म्हटले आहे. निसर्ग आणि मानवसमूह ह्या दोहोंकडून मिळणाऱ्या यातना आणि मनुष्याची असह्यता सहन करता यावी, यातूनच धर्मकल्पना उदयास आली असावी. तर मार्क्सच्या मते, 'धार्मिक सत्ता ही सामाजिक, आर्थिक शक्तीची निर्मिती आहे.' धर्म म्हणजे केवळ अध्यात्म नव्हे, असे क्लिफर्ड गीर्त्स यांनी म्हटले आहे. 'मनुष्याचे विधी व त्याच्याभोवती नैतिक गांभीर्याचे एक वलय असते. धर्म म्हणजे मानवी कृतींची दिशा ठरविणारे एक महत्त्वाचे तत्त्व असते. त्यामुळेच आदिमानवी संस्कृतीमधील निसर्गधर्माला परमोच्च स्थान आजही आहे.' त्यातील 'यातुविद्या' हा मानवी धर्मजीवनाचा मुळारंभ होता. त्यामुळे जगातील सर्व धर्म आणि संस्कृतींवर 'यातुविद्ये'चा प्रभाव दिसून येतो. प्रारंभीच्या काळात निसर्गातील सौम्य आणि रौद्र, आनंददायक आणि क्लेशदायक घटितांच्या परिणामातून निसर्गाविषयी आदर आणि भयदेखील निर्माण झाले. अशा पवित्र धर्माचा प्रसार करत करत आदिवासी वाटचाल करत असतानाच मुस्लीम धर्मीयांनी भारत देशावर मोठ्या प्रमाणात हल्ले केले. त्या वेळी इतरांबरोबर आदिवासींच्याही मोठ्या प्रमाणात कत्तली झाल्या आणि आदिवासींना मुस्लीम धर्म स्वीकारावा लागला. कारण तलवारीच्या जोरावर हिंसक वृत्ती जोपासून त्यांनी असंख्य आदिवासींचे धर्मांतर घडवून आणले. त्याच वेळी अनेकांचे शिरकाण केले गेले, तर हजारो स्त्रियांचे शील भ्रष्ट केल्याची उदाहरणे आहेत. दरम्यानच्या काळात संकलनाच्या आणि संशोधनाच्या नावाखाली ख्रिस्ती मिशनरी आदिवासींचे धर्मांतर घडवून आणण्यात कमालीचे यशस्वी झाले. 'आज तर ब्राह्मणांनी आदिवासी म्हणजे मागासलेले 'हिंदू' असा शिक्कामोर्तब करून त्यांना उपरोधिकपणे 'वनवासी' ही पदवीही बहाल केली आहे'.[३] एकंदरीत आदिवासींना हिंदू, मुस्लीम, ख्रिश्चन या धर्मांत सामील करण्याचा कट फार पूर्वीच रचला गेला. ज्या वेळी आदिवासी

शिकलेसवरले नव्हते, त्या वेळी अतिशय नियोजनपूर्वक खेडोपाडी आणि डोंगरदऱ्यांत ब्राह्मण शिक्षक म्हणून पोचले, आणि प्रथम कोणते काम केले तर आदिवासी विद्यार्थ्यांच्या नावापुढे 'हिंदू' असे रेकॉर्डला नोंद करण्याचे कारस्थान त्यांनी केले. आणि आदिवासी पूर्वीचे हिंदू आहेत, असे सांगायला सुरुवात केली. मात्र आर्यांनी डोंगरदऱ्यांत आणि जंगलबहुल भागात हाकलून दिलेला आदिवासी एकदम हिंदू कसा काय असू शकेल? हे उघडउघड गौडबंगाल नाही काय?

''ह्यासमयी मला 'चिपको' आंदोलनाची तीव्रतेने आठवण झाल्याशिवाय राहवत नाही. एके दिवशी जंगलतोड करण्यासाठी आलेल्या इंग्रजांच्या सशस्त्र तुकडीला आदिवासी स्त्रीने ठणकावून सांगितले, 'प्राणास मुकावे लागले तरी बेहतर, मात्र आमच्या विश्वासू सख्या-सोबत्यांवर घाव घालू देणार नाही.' परंतु आदिवासींना न जुमानता झाडांना भुईसपाट केले जात आहे, म्हटल्यावर तेथील स्त्रियांनी झाडांना कवटाळायला सुरुवात केली आणि इंग्रजांना निक्षून सांगितले, 'खबरदार, झाडांवर वार करण्याआधी आमच्यावर वार करावे लागतील, आणि मगच झाडांवर.' ह्या कृत्याने इंग्रज भयंकर अस्वस्थ झाले, त्यांना काय करावे तेच कळेना. मात्र हे चिपको आंदोलन, जगात सगळीकडे आदिवासींचे निसर्गाशी असलेले अतूट नाते सिद्ध करून इतिहासात चिरकाल झाले. इंग्रजांविरुद्धचे हे महान आंदोलन, ही क्रांती आपल्याला विसरून चालेल काय? मला वाटते, आदिवासींना जगण्यासाठी बळ देणारा आणि जगात कसे वागायचे, ह्याचे भान देणारा निसर्ग म्हणूनच त्यांचा अलिखित मात्र आद्य धर्मच ठरतो''.[४]

प्रतिगामी प्रवृत्तीतून निपजलेल्या नाटकांच्या उच्चांकाचा नमुना म्हणजे, 'शाकुंतल' हे नाटक होय. जर्मन तत्त्ववेत्ता गटे, ज्याला अक्षरशः डोक्यावर घेऊन नाचला अशा महान (?) समजल्या गेलेल्या या वाङ्मयीन कलाकृतीत कोणती महान मूल्ये आहेत म्हणे, तर आदिवासींच्या प्रामाणिकपणाची आणि निःस्वार्थी-पणाची टिंगल करणे होय. कथा अशी आहे की, जो आदिवासी शकुंतलेची माशाने गिळलेली अंगठी राजाला परत देण्यासाठी राजवाड्यात येतो, त्याच्या प्रामाणिकपणाची, निष्ठेची आणि निःस्वार्थी वृत्तीची छाप पडण्याऐवजी त्याच्या सभागृहातील आगमनाबरोबर राजासह सारे सभागृह हास्याच्या सागरात बुडून जाते. ह्याचा अर्थ आदिवासींनी नक्की काय घ्यायचा? आजवर आदिवासी सचोटी, प्रामाणिकपणा, निःस्वार्थी वृत्ती आणि निसर्गालाच आपला धर्म मानत आला आहे. मात्र त्याचा हा धर्मच सर्वांकडून पायदळी तुडविला जात असेल आणि

त्याला कुणीही चुकीची मूल्ये शिकवत असेल, तर तो आता कदापि शांत बसणार नाही. आपल्या धर्माची कदर व्हावी, म्हणून त्याने आता सर्वांना सामावून घेणाऱ्या सत्यवादी आणि मानवतावादी निसर्गधर्माचीच पुनर्मांडणी करण्याचे रणशिंग फुंकले आहे. 'गोटूल' सारखी अतिशय पवित्र विवाहसंस्था की, जेथे भावी वधू-वर एकत्र येऊन आपल्या भावी जीवनाचा जोडीदार निवडायचे, अशा 'गोटूल' संस्कृतीवर त्या काळी कडाडून टीका झाली. हे तरुण-तरुणी एकत्र येतात आणि स्वैराचार माजवतात, त्यांच्या लैंगिक वासना शमविण्यासाठी त्यांच्यात खुला शरीरसंबंध असतो, अशी टीकेची झोड होत राहिली. मात्र आदिवासी तरुण-तरुणींनी 'गोटूल'ला आपला पवित्र धर्म मानल्याने निसर्गाच्या साक्षीने आणि एकमेकांच्या सहमतीने एकत्र यायचे. अशा वेळी काही प्रमाणात त्यांचे शरीरसंबंध येतही असतील. मात्र ते एकमेकांच्या मर्जीविरोधात कधीच नाही. 'बलात्कार'सारखा पाशवी शब्द त्यांच्या शब्दकोशात चुकूनही सापडणार नाही. एवढे मोठे दायित्व आणि समाजाबद्दलची निष्ठा आपल्याला दुसऱ्या धर्मात कुठे दिसेल काय?

आदिवासींच्या त्यागी निसर्गधर्मात साठा आणि संग्रह करण्याची शिकवण नसल्याने शहरवासीयांप्रमाणे शीतपेटीत (Refrigerator) काही ठेवायचे असते आणि त्यातील बऱ्याच कॅलरीज नष्ट झाल्यावर तो पदार्थ खायचा असतो, हे निसर्गाच्या सान्निध्यात राहून करायला आदिवासी इतका काही दूधखुळा राहिलेला नाही. हे त्याच्या धर्मात आणि संस्कृतीत बसणारे नाही. त्याला रोज हवे तेवढेच ताजे अन्न तो जंगलातून मिळवितो आणि ओहोळाचे ताजे पाणी प्राशन करून गुण्यागोविंदाने पर्यावरणाला कुठेही गालबोट लागणार नाही, ह्याची दक्षता घेत आपला निसर्गधर्म काटेकोरपणे पाळतो. भारतीय राज्यघटना ही समतेवर आधारलेली असली, तरी समाज मात्र जातपात व धर्मपंथांच्या विषमतेवर उभा आहे. समताधिष्ठित संविधान आणि विषमताधिष्ठित समाजरचना ही अतिशय मोठी दरी मागील सदुसष्ठ वर्षांत राज्यकर्त्यांना व समाजधुरिणांना संपविता आलेली नाही. तेव्हा आदिवासींच्या बाबतीत ते काय करणार आहेत? त्यांच्याकडे स्वच्छ आणि पारदर्शी दृष्टी नको काय? म्हणून तर त्याला आता स्वतःच्या धर्माचे अधिष्ठान हवे आहे. धर्माच्या नावाखाली कसे राजकारण खेळता येते, त्याचा उत्तम नमुना म्हणजे सन २०११ ची जनगणना होय. अतिशय हेतुपूर्वक त्यात 'धर्मा'चा रकाना लिहिला गेला. मग आदिवासी हिंदू नसताना बळजबरीने त्याची नोंद हिंदू म्हणून करण्यात आली आणि त्याला २१व्या शतकात 'बळी'चा बकरा बनविला. आता आदिवासींनी

शांत बसून चालणार नाही; तर त्यांच्या निसर्गधर्माची पुनर्मांडणी होणे अत्यंत गरजेचे आहे.

स्वातंत्र्योत्तर भारताला अतिशय पुष्ट आणि सर्वव्यापी अशी राज्यघटना बहाल करणाऱ्या डॉ. बाबासाहेब आंबेडकरांना धर्मांतराची अधिकृत घोषणा करावी लागावी, ह्या गोष्टीला काय म्हणावे? त्या वेळी १९३५ साली येवला येथे झालेल्या धर्मांतर परिषदेच्या अध्यक्षीय भाषणात डॉ. बाबासाहेब आंबेडकर उद्वेगाने म्हणाले होते की, 'हिंदू धर्मात जन्माला आलो तरी हिंदू म्हणून मरणार नाही.'[५] बाबासाहेबांच्या या विधानामध्ये फार मोठी सामाजिक विषमतेची पार्श्वभूमी आहे. त्याचा इतिहास आपल्या सर्वांना ज्ञातच आहे. आदिवासींच्या बाबतीत विचार करावयाचा झाल्यास, आदिवासींना असे काही करण्याची आवश्यकता नाही, कारण मुळात ते 'हिंदू' नाहीतच, त्यांच्यावर 'हिंदू' म्हणवून घेण्याची बळजबरी कशासाठी? त्यांचा 'निसर्गधर्म' हा समतेवर आणि त्यागावर आधारलेला जगातील एकमेव श्रेष्ठ असा धर्म आहे, हे आता कुणाला सांगण्याची गरज राहिलेली नाही.

असे असताना आजमितीला मात्र आदिवासींची कशी दिशाभूल केली जाते, ते पाहण्यासारखे आहे. काही महिन्यांपूर्वीची ही वस्तुस्थिती आहे. संयुक्त राष्ट्र संघाच्या परिषदेसाठी काही देशांतील अतिशय जबाबदार अभ्यासू एकत्र आले होते. त्यात सर्वानुमते अशी चर्चा झाली की, जगभरात दि. ०९ ऑगस्ट ह्या क्रांतिदिनी आदिवासी दिवस पाळला जातो. तो भारतात पाळला जातो कारण त्या वेळी भारतातील त्या परिषदेला हजर असलेले भारतीय जनता पक्षाचे एक मंत्री उभे राहून म्हणाले, ''अहो, भारतात आदिवासीच नाहीत.'' अशी जर आपली मानसिकता असेल तर कसे काय करायचे? मात्र त्या परिषदेसाठी रिपब्लिक पक्षाचे सर्वेसर्वा रामदासजी आठवलेही हजर होते. ते म्हणाले, ''अहो, हे मंत्री महोदय चक्क खोटे पण रेटून बोलतात. भारतात चिक्कार आदिवासी लोकसंख्या आहे. कुणाला बघायची असेल त्यांनी माझ्याबरोबर यावे...''

सांगण्याचे तात्पर्य एवढेच की, आदिवासींकडे पाहण्याचे दिवस अजूनही बदलेले नाहीत, ही मोठी खंत आहे. आजमितीला आदिवासींना धर्मच नाही असे बोलायचे आणि त्यांच्या कार्यात आडकाठी आणायची ही इथली रीत. पृथ्वीतलावर प्रथम ज्याने धार्मिक घडी बसविण्याचे अवघड कार्य केले. त्याला आज धर्म नाही म्हणजे काय? त्यामुळे आता आदिवासींच्या निसर्गधर्माची घोषणा करून त्याला पुनरुज्जीवित करून वाटचाल करण्याची वेळ येऊन ठेपली आहे. आज पुणे, मुंबई,

नासिक, नागपूर, धुळे आणि अखिल भारतभर सर्वच बर्निंग स्पॉटवरून ही घोषणा होईल आणि आदिवासी धर्माची पताका मोठ्या डौलाने संपूर्ण जगात फडकेल. किंबहुना हे उद्याचे चित्र असेल.

❏

संदर्भ आणि टीपा :

१. संजय लोहकरे, 'धार्मिक अस्मितेचा उदय', फडकी मासिक, ऑगस्ट २०१०, वर्ष ३ रे, अंक ९ वा, पृ. क्र. २.

२. तुकाराम रोंगटे, 'आदिवासी संस्कृती', धर्म आणि माणूस, लोकसंस्कृती विकास(त्रैमासिक), वर्ष १ ले, अंक १ ला, जाने-फेब्रु-मार्च २०१२, पृ. क्र. ३३.

३. वाहरु सोनवणे, 'समता आणि मानवता हाच आदिवासी धर्माचा आधार', फडकी मासिक, २०१०, वर्ष ३ रे, अंक ९ वा, पृ. क्र. ८.

४. तुकाराम रोंगटे, 'धार्मिक अस्मितेचा उदय', यशोदीप प्रकाशन, पुणे, प्र. आ. २०१०, पृ. क्र. ३७.

५. बाबासाहेब आंबेडकरांची समग्र भाषणे, खंड-१, संपादक- प्रदीप गायकवाड, क्षितिज प्रकाशन, नागपूर, पा. आ. २००६, पृ. क्र. ४३१.

१४
आदिवासींच्या राजकीय व सांस्कृतिक इतिहासाच्या खुणा

आपल्या भारत देशाला स्वातंत्र्य मिळून ६५ वर्षे होत आहेत. संपूर्ण देशभर विखुरलेले आदिवासी जनसमूह-ज्याला सर्वोच्च न्यायालयाने या देशाचा खरा मालक, मूलनिवासी असल्याचे मान्य केले आहे. एके काळी सत्ता, संपत्ती, साहित्य आणि भारत देशाची संस्कृती जगात अत्यंत महान म्हणून जर कोणाच्या वर्तणुकीने ओळखली जात असेल, तर ती आदिवासींच्या. अशा आदिवासींची आज काय अवस्था आहे? हे न विचारलेले बरे. आज विकासाच्या सर्व प्रक्रियेत सर्वांत शेवटचा माणूस जर कोण असेल, तर तो ह्या देशाचा आदिवासी समाज होय. सुरुवातीला त्याने अपार कष्ट सोसून सर्व काही नवनिर्माण केले. आज मात्र कपटाने त्याचा घातपात करून त्यालाच शिकार ठरवून, त्याचीच पारध केली जात आहे. त्याला आहे त्याच डोंगरदऱ्यांत, कड्याकपारींत, दलदलीच्या प्रदेशात-जिथे कोणतीच दळणवळणाची साधने नाहीत-अशा ठिकाणी ठेवले जात आहे.

मौखिक वाङ्मय

अत्यंत प्राचीन काळापासून आदिवासी विविध बोली बोलत आला आहे. त्यातूनच अलिखित संहितेचा वापर करत मौखिक रूपाने आदिवासीने लोकवाङ्मय, शूरवीरांचा इतिहास, दऱ्याखोऱ्यांतील धर्मसंस्कृती, जंगल आणि काळ्या आईचा अस्सल गारवा टिकवून ठेवण्याचे काम आजवर केलेले बघायला मिळते. आदिवासींचे लोकसाहित्य हा आदिवासी साहित्याचा एक वैभवसंपन्न मूलस्त्रोत म्हणता येईल. त्यातूनच त्यांच्या जीवनाच्या पैलूंचे, मूल्यांचे, भावभावनांचे, नैतिकतेचे, आशा-आकांक्षांचे, व्यथा-वेदनांचे असंख्य प्रश्नांचे आणि जीवन-विषयक तत्त्वज्ञानाचे अत्यंत वास्तव दर्शन घडते. मात्र दुर्दैवाने ते समृद्ध असूनही त्याच्याकडे फारसे

कुणाचे लक्ष गेलेले नव्हते. अशा खजिन्याला प्रामाणिकपणे शोधण्याचे काम ज्या पाश्चात्त्यांनी केले, त्या नामावलीत रीअर एल्वीन, स्टेफन फक्स, जी.एल. गोमे, मिस मेरी फियर, मॅलिनॉस्की, फ्रांस बोआस, जे.एफ. हेवीट असे कितीतरी अभ्यासक आदिवासी इलाख्यात पायांना चाके बांधून संकलन करीत होते. पुढे भारतीय अभ्यासकांनीही मोठ्या प्रामाणात बाजी लावलेली असताना आदिवासीचे मूलधन, मौखिक वाङ्मय की जे अक्षरवाङ्मयीन वैभव म्हणून इतरांच्या डोळ्यांत खुपणारे होते, त्याची त्यांनी पाहिजे तशी नोंदच मुळी घेतली नाही.

आदिवासींचा रक्तरंजित इतिहास

आदिवासींचा इतिहास हजारो क्रांतिकारकांच्या रक्ताने मंडित झाला असून, त्यांनी केलेला त्याग, तपश्चर्या, ज्ञान, वैराग्य, राष्ट्रभक्ती ह्या सर्व गुणसंपन्नतेची सुवर्णाक्षरांनी नोंद घेण्यासारखी परिस्थिती असतानाही इतिहासानेच मुळी काणाडोळा करावा? ही भयंकर स्थिती म्हणावी लागेल. भारतीय स्वातंत्र्याचा पहिला उठाव २९ मार्च १८५७ रोजी बंगालमधील बैरकपूर येथे झाला. त्याच्या ज्वाला भारतभर पसरल्या. ह्या समराची नोंद भारतीय इतिहासात सुवर्णाक्षरांनी घेण्यात आली. स्वातंत्र्याचा पहिला उठाव म्हणून त्याला गौरविण्यात आले असले तरी, त्याहीपूर्वी म्हणजे इ.स.१८३० साली वीर उमाजी नाईकाने केलेले बंड असेल. स्वातंत्र्ययुद्धासाठी झुंजणाऱ्या आदिवासींच्या लांबलचक नावांची यादी जरी बघितली, तरी आपल्या लक्षात आल्याशिवाय राहणार नाही. स्वातंत्र्य संग्रामातील पहिला सेनानी बाबा तिलका मांझी, स्वातंत्र्यासाठी लढलेला धर्मयोद्धा राजा केरळवर्मा पद्मसी, अमर शहीद वीर बुधू भगत, रामजी भांगरा आणि रामा किरवा, वीर गंगा नारायण, क्रांतिवीर राघोजी भांगरे, कुंवरसिंह वसावा, भिल्लवीर भागोजी नाईक, रॉबिनहूड तंट्या भिल्ल, सावकारांचा कर्दनकाळ होन्या केंगले, वीरांगना महाराणी दुर्गावती, स्वातंत्र्यलढ्यातील एक ध्रुवतारा आणि घोंगावणारे वादळ बिरसा मुंडा, क्रांतिवीर बापूराव शेडमाके, नारायणसिंह उईके.... अशा कितीतरी बहाद्दरांना १८८५ पूर्वी आणि नंतरही इंग्रजांना आपल्या देशातून कायमचे हाकलण्यासाठी अभूतपूर्व लढाया कराव्या लागल्या. त्यांत कितीतरी जणांना रक्त सांडवावे लागले, अनेकांना फंदफितुरीने फासावर लटकविले गेले.

भारतीय इतिहासात सिद्धू, चांद आणि भैरो ह्या तीन संथाळबंधूंनी कान्हूच्या नेतृत्वाखाली स्वातंत्र्याची पहिली घोषणा केली. ह्या संथाळबंधूच्या सजग नेतृत्वाखाली

संथाळ आदिवासींचे फार मोठे व भविष्यसूचक बंड ह्या देशात झाले, हे कित्येकांना ठाऊकही नाही. भारतीय स्वातंत्र्याचा पहिला उठाव म्हणून ह्या बंडाची नोंद का झाली नाही? हे आजही इतिहासकारांना विचारण्याची सोय नाही. मात्र साम्यवादाचे जनक कार्ल मार्क्स ह्यांनी त्यांच्या 'Notes on Indian History' ह्या ग्रंथात वरील बंडाची दखल घेतली असून, ते लिहितात, ''संथाळांनी सात महिन्यांपर्यंत गनिमी काव्याने लढा दिल्यानंतर १८५६ च्या फेब्रुवारी महिन्यात ते बंड मोडून काढणे शक्य झाले.''[१]

संथाळांनी पेटविलेल्या क्रांतीच्या स्फुल्लिंगाबाबत थॅामसन आणि गॅरट ह्यांनीही आपल्या 'Rise and fulfilment of British rule in india' ह्या ग्रंथात आपला अभिप्राय नोंदवताना म्हटले आहे की, ''१८८५ चे बंड, भारतातील संथाळांनी केलेले क्रांतिकारी बंड, म्हणजे इंग्रजांच्या भविष्याला सूचना देणारे असे होते. त्या बंडाने मोठी घबराट निर्माण केली आणि त्यातून पाशवी दडपशाहीने जन्म घेतला. ह्या बंडाच्या ज्वाला भारतभर पसरल्या. ह्यावरुन संथाळांच्या भारतीय स्वातंत्र्यलढ्यातील अपूर्व योगदानाची कल्पना येईल. संथाळांप्रमाणेच अनेक आदिवासी जमातींनीही आपले सर्वस्व पणाला लावून मायभूमीचे रक्षण केले आहे. त्यांचा सुवर्णमयी इतिहास असतानाही जाणीवपूर्वक तो लिहिला गेला नाही. मुद्दामहून आदिवासींच्या इतिहासाची पाने कोरीच ठेवली. मात्र त्या काळी हुल्लडबाजी करणाऱ्यांचा आणि कपडे संभाळणाऱ्यांचाच इतिहासाने उदोउदो केल्याचे निदर्शनात येईल''[२]

वैदिक वाङ्मयात निषाद, किरात, शबर नावाच्या लोकांचा वारंवार उल्लेख आढळतो. रामायण, महाभारताच्या काळापासून हे उल्लेख येतात. अभ्यासात एकाग्रता कशी राखायची, ह्याचा वस्तुपाठ घालून देणारा हिरण्यधेनू निषादराजांचा पुत्र आणि जगविख्यात धनुर्धर एकलव्य, माणुसकीची जगाला शिकवण देणारी आदिकन्या शबरी, आद्य काव्याची गंगोत्री निर्माण करणारे महाकवी वाल्मिक ऋषी, कलिंग देशाचा महान योद्धा वीर कलिंग अशी किती नावे सांगावीत? जुन्नर प्रांताखालील मावळमध्ये, नाशिक जिल्ह्याच्या इगतपुरी, पेठ, सुरगाणा आणि अहमदनगर जिल्ह्याच्या पश्चिमी पट्ट्यात फार पूर्वीपासून कोळी महादेव जमातीचे वर्चस्व होते. इ.स. १३४० मध्ये महमद तुघलखाने कोंडाणा व नगरचा डोंगरी किल्ला कोळी जमातीच्या नायकाचा पराभव करून ताब्यात घेतला. ह्याची नोंद ऐतिहासिक ग्रंथात कोठेच का मिळत नाही? इ.स. १४४३ मध्ये मलिक-उल-

तुजार नावाच्या बहामनी सरदाराने शिवनेरी किल्ला व त्याच्या भोवतालची गावे कोळी महादेव लोकांच्या ताब्यातून काढून घेतल्याचाही पुरावा तोंडीच दिला जातो. एवढेच नव्हे, तर ''इ.स. १६३७ मध्ये कोळी महादेव जमातीने एकजूट करून मोगलांविरुद्ध लढा पुकारला त्या वेळी कोळी महादेव जमातीच्या बंदोबस्तासाठी सैन्य पाठवावे, असाही उल्लेख येऊन जातो.'' [३]

छत्रपती शिवाजीमहाराजांच्या अगोदर जुन्नर प्रांताखालील बहुतेक डोंगरी किल्ल्यांचे आधिपत्य कोळी महादेव जमातीच्या नायकांकडे असल्याचे पुरावे मिळतात. सिंहगड जिंकला त्या वेळी गडाच्या बारा दरवाज्यांवर बारा बारा कोळी महादेव रखवालदार होते, असे तत्कालीन शाहीर भानुदास आणि अज्ञातदास ह्यांच्या पोवाड्यांवरच हवाला ठेवून सांगावे लागते. बाल शिवाजी शिवनेरी किल्ल्यावर वाढले त्या काळात जुन्नर प्रांतातील कोळी महादेव जमातीशी त्यांचा अत्यंत निकटचा संबंध आला. ही जमात म्हणजे स्वातंत्र्यप्रेमी आणि लढवय्यी आहे. त्यांच्या ह्या गुणांची पारख महाराजांनी लहान वयातच केली होती. स्वराज्य स्थापनेसाठी ह्या मावळ्यांचा आपल्याला खूपच चांगला उपयोग होईल, म्हणूनच इ.स. १६५७ साली महाराजांच्या स्फूर्तीने ह्या भागातील कोळी महादेव जमात संघटित झाली आणि महाराजांना स्वराज्यस्थापनेसाठी जिवाला जीव देणारे मावळे मिळाले. मात्र इतिहासाला हे मावळे म्हणजे दुसरेतिसरे कोणी नसून ते आदिवासीच होते असा उदार दृष्टिकोन आजपर्यंत दाखवायला फुरसत मिळालीच कुठे?

इ.स. १३४१ पर्यंत जव्हारचे आधिपत्य कोणीही मान्य केलेले नव्हते. पुढे इ.स. १३४२ साली मुबारक खिलजीने जयबाला राजा ही पदवी बहाल करून उत्तर कोकणातील त्याचे आधिपत्य केले होते. पुढे त्याच वर्षी म्हणजे ६ जून १३४२ रोजी दिल्लीचा बादशाहा मुबारक खिलजीने जयबाच्या ऐवजी त्याच्या मुलाला धुळबाराव मुकणे ह्याला 'राजा'ही पदवी देऊन मोठ्या सन्मानाने समारंभपूर्वक 'नेमशहा' ह्या नावाने गादीवर बसविले. हे इतिहासकारांनी कुठेच नोंदवू नये, ह्याचे नवल वाटल्याशिवाय राहत नाही.

आदिवासींची सामाजिकता आणि संस्कृतीच्या पाऊलखुणा

माकड हा जसा माणसाचा पूर्वज असल्याचे सर्वमान्य आहे, तसेच जगातले सर्व मानवसमूह 'आदिम' ह्या अवस्थेतूनच गेलेले आहेत. ह्या मानवसमूहांनी उत्पादनाची विविध साधने जशी शोधून काढली, तशी संचयवृतीही वाढली आणि

मग भटकेपणाला पूर्णविराम मिळाला.

आदिवासी संस्कृती अत्यंत प्रगल्भ असून ह्या संस्कृतीची जडणघडण व विकास ह्या समाजाने मोठ्या कौशल्याने केला. वेळोवेळी त्यांच्यावर झालेले सामाजिक, सांस्कृतिक, धार्मिक अन्याय त्यांनी सहन केले. मात्र अन्यायांनी खचून न जाता वर्षानुवर्षं त्यांनी आपली संस्कृती जपली. आजच्या विज्ञानयुगातही विज्ञानाशी मिळतेजुळते घेतले असून, आपल्या संस्कृतीशी जुळालेली नाळ आजमितीलाही तोडलेली नाही. ह्यातच ह्या संस्कृतीची महान मूल्ये आणि थोरवी सिद्ध होते.

आदिवासी संस्कृती निसर्गाभोवती फिरते आणि त्यामधूनच निर्मितीसाठी ऊर्जा मिळते. त्यांची कलानिर्मिती दुर्भिक्ष, दारिद्र्य, शोषण, सामाजिक विषमता, अन्याय अशा विविध अडचणींनी गांजलेली असली, तरी ह्यातूनच त्यांना नवीन खूप काही करण्याची स्फूर्ती मिळते. कारण आदिवासी आपल्या सृजनशील 'कले'कडे केवळ मनोरंजनाचे साधन म्हणून बघत नाही; तर त्यांच्या सामाजिक व सांस्कृतिक जीवनात तिला अनन्यसाधारण असे महत्त्व आहे.

एके काळी 'गोटूल'[४] म्हणजे आदिवासींच्या सहजसुंदर आणि निकोप समाजजीवनाचा आविष्कार समजला जात असे. गावातील अविवाहित तरुण-तरुणींनी रात्री एकत्र जमून मस्तपैकी नाचाचे रिंगण धरायचे. डोक्यावर मोरपिसांचा मुकुट, खांद्यावर लखलखता तंगिया, गळ्यात रंगी-बेरंगी माळा आणि कमरेला छोट्या-मोठ्या घंटांचा कमरपट्टा. रात्रीच्या अंधारात हळुवार उमलणारे गाण्याचे बोल, कमरेला हलकासा झोका दिल्यावर किणकिणाऱ्या घंटा आणि त्यांच्या तालावर मागेपुढे होणारे तरुण-तरुणींचे समूह लक्ष वेधून घेत. त्या वेळी एकमेकांची सर्वार्थाने ओळख पटवून जीवनसाथी निवडता यावा म्हणून तरुण-तरुणींना इथे संपूर्ण स्वातंत्र्य असे. विशेष म्हणजे शय्यासोबतही करण्याची मोकळीक असे. नाहीतर सगळे भौतिक-आदिभौतिक हिशेब आखून केवळ कांदा-पोहे देता घेताना झालेल्या नजरा-नजरीवर 'कार्यक्रम' आटोपणाऱ्या आपल्यासारख्यांना हे वाचून घाम फुटेल. त्यांचा तो स्वच्छंदीपणा होता, स्वैरपणा नव्हे.

असे असले तरी गोटूलचे काही अलिखित नियम होते. अंतिम निवड होईपर्यंत दर तीन दिवसांनी जोडीदार बदलावा लागे. मक्तेदारी, हेवेदावे, अरेरावी हे शब्द त्यांच्या शब्दकोशात नव्हतेच मुळी. इतर समाजाचाही त्यांकडे पाहण्याचा दृष्टिकोन निकोप असे. म्हणूनच तर 'डॉ. वेरिअर एल्विनला अशी युवागृहे चैतन्याने

मुसमुसलेली वाटली.'[५] ह्यातून घटस्फोट, गुप्तरोगांचे प्रमाणही कमी असे. त्यामुळे असे आदिवासी १०० वर्ष काळाच्या पुढे की मागे, ह्याचा विचार ज्याचा त्याने करावा हेच बरे.

आज आदिवासी नृत्य, नाट्य, वाद्य, संगीत, चित्रे, शिल्प, साहित्य ह्या सर्वांमध्ये अतिशय पारंगत असून पंचतारांकित भोजनालये आणि आंतरराष्ट्रीय पातळीवर वारली चित्रकला विराजमान झाली आहे. हा आदिवासींच्या निर्व्याज कलाकुसरतेचा आणि सौंदर्याचा ठोस पुरावाच नाही का? परंतु बिगरआदिवासींनी ही वारली चित्रकला मध्येच 'हायजॅक' करून गट-दलालांच्या मार्फत त्यातील सर्व आर्थिक स्रोत आपल्याकडे वळविला आहे. काय म्हणावे ह्या वृत्तीला? इतिहास सांगतो की, कोलंबसच्या सफरीनंतर रेड इंडियन्सचा शोध लागला आणि त्यानंतर वन्य जमातींबद्दल जगाला कुतूहल निर्माण झाले. मात्र आदिवासींना गुलाम म्हणून स्वस्तात विकण्यात येऊ लागले.

त्या काळी त्यांच्यावर केलेले अत्याचार आजही अंगावर शहारे आणतात. वैदिकांनी तर आदिवासी स्त्रियांकडे नेहमीच उपभोगाच्या दृष्टीने बघितले. त्याचे कारण म्हणजे आर्यांनी भारतात येताना बरोबर त्यांच्या स्त्रियांना मुळी आणलेच नव्हते. त्यामुळे आपली शारीरिक भूक भागविण्यासाठी आर्यांनी आदिवासी स्त्रियांचा वस्तूसारखा उपयोग केला. ह्याची मीमांसा करताना डॉ. रावसाहेब कसबे म्हणतात, 'ऋग्वेदकाळात स्वनय राजाकडून पुरोहितांना जो द्रव्यलाभ झाला, त्यात १०० सुवर्ण निष्क, १०० घोडे, दहा रथ भरून वधू होण्यासाठी श्यामा स्त्रियांचा समावेश होता. ह्याचा अर्थ त्या वेळेपासून सावळ्या वर्णाच्या स्त्रियांना एक विनिमयाची वस्तू म्हणून मानले गेलेले दिसते.'[६] 'वधू' ह्या शब्दाचा अर्थ ऋग्वेदातील दानसूक्ती सूक्ताप्रमाणे 'बळजबरीने नेली जाणारी दासी अशी स्त्री' असा होतो. उत्तर वैदिक काळातील ब्राह्मण राजाने त्याच्या पुरोहिताला दहा हजार दासी दक्षिणा म्हणून दिल्याचे सांगतात. त्या काळी स्त्री ही केवळ उपभोगासाठीच असते, तिला रखेली म्हणून ठेवावी, परंतु तिच्याशी विवाह मात्र करू नये, असे वसिष्ट धर्मसूत्र सांगते. असे सांगितले गेले असले तरी, अगस्तीने लोपामुद्रा आणि श्रीकृष्णाने रुक्मिणी ह्या आदिवासी भोज राज्याच्या कन्यांशी विवाह केले होते.

आजही आदिवासींमध्ये मातृसत्ताक पद्धतीला अनन्यसाधारण महत्त्व आहे. त्यामुळे विवाह ठरविताना मुलीच्या परवानगीशिवाय काहीही केले जात नाही. विशेष म्हणजे लग्नात नवऱ्या मुलीला मदत म्हणून नवरा मुलगा 'देज'हे धान्याच्या

अथवा विविध वस्तूंच्या रूपात देत असतो. काही कारणास्तव त्यांचे पटले नाही तर, पंचाच्या निर्णयानुसार ताबडतोब त्यांना काडीमोड देऊन ते दुसरे लग्न म्हणजे 'मोहतूर' करू शकतात. एवढेच नाही तर, आर्थिक विवंचनेतील जोडपी लग्न न करता संसार करतात, त्यांना मुले होतात, मग मुलांच्याच लग्नांत ह्यांचेही लग्न होते. किती ही पारदर्शकता आणि किती हा विश्वास! खरे म्हणजे त्यांच्या विश्वासार्हतेपुढे आपण नतमस्तक व्हायला हवे. आदिवासी निसर्गातील शक्तीला आणि आपल्यातील सामूहिकतेला खूप महत्त्व देत असल्याने त्यांची कुळे, कुलचिन्हे, कुळांची प्रतीके (Totems) ह्यांना आदिवासींनी प्राणापलीकडे जपून ठेवले आहे. त्यांच्या समाजरचनेतून व सांस्कृतिक चौकटीतूनच आचार व विचार–संहिता मिळत असल्याने, त्यातूनच त्यांच्या विचारांना, कार्याला देदीप्यमान दिशा मिळतात आणि जगण्याला नवनवीन आयाम मिळत जातात.

सारांश

आजपर्यंत चालत्याबोलत्या आदिवासी समूहासाठी काहीतरी करावे, असे सरकारला आणि दलालगिरी करणाऱ्या 'NGO' ना खरंच कधी मनापासून वाटत आले आहे का? आदिवासींच्या टाळूवरचे लोणी वाटून खाण्यात धन्यता मानणारे आणि त्यांच्या नावे स्वतंत्र बजेट मंजूर करून त्यावर डोळा ठेवून मौजमजा लुटण्यास वाकबगार असणाऱ्यांना 'म्युझियम'मधल्या आदिवासींचा पुळका अधिक दिसतो. म्हणजे हाडामांसाच्या माणसाला इथे काडीचीही किंमत नाही; तो फक्त संग्रहालयातच असावा ही इथली व्यूहरचना!

आज २१व्या शतकातही मोठमोठ्याने ढोल–ताशे वाजवून फक्त सांगितले जाते, की आदिवासींना मुख्य प्रवाहात आणायला हवे, आधुनिक तंत्रज्ञानाचे वारे आदिवासींपर्यंत पोचायला हवे. मात्र ते आजमितीला झालेले नाही. ह्यातून झाले काय की, जागतिकीकरणाच्या रेट्यातून दळणवळणाची साधने आली, रस्ते आले, पण त्या रस्त्याने सेवाभावी डॉक्टर्स, इंजिनिअर्स, समाजसेवक हे पोचण्याऐवजी स्वार्थी व्यापाऱ्यांच्या आणि शेठ-सावकारांच्या निर्दयपणे आदिवासींची लूट करणाऱ्या टोळ्या पोचल्या. सौंदर्य पारखणाऱ्या जाणत्या दर्दी कलावंत समीक्षकांऐवजी सौंदर्य विटाळणाऱ्या आंबटशौकीनांची रेलचेल झाली. आदिवासी इलाख्यात नको त्या प्रकल्पांची गर्दी झाली. त्याने जैविक सामग्रीची मोठी हानी झाली. ज्या आदिवासीने प्रदूषणविरहित पर्यावरणचळवळ मोठ्या हिमतीने उभी केली आणि

प्राणापलीकडे जपली, अशा आदिवासींची वास्तववादी मोहर इतिहासाने लुप्त करावी? काय म्हणावे ह्या शोषणवृत्तीला?

प्रगतीच्या व विकासाच्या विलक्षण वेगात डोंगरकपाऱ्यांत राहणाऱ्या आदिवासींचे जीवन उद्ध्वस्त होत आहे ह्याची खंत कुणालाही नसावी, हे दुर्दैव आहे. 'रिओटीनटो झिंक' ह्या लंडनमधील बहुराष्ट्रीय कंपनीने पनामाच्या रक्तपर्वत विभागातील तांबे काढण्याची योजना आखली आणि पर्वताच्या कुशीत गुण्यागोविंदाने राहणारे ग्वायमी इंडियन्स उद्ध्वस्त झाले. फिलिपाईन्स सरकारने जागतिक बँकेच्या सहकार्याने एक अब्ज डॉलर्सचा जलविद्युत प्रकल्प सुरू केला. पण तेथे हजारो वर्षांपासून राहत असणाऱ्या बंटुक व कलिंग आदिवासींची सर्व जमीन गिळंकृत झाली. मात्र त्यांना नुकसानभरपाई म्हणून एक दिडकीही मिळू नव्हे? आफ्रिकेतील वसाहतवाद्यांना भूमी मिळण्यासाठी व गुलाम मिळविण्यासाठी तेथील आदिवासींची अक्षरश: कत्तल केली जात आहे. भारत देशातही ह्यापेक्षा काही वेगळी स्थिती नाही. शेठ, सावकार, जमीनदार आदिवासींच्या जमिनी लुटत आहेत, तर जंगल ठेकेदार जंगलातील त्यांची वसतिस्थानेच उखडून टाकत आहेत.

चंद्रपूर-बस्तरचा माडिया, दंडकारण्यातील गोंड, सिंहभूमीतील संथाळ, भोटीया, अहोमा, खानदेशातील भिल्ल, ठाणे जिल्ह्यातील वारली, दुबळा, कातकरी अशा सर्वच जमातींची क्रूर मार्गाने फरफट होत असून, ह्या सर्व जमातींभोवती प्रगत संस्कृतीचा पाश गच्च आवळला जात आहे. प्रगत समाजाच्या राक्षसी शक्तीपुढे ह्या मानवी समूहांचा वृक्ष उन्मळून पडत आहे, ह्याची खंत कोणालाच नसावी, हे कटू सत्य नजरेआड करून भविष्याला नक्कीच परवडणारे नाही.

❑

संदर्भ आणि टीपा :

१. तुकाराम रोंगटे, 'आदिवासी आयकॉन्स', संस्कृती प्रकाशन, पुणे प्र. आ. २०११, पृ. क्र. १६.

२. तत्रैव, पृ. क्र. १८.

३. रसेल ॲण्ड हिरालाल, 'दि ट्राइब्ज ॲण्ड कास्ट ऑफ दि सेंट्रल प्रोव्हिन्सेस', व्हाल्युम ३, पृ. क्र. ५३३.

४. दीपक गायकवाड, 'आदिवासी चळवळ : स्वरूप व दिशा', सुगावा प्रकाशन,

पुणे, प्र. आ. २००५, पृ. क्र. १६.

५. रामचंद्र मुटाटकर, हाकारा, डॉ. वेरिअर एल्विन विशेषांक, १९९१, पृ. क्र. ९

६. तत्रैव, पृ. क्र. १४.

७. जगदीश गोडबोले, 'मोहीम इंद्रावतीची', ग्रंथाली प्रकाशन, प्र. आ. १९८३, मुंबई, पृ. क्र. २४.

१५
आदिवासी चळवळींचा इतिहास आणि भरकटलेपण

"वाघाच्या जबड्यात घालुनी हात,
मोजिते दात, जमात ही आमची
पहा चाळुनी पाने-पाने
आमुच्या इतिहासाची..."

आपल्यासारख्या सुज्ञ वाचकांनी प्रागैतिहासाकडे वळून पाहण्याची नितांत गरज आहे. कारण काळाच्या पडद्याआड हजारो चळवळी आणि लढे गेले नसतील कशावरून? आपल्या भारत देशाला आणि महाराष्ट्र राज्याला नानाविध चळवळींचा वारसा लाभला असला तरी शोषित, दलित, बहुजन समूहांच्या लढ्यांना जेवढे बळ मिळायला हवे, तेवढे मिळालेले दिसत नाही. सत्ताधारी असणाऱ्या समूहांची ही अवस्था तर आजच्या आदिवासींच्या चळवळी ह्या त्यांच्या कडेकपाऱ्यांतील वास्तवाइतक्याच पडद्याआड राहिलेल्या दिसणार नाहीत, तर दुसरे काय होणार? हा अतिशय रास्त प्रश्न आपल्यालादेखील पडल्याशिवाय राहणार नाही.

आज एकीकडे भारतातील सर्वच पुरोगामी चळवळींचा शक्तिपात झाल्याचे जाणवत असून अशा ह्या साऱ्याच चळवळी आत्मचिंतनात अडकलेल्या असताना, लोकांचे प्रश्न आणि समस्या बरोबर घेऊन रस्त्यावर उतरत ज्यांनी वाड्या-पाड्या आणि टोल्यांतून पायपीट करत थेट तालुक्याचा रस्ता धरून, मोर्चे काढून खरे लोकलढे जिवंत ठेवले असले, तरी आज अशा चळवळी फक्त आदिवासी क्षेत्रापुरत्याच का मर्यादित राहिल्या? ह्याला आदिवासींचा झपाटलेपणा इतकेच कारण सांगता येईल.

अशा आदिवासींच्या काही चळवळींचा मागोवा घेतल्यास आपल्याला थेट आंग्लकाळ आणि त्याच्याही मागे जाऊन त्या चळवळी तपासता येऊ

शकतात. मात्र स्वातंत्र्यपूर्व काळातील आदिवासी चळवळी ह्या विषयाचा विचार करण्यापूर्वी थोडीशी पूर्वपीठिका येथे मांडणे मला उचित वाटते. देश स्वतंत्र झाला, जनता सार्वभौम झाली, त्याचबरोबर जंगल, दऱ्याखोऱ्यांत राहणारा आदिवासीही ह्या देशाचा स्वतंत्र व सार्वभौम नागरिक झाला. भारतीय संविधानाने भारतीय नागरिकांना जे संरक्षण व हक्क दिले, ते सर्वसामान्य आदिवासींनाही प्राप्त झाले. विशेष म्हणजे आदिवासींची विशिष्ट परिस्थिती लक्षात घेता त्यांना संविधानाद्वारे विशेष संरक्षण व अधिकारही मिळाले. डॉ. बाबासाहेब आंबेडकर ह्यांच्यासारख्या द्रष्ट्या नेत्यांचे व समाजसुधारकांचे हे ऋण आदिवासींना विसरता येणार नाही. संविधानाद्वारे आदिवासींची शैक्षणिक, आर्थिक आणि सामाजिक मागासलेपणातून सुटका करण्याचे सर्वच स्तरांवर प्रयत्न सुरू झाले. हे जरी खरे असले, तरी आदिवासींचे जे जटिल प्रश्न होते- विशेषतः जमीन, जंगल, सावकारी, शोषण इ. -त्यांची सोडवणूक होण्यासाठी परिस्थिती निर्माण होऊ न शकल्याने देशभर आदिवासींनी चळवळी आणि सक्षम लढे तर उभारलेच; शिवाय विविध संस्था, संघटनांद्वारे जनआंदोलने केली.

संरक्षण, जमिनीवरील हक्क प्रस्थापित करण्यासाठी, अन्याय, अत्याचार आणि शोषणाविरुद्ध आवाज उठविण्यासाठी त्या काळात अनेक चळवळी आणि त्यातून अत्यंत परिणामकारक लढे उदयास आल्याचे निदर्शनास येतात. त्यात प्रामुख्याने बिरसा मुंडाची जागृत चळवळ असेल, बिहारमधील ताना भगताची चळवळ, बस्तरच्या आदिवासींचा लढा, तेलंगणातील आदिवासी लढा, गोंड आणि कोलामांचा आदिलाबादमधील लढा, कोयांचा आणि ओरिसातील कोरापूरचा लढा, नागांची आणि मुंडा आदिवासींची सरदारी चळवळ, मणिपूरचा लढा, मुंबई राज्यातील वारली लढा, गुजरातमधील भगत मूव्हमेंट, संथाळ परगण्यातील संथाळी लढे, लुशाई टेकड्यांतील मिझोंच्या चळवळी, चणकापूरचे बंड, पलामुमधला चेरो संघर्ष, स्वातंत्र्यसंग्रामातील क्रांतिकारक सिदो, कान्हो, चाँद आणि भैरोची चळवळ, स्वाधीनता संग्रामातील असहकारी आंदोलन, १९५७ चे आदिवासींचे डारा-मिरी बंड, हजारी बागेतील खरवार जमातीने केलेला संघर्ष अशा काही सशक्त चळवळींचा इतिहास पाहता, इंग्रजांच्या जुलमी अत्याचारांतून मुक्तता मिळवण्यासाठी ह्या चळवळींनी संपूर्ण भारत देश ढवळून काढल्याचे दिसून येते.

१४व्या शतकाच्या प्रारंभी भिल्लांच्या बऱ्याच पलटणी उभ्या राहिल्या. रजपूत आणि भिल्ल जमातीत सातत्याने लढाया होत होत्या. पुढे 'रेवकांता' प्रदेश

मुसलमानांच्या आधिपत्याखाली गेला. महंमद बेगडाने चंपानेरचा पाडाव त्याच सुमारास केला. महंमद बेगडाच्या ह्या राजवटीचा परिणाम १७व्या शतकाच्या मध्यापर्यंत आढळून येतो. त्याच काळात नर्मदेच्या दक्षिणेस फार मोठ्या संख्येने भिल्लांना धर्मभ्रष्ट करून बळजबरीने मुसलमान करण्यात आले. ते भिल्ल आज 'तडवी भिल्ल' ह्या नावाने ओळखले जातात. त्यानंतरच्या काळात वेगवेगळ्या राज्यकर्त्यांनी भिल्लांना सन्मानाने आणि शांततेने राहू दिले नाही. त्यांचा अतोनात छळ झाला. चाबकाच्या फटक्यांनी मारणे, झाडाला टांगून फाशी देणे. त्याचा परिणाम असा झाला की, भिल्लांनी लहानलहान टोळ्या केल्या आणि संपूर्ण प्रदेशभर बंडाळी केली. जाळपोळ व लूटमार करणे, सरकारी खजिने लुटण्याचे काम हाती घेतले. सन १८८२ मध्ये विल ऑगबायने सांगबाऱ्याचा भिल्लप्रमुख वीर उमेड वसावा ह्याच्याशी वाटाघाटी करून भिल्लांना जमिनी मिळवून देण्याचे अतिशय महत्त्वाचे कार्य केले. त्याचबरोबर सन १८२२ मध्ये प्रसिद्ध आदिवासी नेता हिऱ्या नाईकाच्या बंडाने अनेक इंग्रजांची झोप उडविली. भिल्लवीर भागोजी नाईकाने सन १८५५ मध्ये भिल्ल व महादेव कोळ्यांच्या मदतीने खास पलटण उभारून इंग्रजांना शह देण्याचा प्रयत्न केला. सन १८७८ ते १८८९ हा काळ ज्याच्या नावे ओळखला जातो, तो रॉबिनहूड तंट्या भिल्ल म्हणजे गोरगरिबांचा मित्र होता. त्याने भिल्लांची संघटना उभारून इंग्रजांचा पाडाव करण्याचे काम केले. नासिक आणि डांग भागातील आदिवासींनी पेठ येथील पाटील देवाजी राऊतांच्या मदतीने इंग्रजांविरुद्ध बंड केले, ते महाराष्ट्रातील आदिवासींच्या इतिहासातील मोठे बंड समजले जाते.

शिवछत्रपती शिवाजीमहाराजांना स्वराज्य स्थापण्याच्या कामी अनेक कोळी महादेवांनी मदत केली होती. ह्यामध्ये खेमी (खेमा) नावाच्या कोळी महादेव जमातीच्या पुढाऱ्याकडे जाते. त्या काळी औरंगजेब बादशहाने महादेव कोळ्यांना शह देण्यासाठी हजारो महादेब कोळी लोकांना पकडून त्यांची मुंडकी उडवून शिरकाण केले आणि त्या मुंडक्यांच्या ढिगावर त्यांनी चबुतरा बांधला. आजही तो चबुतरा कोळी महादेवांच्या सामुदायिक कत्तलीची जागा म्हणून इतिहासात त्याची नोंद 'काळा चौथरा' म्हणून झाली असली, तरी त्याचे सार्थ नाव 'कोळी महादेव चौथरा' असेच आहे. पिंपळगावचा कोळी महादेवांचा नाईक लुमाजी भोकरे ह्याने उठाव करून पुण्याच्या जवळ असलेला 'कुवरी' किल्ला मल्लिक अहमद ह्याच्याकडून जिंकून घेतला. लुमाजी अतिशय पराक्रमी असल्याने बादशहा त्याच्या पराक्रमावर

खूश झाला. त्याने लुमाजीला आपल्या लष्करात मोठ्या हुद्द्यावरची जागा देऊ केली. मात्र स्वाभिमानी लुमाजीने तो मान नाकारला आणि आपली लढाई चालूच ठेवली.

कोळी महादेवांची अनेक नररत्ने बंडाच्या रूपाने कार्यरत होती. कित्येकांनी संघटित चळवळी आरंभिल्या होत्या. त्यांपैकी जावजी बांबळेने अतिशय तुल्यबळ अशी संघटना उभारून इंग्रजांची सत्ता डळमळीत केल्याची इतिहासात नोंद आहे. सन १८३८ च्या सुमारास वीर राघोजी भांगऱ्यांनी इंग्रजांवर संघटित रीत्या अनेकवेळा चढाई केली होती. त्याचा पिंड क्रांतिकारकाचा आणि लढवय्या वृत्तीचा होता. राघोजीला पकडण्यासाठी रुपये ५०००/- चे बक्षीस जाहीर करण्यात आले होते. शेवटी अशा वीरपुरुषाला अखेर दि. ०२ मे १८४८ रोजी ठाण्याच्या तुरुंगात फासावर देण्यात आले. पुढे तर नाशिक, संगमनेर, अकोले भागातून कितीतरी चळवळींचे पीक उदयास आले आणि त्या चळवळी आपल्या कार्यकर्तृत्वाने अमर झाल्या. त्यात कोळी महादेवांची पलटण असेल, सावकारांचा कर्दनकाळ होनाजी केंकल्यांची 'जांभोरी' जिल्हा पुणे येथील सावकारांच्या आणि बड्या व्यापाऱ्यांच्या विरोधातील चळवळ असेल. अशा कितीतरी चळवळींनी जनमत बनवायला सुरुवात केली होती.

चंद्रपूरच्या गोंड राजांचा इतिहासही ह्या सर्व घटनांना साक्षी आहे. चंद्रपूरच्या बल्लाळशहाचे राजचिन्ह आजही पाहावयास मिळते. देवगडचे गोंड राजे, गढा मंडाल्याची सम्राज्ञी वीरांगना महाराणी दुर्गावतीची संघटना, आदिवासी क्रांतिकारकांचे मेरुमणी गढा मंडाल्याचे गोंड राजे शंकर शहांची संघटना, शहीद बापूराव पुलवीर शेडमाके ह्यांची शेतकऱ्यांची संघटना, कुंवरसिंह वसावा आणि खाजा नाईकाची चळवळ असेल- अशा शेकडो चळवळींनी आदिवासींना बळ दिलेले दिसते. आर्थिक दृष्ट्या दुर्बल आणि सामाजिक दृष्ट्या मागासलेल्या लोकांचे शोषण हे शोषक वर्गाचे लक्ष्य बनले. नव्या आर्थिक प्रक्रियेमुळे सावकारशाहीचा उदय झाला. अज्ञानी आणि गरीब जनतेची सावकार वेगवेगळ्या मार्गाने लूटमार करू लागले. आदिवासींच्या शेतीचे आणि जंगलाचे उत्पादन लुटण्यासाठी शहरातून सावकारांच्या झुंडीच्या झुंडी आदिवासी भागात जाऊ लागल्या. आदिवासींच्या गरीब परिस्थितीचा, अज्ञानाचा आणि अगतिकतेचा फायदा घेऊन सावकारांनी त्यांच्या मालकीच्या जमिनी हडपण्याचे सत्र सुरू केले. ह्या सावकारशाहीला पायबंद घातला पाहिजे, असे सर्वजण बोलू लागले. मात्र हे काम कुणी करायचे,

त्यावर एकमत होत नव्हते. एके दिवशी विरोध उफाळून आला आणि शेट-सावकारांच्या विरुद्ध बंडाचा झेंडा हाती घेतला गेला. विद्रोही आणि बंडखोर ढवळा भांगरेने साथीदाराच्या मदतीने कोकणातून चढाई केली आणि सावकार, व्यापाऱ्यांना निरोप पाठविला, 'नवरा होऊन आलो आहे, नवरी तयार ठेवा.' सावकारांची घबराट झाली. त्याच दरम्यान ढवळाने एक जाहीर सभा बोलावली आणि आपल्या बांधवांना सांगितले, 'बंधूनो, सावकार दूध पाजलेल्या विषारी सर्पासारखे आहेत. त्यांच्यावर कधीही विश्वास ठेवू नका आणि आपल्या जमिनी चुकूनही गहाण ठेवू नका.' ह्याच काळात अनेक वीरांनी बंडाचे रणशिंग फुंकले. तरणीबांड मुले हिरिरीने सामील होत होती. त्यात बाळू पिचडने सावकारांचे खजिने लुटून कागदपत्रांची होळी केली होती. दवंडी देऊन हल्ला करणारे बंडखोर म्हणजे रामा मोरे, दगडू निर्मळ, सखाराम सातपुते आणि हैबती खाडे होत. ह्यांच्या टोळीने सावकारांवर दहशत निर्माण केली होती. दवंड्या डोंगराच्या कुशीतील बंडखोर कोंड्या नवल्याला बंड करणारा म्हणूनच त्याच्याकडे पाहिले जात होते. त्याने दि. ६ फेब्रुवारी १९४० ते दि. १९ जून १९४० ह्या कालावधीत एकूण १३ दरोडे टाकून सावकारांची अक्षरशः झोप उडविली होती. कोंड्या नवल्याला सावकारांचा कर्दनकाळ, गरिबांचा कनवाळू म्हणून ओळखले जाऊ लागले होते. त्या काळी मुंबईच्या कत्तलखान्यात कापण्याकरिता कसाई लोक घाटातून जनावरे घेऊन जात व गाईंची मोठी कत्तल केली जाई. कोळी महादेव आदिवासींचा गाई-गुरांवर मोठा जीव. घरातील माय आणि गोठ्यातील गाय त्यांना फार प्यारी. अशाच करंजळेगावच्या पाटलाचे नाक कापून सावकारांमध्ये दहशत पसरविल्याचे काम कोंड्यांच्या चळवळीने केले होते. शेवटी एके दिवशी गुहेत लपलेल्या कोंड्या नवलेच्या फितूर साथीदारांच्या सांगण्यावरून पोलिसांनी कोंड्यावर गोळी झाडली आणि त्यातच कोंड्याच्या डोक्याची कवटी उडाली. मेंदू बाहेर पडला आणि सावकारांच्या कर्दनकाळाचा अंत झाला. ह्या घटनेला आजही इतिहास साक्षीदार आहे. कोंड्या नवलेचे बंड शमते न शमते, तोच बलदंड बाहूंचा वीर नायक सत्तू मराडीने पंजाबी पठाण, भरेकरी आणि शेठ-सावकारांना वठणीवर आणण्यासाठी, तर आदिवासींना त्यांच्या जाचातून सोडविण्यासाठी भीमाशंकरच्या घाटमाथ्यातून ते थेट त्र्यंबकेश्वरपर्यंत आपली सशक्त चळवळ उभी करून विरोधकांना जेरीस आणले होते. ह्या काळातील अशा कितीतरी चळवळी समाजाच्या हितासाठी निःस्वार्थी वृत्तीने काम करण्यास पुढे येऊन स्वतःच्या घरादारांवर तुळशीपत्र ठेवून

समाजासाठी कामी येत होत्या.

१९व्या शतकातील चळवळींचा इतिहासही डोळे दिपविणारा असाच आहे. खरेतर १९ व्या शतकाच्या पूर्वार्धात झालेल्या चळवळींनी आणि लढ्यांनी आदिवासींचे सर्वच प्रश्न सुटले, असे म्हणता येत नसले तरी एवढे मात्र खरे की, त्यातून नवीन लढ्यांना आणि चळवळींना खतपाणी मिळत गेले. पुढे तर अनेक आंदोलने, प्रादेशिक स्वायत्ततेचे लढे आणि चळवळी अग्रभागी राहिल्या. त्यात प्रामुख्याने नागा आणि मिझो आदिवासींचे लढे विचारात घेण्यासारखे आहेत. स्वतंत्र दंडकारण्य प्रदेशाच्या मागणीची चळवळ, कोरापूट, छत्तीसगड, प्रादेशिक स्वायत्ततेची चळवळ, उत्तर महाराष्ट्रासाठी भिल्लीस्थानच्या मागणीची चळवळ, राजमाता फुलवादेवीची किसान संघटना, जंगल कामगार सहकारी सोसायट्यांची चळवळ, दलित आदिवासींच्या जमिनीवरील हक्कांसाठींची चळवळ, एकसाली पिकांचे जंगल जमिनीचे पट्टे मिळवण्यासाठी केंद्रस्थानी राहिलेली चळवळ. शेट-सावकारांच्या घशात आयत्या जमिनी जाऊ नये म्हणून उभ्या भारतभर झालेली आंदोलने डोळ्यात अंजन घालणारी अशीच होती. त्याच काळी शहादा तालुक्यातील मुक्तिलढ्याने देशाचे लक्ष वेधून घेतले होते, तर श्रमिक संघटनेची बांधील गडीमुक्ती चळवळ सावकारांच्या विरोधात रस्त्यावर उतरली होती. गेलेल्या जमिनी परत मिळविण्यासाठी भूमिमुक्तीचा लढा असेल, युवक बिरादारी आदिवासी जिल्हा निर्मितीसाठी उभी ठाकलेली भारतीय कम्युनिष्ट पक्षाची व आदिवासी एकता परिषदेची चळवळ, 'आमच्या गावात आमचेच सरकार' मागणीसाठी जनआंदोलनाची चळवळ, नर्मदा बचाव आंदोलन, सरदार सरोवर विस्थापितांच्या मुक्तिलढ्यापासून ते चिपको आंदोलनापर्यंत कितीतरी चळवळी गरज म्हणून उदयाला आलेल्या होत्या.

महाराष्ट्रापुरते बोलायचे झाल्यास आज धर्माच्या नावाखाली कर्मकांडे, मठ-पीठे तयार झाली आणि उत्पादनांच्या साधनांसोबतच प्रतिष्ठा आणि सत्ता आपल्या हातात ठेवत इथल्या मूठभरांनी शोषितांवर गुलामगिरी लादली. अशा महाराष्ट्रात त्या शोषितांच्या विरोधालाही विरोध झाला नाही तर नवलच? वारकरी संप्रदायाबरोबरच प्रबोधनाची चळवळ तसेच समाजसुधारकांच्या सुधारणा ह्याच परंपरेत म. फुले आणि डॉ. बाबासाहेब आंबेडकरांनी शोषितांच्या त्या लढ्याला एक नवी दिशा दिली आणि त्यातूनच दलित, बहुजन, कामगार, कष्टकरी, शेतकरी, महिला यांचे विविध स्तरांवरील लढे उभे राहिले. महाराष्ट्राची पुरोगामी

चळवळ ज्या वैचारिक पायावर उभी आहे, ती या स्थित्यंतरामधून उभी राहिली आहे.

आदिवासींचे वर उल्लेखिले गेलेले लढे तर दूरच राहिले. महाराष्ट्रात नंतरच्या काळात म्हणजे सन १९६० ते २०११ पर्यंतच्या काळात ज्या ज्या संघटना उदयास आल्या, त्यांची सातत्याने छकले उडालेली दिसून येतात. २०व्या शतकातील आदिवासी चळवळींचा इतिहास पाहता आपल्या असे लक्षात येईल की, श्रीमंत यशवंतराव मुकणे-कोळी महादेव समाज शिक्षण प्रसारक संघ, पी. डी. साबळे-ओम आदिशक्ती आदिवासी सेवा संघ, काळूराम दोधडेंची-भूमिसेना, बाबूराव मडावींची आदिवासी युवा शक्ती संघटना, यशवंतराव भांगरेंचे आदिवासी उन्नती सेवा मंडळ, बाबूराव शेंडेंची सत्यनिकेतन संस्था, राजूर, वाहरू सोनवणे यांची श्रमिक मुक्तिदल व एकता परिषद, डॉ. विनायक तुमराम यांची क्रांतिवीर नारायणसिंह ऊईके समिती, सुखदेव ऊईके यांचे आदिवासी सेना प्रतिष्ठान, कृष्णकुमार चांदेकरांची स्वायत्त परिषद, बाळकृष्ण तिराणकरांची अखिल आदिवासी महाराष्ट्र विकास मंच... अशा कितीतरी चळवळी आणि संस्था आदिवासींच्या प्रश्नांची सोडवणूक करण्यासाठी सुरू झाल्या खऱ्या; मात्र आपापसातील अहंभावाने पछाडलेल्या कार्यकर्त्यांना राजकारण खेळायचे असल्याने ते आपल्या आदिवासी बांधवांच्या जीवनमरणाच्या प्रश्नांशीही खेळ खेळत राहिले. उदा., डॉ. गोविंद गारेंनी फार आत्मीयतेपोटी विद्येचे माहेरघर असलेल्या पुण्यात महासंघाची स्थापना केली. मात्र डॉ. गारे ह्यांच्या विरोधकांनी दोन-दोन महासंघ निर्माण केले आणि अखेर त्यांनी सुरू केलेल्या नियतकालिकांची चळवळ कायमची बंद करावी लागली.

अतिशय कष्टातून सुरू झालेले ता. जुन्नर येथे न्यू इंग्लिश स्कूल कार्यकर्त्यांच्या दुर्लक्षामुळे आणि अंतर्गत वादामुळे कसे बंद पडते; तर कालवश देवेंद्र भांगे आणि श्री. रामचंद्र जंगले ह्या द्वयीच्या पुढाकाराने सुरू झालेली 'आदिवासी युवक क्रांतिदल' आणि 'वनराज' नियतकालिक हे आदिवासी मंत्र्यांच्याच दबावाखातर कसे बंद पडते, ते विचारात घेण्यासारखे आहे. पुण्यातून कालवश प्रतापराव देशमुख ह्यांनी सुरू केलेली आदिवासी समाज कृती समिती व पतसंस्था काही ठरावीक कार्यकर्त्यांच्या हातात गेल्याने त्या कशा डबघाईला आल्या आहेत आणि इतर कार्यकर्त्यांनी त्यांच्याकडे कशी पाठ फिरवली आहे, हेही लक्षात घेण्यासारखे आहे.

विदर्भातल्या गोंड-प्रधान, अंध, हलबा-हलबी आणि अशा कितीतरी जमातींच्या श्रेष्ठ-कनिष्ठांच्या वादातून त्यांचे भरकटलेपण जाणवल्याशिवाय

राहत नाही. बरोबर ह्याच गोष्टींचा फायदा घेऊन राजकारणी आदिवासींचे लचके तोडण्याचे कार्य करतात. हे कार्य कार्यकर्त्यांच्या ध्यानी यायला हवे. आज केवळ आदिवासींच्याच नव्हे तर साऱ्याच पुरोगामी चळवळी पुढची उद्दिष्टे अधिक धूसर आणि गुंतागुंतीची व जीवघेणी ठरत आहेत. जागतिकीकरणाच्या बागुलबुवाने त्यांचे पुरते कंबरडेच मोडून टाकले आहे.

२०व्या शतकातील आदिवासी चळवळींचे नेतृत्व करणारी कितीतरी माणसे ही बिगरआदिवासी असल्याने त्यांनी त्यांच्या सोयीप्रमाणे चळवळी रेटल्या. त्यातून त्या भरकटल्या. त्यांचा आदिवासींना फायदा होण्याऐवजी तोटाच झाला. त्यामुळे अशा कितीतरी चळवळी शेवटचे आचके देत बंद पडल्या आणि काही बंद पडण्याच्या मार्गावर आहेत. मुळातच कार्यकर्त्यांच्या एकीचा अभाव, दिशाहीनता, जमातीतील उच्चनीचता, विजिगीषु वृत्तीचा अभाव, प्रामाणिकपणाचा अभाव, विकासाचा ध्यास न घेता ढोंगीपणाने काम करण्याकडे कार्यकर्त्यांची ओढ असल्याने आजमितीला काही संघटना आणि चळवळी जम बसवून असल्या, तरी त्यांचा चांगला विस्तार झाला आहे, असे म्हणता येत नाही. आपमतलबीपणा आणि स्वार्थी वृत्तीच्या फेऱ्यात आजच्या चळवळी भरडल्या जात असल्याकारणाने त्यांचे भरकटलेपण निदर्शनास आल्यावाचून राहत नाही.

❑

संदर्भ आणि टीपा :

१. आदिवासी संशोधन पत्रिका, पुणे, २०००.

२. हाकारा, महाराष्ट्र मानव विकास परिषद, पुणे, २००१.

३. आदिवासी वीर पुरुष, डॉ. गोविंद गारे, श्रीविद्या प्रकाशन, पुणे, १९८६.

४. स्वातंत्र्योत्तर लढ्यातील आदिवासी क्रांतिकारक, डॉ. गोविंद गारे, श्रीविद्या प्रकाशन, पुणे, २००४.

५. आप श्रीगुला महाराज, शंकर ठकार, आदिवासी विकास प्रतिष्ठान, धनकवडी पुणे, प्र. आ. १९३८.

६. धरती आबा : जनचेतनेचे विद्रोही रूप, डॉ. विनायक तुमराम, हरिवंश प्रकाशन, चंद्रपूर, पृ. ६.

७. आदिवासी जंगल समस्या व प्रश्न, वाहरू सोनवणे, महाराष्ट्र आदिवासी दर्शन, १ मे

१९८६, शिक्षण संस्कृती विशेषांक पुणे, पृ. ३८.
८. शूर आमॅू-मर्द आमॅू, सी.सी. राठवा, आदिरंग, नंदुरबार, १९९९, पृ. १९.
९. सह्याद्रीतील आदिवासीः महादेव कोळी, डॉ. गोविंद गारे, आदिम साहित्य, पृ. ४३८, डिसेंबर २००२.
१०. भगवान बिरसा : एक विद्रोही क्रांतिकारक, वनवार्ता, जुलै २०००, पृ. १९.
११. अन्यायाविरुद्ध झगडणारा तंट्या भिल्ल, सुगावा, पुणे, डिसेंबर १९९९. पृ. ३३
१२. पहिला आदिवासी क्रांतिकारक, वीर राघोजी भांगरे, महासंघ वार्ता, पुणे २०००, पृ. २३.
१३. चंद्रपूरचा इतिहास, राजूरकर अ. ज., महाकाली प्रकाशन, चंद्रपूर, प्र. आ. १९८२.
१४. आदिवासी चळवळी द्वंद्वात, संजय महाजन, दै. सामना, महाराष्ट्राचे लोकजीवन विशेषांक, २३ जानेवारी २००६.
१६. नाहारकंद, भगतसिंग पाडवी, मानवमुक्ती ट्रस्ट, टँक रोड, मुंबई, १९९६.

१६
इतिहासाच्या नजरेतून आदिवासी क्रांतिकारक

आदिवासी वीरांच्या इतिहासातील अनेक नररत्नांच्या खाणी आता प्रकाशात येऊ पाहत आहेत. ह्याआधी मात्र इतिहासाने अनेक आदिवासी क्रांतिकारकांचे योगदान लपविण्याचा खटाटोप केलेला दिसून येतो. भारतीय स्वातंत्र्यसंग्रामातील पहिला सेनानी आणि साक्षीदार असलेल्या बाबा तिलका मांझींची इतिहासाने कुठेच नोंद घेतली नाही. ज्या तिलका मांझींने तब्बल दहा वर्षे ब्रिटिश सत्तेविरुद्ध लढा पुकारला, तो केवळ पारंपरिक धनुष्य-बाणांच्या जोरावर. इंग्रजांना सळो की पळो करून सोडले. बनैयारी जोर नावाच्या एका छोट्याशा गावात १७८१ साली तिलका मांझींने ब्रिटिश सत्तेशी समोरासमोर जो संघर्ष केला, तो संघर्ष म्हणजे केवळ लढा नव्हता तर पहाडिया आदिवासींचे खरेखुरे मुक्तिआंदोलन होते.

दुसऱ्या स्वातंत्र्यलढ्यातील आहुती ठरलेला राजा वर्मा पदमसी होय. ह्या पदमसी राजाबद्दल नेपोलियनचा पराभव करणाऱ्या ड्यूक ऑफ वेलिंग्टन जनरल वेलस्लीने जे गौरवोद्गार काढले आहेत ते असे, "गनिमी युद्धतंत्रात अद्वितीय योद्धा आणि समाजात स्वाधीनता आणण्यासाठी चेतावणी देऊन जनतेत राष्ट्रभक्तीची प्रेरणा निर्माण करणारा आदर्श कल्याणकारी राजा होय."[१] पदमसी राजाबद्दल थोडक्यात सांगायचे झाल्यास ते एक इतिहासातील सत्य आहे, की म्हैसूरमध्ये टिपू सुलतानाबरोबर झालेल्या लढाईत इंग्रजांची जी हानी झाली होती त्यापेक्षा कितीतरी जास्त हानी राजा पदमसीबरोबरच्या लढाईत झाली होती. त्याच्या क्रांतिकारी संग्रामाचे विशेष म्हणजे तो पराजयाच्या जवळ येऊन पोचला होता तरी आपल्या साथीदारांना, आपली महान परंपरा आणि संस्कृतीचे रक्षण करा, तिला इंग्रजांपासून वाचवा असे अखेरच्या क्षणापर्यंत सांगत होता. स्वाभिमानी पदमसीने पराजय समोर आलेला पाहून आपल्या हातातील अंगठीतला हिरा प्राशन करून आपल्या

प्राणाची आहुती दिली. अशा ह्या निष्ठावान देशप्रेमी राजाचे साधे नावही इतिहासाला माहीत असू नये? हा खरा विचार करायला लावणारा प्रश्न आहे.

"भारतीय स्वातंत्र्याचा पहिला उठाव २९ मार्च १८५७ रोजी बैरकपूर (बंगाल) येथे झाला. त्याच्या ज्वाळा भारतभर पसरल्या. ह्या उठावाची सुवर्णाक्षरी नोंद भारतीय इतिहासात घेण्यात आली. स्वातंत्र्याचा पहिला उठाव म्हणून त्याला गौरविण्यात आले. परंतु ह्याही पूर्वी म्हणजेच १८५५ साली सिद्धू, कान्हू, चांद आणि भैरो ह्या चार संथाळबंधूंच्या सुजाण व सजग नेतृत्वाखाली आदिवासींचे बंगाल, ओरिसा व बिहार ह्या ठिकाणी फार मोठे व भविष्यसूचक बंड ह्या देशात झाले, हे किती लोकांना माहीत आहे? भारतीय स्वातंत्र्याचा पहिला उठाव म्हणून ह्या बंडाची नोंद का झाली नाही? माझ्या मते भारतीय स्वातंत्र्याचा तोच खरा पहिला उठाव होय. ह्या बंडाची दखल साम्यवादाचे जनक कार्ल मार्क्स ह्यांनी त्यांच्या 'नोटस् ऑन इंडियन हिस्टरी' ह्या ग्रंथात घेऊन संपूर्ण जगाला त्याची जाणीव करून दिली. ते लिहितात, 'संथाळांनी सात महिन्यांपर्यंत गनिमी काव्याने लढा दिल्यानंतर १८५६ च्या फेब्रुवारी महिन्यात ते बंड मोडून काढणे शक्य झाले."[२]

पुढे १५ नोव्हेंबर १८७५ रोजी स्वातंत्र्याच्या उद्घोष करणारा आणि 'जय उलगुलान' असा अखिल आदिमांना मंत्र देणारा एक शौर्यतारा जन्माला आला. त्याचे नाव 'बिरसा मुंडा' होय. दि. ९ जानेवारी १९०० हा दिवस बिरसाच्या दृष्टीने खरा रक्तरंजित क्रांतीचा दिवस म्हणून ओळखला जातो. डुंबारी डोंगरावर रांचीच्या कमिशनरने आपल्या फौजेकरवी बिरसाच्या सैन्यावर अंदाधुंद गोळीबार केला. हजारो मुंडांच्या कत्तली केल्या. रक्ताने सारा डोंगर माखून गेला. ते रक्त अक्षरशः वाहतवाहत डोंगराच्या खालच्या बाजूला एका खड्ड्यात जमा झाले. डुंबारीच्या डोंगरावर इंग्रजांनी केलेल्या दमनचक्राची भीषणता जालियनवाला बागेत घडलेल्या भयंकर हत्याकांडाहून मुळीच कमी नव्हती. मात्र अशा हत्याकांडाकडे इतिहासकारांनी जाणीवपूर्वक काणाडोळा केलेला दिसतो. ह्या लढाईत बिरसाला इंग्रज सैन्याने पकडल्यावर त्याने केलेली प्रतिज्ञा आजही विचार करायला लावणारी आहे. त्या वेळी तो म्हणाला होता, "मला वजनदार बेड्यांनी जखडून, एकांतात कोठडीत डांबून तुमच्या सरकारी यंत्रणेने माझ्यावर सक्त पहारा ठेवला आहे. पण याद राखा पहारेकऱ्यांनो! ह्या मातीसाठी एक दिवस मी काय करणार आहे ते, तुम्ही पहालच. माझ्या मायभूमीसाठी मी दिक्कूंना जात्यात धान्य भरडून काढावे तसे

भरडून काढीन. अन्न भाजून काढावे तसे मी त्यांना भाजून काढीन.'' शेवटी फितुरीमुळे बिरसाला ही प्रतिज्ञा पूर्ण करता आली नाही. त्याच्यावर विषप्रयोग करून त्याला संपविले गेले.

''पुढे स्वातंत्र्ययुद्धासाठी झुंजणाऱ्या आदिवासींच्या लांबलचक मालिकेत महाराष्ट्रातील कंपनी सरकारचा सेनाधिकारी कॅप्टन नटोश ह्याला न जुमानणारा सच्चा लढवय्या रामजी भांगरे, रतनगडचा किल्लेदार गोविंदराव खाडे, इंग्रजांना पळती भुई थोडी करणारा रामा किरवा, आदिवासी क्रांतिकारकांचे मेरुमणी आणि जबलपूरच्या रेसिडन्ट मॅगग्रेगरचा वध करणारा शंकर शहा, सावकारांचा कर्दनकाळ शहीद बापूराव शेडमाके, खानदेशाचा सरसेनापती खाज्या नाईक, इंग्रज सरकारला ज्याच्यासाठी खास मजबूत बेड्या बनवाव्या लागल्या होत्या, तो रॉबिनहूड तंट्या मामा, चिरनेर (उरण) येथील स्मृतिस्तंभावर ज्याचे नाव कोरण्यासाठी आदिवासींना रस्त्यावर उतरावे लागले, असा हुतात्मा नाग्या कातकरी, सरकारी खजिने लुटणारा आणि सावकारांच्या कागदपत्रांची होळी करणारा बंडखोर बाळू पिचड, नगर, नाशिक, ठाणे व पुणे ह्या ठिकाणी १३ दरोडे टाकणारा आणि आदिवासींवर जुलूम करणाऱ्या सावकारांची नाके कापणारा कोंड्या नवले, बलदंड बाहूंचा बंडखोर सत्तू मराडी अशी कितीतरी रत्ने सांगता येतील''.[३]

भारतीय स्वातंत्र्यलढ्यात आदिवासी स्त्रियाही काही कमी नव्हत्या. मुळात आदिवासी समाजात स्त्रीला सर्व क्षेत्रांत अग्रक्रम देण्यात आलेला आहे. मातृशक्ती सर्वश्रेष्ठ मानली गेली आहे. एकूणच आदिवासींच्या सामाजिक, ऐतिहासिक चळवळीतसुद्धा तिला वरचे स्थान होते, हे विसरून चालणार नाही. अनेक लढवय्या बुद्धिमान वीरांगना क्रांतिज्योती होऊन गेल्या आहेत. त्यांनी स्वबळावर स्वाभिमानाने समाजाच्या नेतृत्वाची धुरा आपल्या खांद्यावर मोठ्या जबाबदारीने पेलली. म्हणूनच त्यांच्याकडे नेतृत्वसंपन्न समाजमाता म्हणून पाहिले जाते.

इ. स. १४-१५व्या शतकांतील रोहतासगड आंदोलनाचे नाव घेतले की, त्याचबरोबर आठवते ती वीर शिंगदायी गोंड. ह्या महान लढवय्यीने संथाळ, उरॉव, मुंडा, बिहाराच्या आदिवासी महिलांना एकत्र करून एक सशक्त फौज तयार करून अफगाणबरोबर घनघोर युद्ध केले होते. आपल्या क्षेत्रातील इंचभरही जागा न देणारी ही मर्दानी खरी लढवय्यी शिंगदायी एक जिवंत ज्वालाच नव्हे तर सामाजिक चळवळीतले एक पेटते, धगधगते जणू अग्निकुंडच होते. अशा वेळी गडाकटंगाचे आक्रमणही विसरून चालणार नाही. गोंड साम्राज्याची वीरांगना

महाराणी दुर्गावती मडावी ही युद्धनीतीत भलतीच पारंगत होती. अबूल फजल ह्या परकीय योद्ध्याने 'अकबरनामा' ह्या ग्रंथात तिची खरी प्रशंसा केली आहे. फजल म्हणतात, ''गढामंडाल्याची वीरांगना राणी दुर्गावती ही खरी बहाद्दूर नारी होती. तीर आणि बंदूक चालविण्यात तिची क्वचितच कुणी बरोबरी करीत असे.''[४]

गढामंडलाचे राज्य सुखी आणि समृद्ध बनलेले अकबर बादशहाला कसे खपेल? त्याने इ. स. १५६४ मध्ये आसफखानाला गढामंडल्यावर आक्रमण करण्यास सांगितले. मोठे सैन्य व फौजफाटा घेऊन येणाऱ्या आसफखानाला राणी दुर्गावतीने सहजतेने दोन वेळा पराजित करून धूळ चारली म्हटल्यावर चिडलेल्या अकबर बादशहाने दस्तुरखुद्द महाराणी दुर्गावतीवर तब्बल तीन वेळा हल्ला केला, आणि तीनही वेळा तो पराजित झाला. अशा राणीच्या राज्यात ५२ गड, ५७ परगणे व विशाल महिला सेना होती. सशक्त हत्तीदल, सुवर्णमुद्रा व विस्तीर्ण भू-भागाची स्वामिनी असणारी राणी दुर्गावती आदिवासी समाजाला दिशा, गती व प्रेरणा देणारी तर होतीच, शिवाय सामाजिक, ऐतिहासिक चळवळीतील स्वतंत्रपणे डौलाने फडकणारी आदिमस्वामिनी आणि शौर्यधैर्याची तेजस्वी पताकाही जरूर होती. अशा ह्या तळपत्या समशेरीला इतिहासकारांनी जाणीवपूर्वक बाजूला ठेवलेले दिसते.

'भारत छोडो' हा नारा प्रथम बिरसा मुंडाने दिला होता. नंतर सन १९४२ मध्ये त्याचाच उपयोग म. गांधींनी केला. मात्र इतिहासाच्या कूपमंडूक प्रवृत्तीला ते कसे बरे खपेल? त्यांनी कुठेही त्याची नोंद केलेली नाही. धमतरी, शिवनी, टुकिया, इंदरवेल, दक्षिण गोदावरी, बस्तर, सरगुजा, गढवा, रांची, पंचमहाल, खानदेश, केरळ, म्हैसूर, नाशिक, झारखंड तसेच मध्यप्रदेशमधील आदिवासी महिला इंग्रजांना 'चलेजाव, भारत छोडो' असे नारे देत प्राणपणाने लढल्या. रोहोतासच्या किल्ल्यावर झालेले मोगलांचे आक्रमण परतवून लावण्यासाठी 'उरॉव' जमातीच्या आदिवासी वीरांनी आपल्या सर्वस्वाचा होम केला होता. आदिवासी महिलांनी तेव्हा पुरुषवेश घेऊन शत्रूंशी तुंबळ युद्ध करून तीन वेळा पराभूत केले. त्याची आजही आठवण रहावी म्हणून 'उरॉव' जातीच्या स्त्रिया कपाळावर कुंकवाचे तीन ठिपके लावतात, तर बारा वर्षानंतर ह्या वीरांगना शिरावर पागोटे बांधून हातात शस्त्र घेऊन बाहेर पडतात, आणि 'जनी' शिकारीची प्रथा पाळतात.

आदिवासी समाज कायमच त्याग, तपश्चर्या, ज्ञान, वैराग्य, राष्ट्रभक्ती व निःस्वार्थी सेवावृत्ती ह्या गुणांनी संपन्न आहे, हे सत्य नाकारून चालणार नाही.

आजवर इतिहासकारांनी प्रस्थापितांशिवाय अन्य लोकांच्या पराक्रमाच्या कुठेही नोंदी केलेल्या नाहीत, ही मोठी खंत आहे. आदिवासी हे महान पराक्रमी, त्यागी, निष्ठावान आहेत, हे सत्य त्यांच्या कधी मनातही आले नाही. येथेच ह्या समाजाचा थोर आणि वास्तव इतिहास गाडण्याचे मोठे कारस्थान जात्यंध इतिहासकारांनी केले. आदिवासींच्या इतिहासाची पाने जाणीवपूर्वक कोरीच ठेवली. मात्र आज इतिहासाची पुनर्मांडणी होत असताना ती सुवर्णाक्षरांनी कोरली जाणार आहेत, ह्यात तिळमात्र शंका नाही.

❑

संदर्भ आणि टीपा :

१. गोविंद गारे, 'स्वातंत्र्यलढ्यातील आदिवासी क्रांतिकारक', श्रीविद्या प्रकाशन, पुणे, प्र. आ., पृ. क्र. ४-५.

२. विनायक तुमराम, 'धरतीअबा : जनचेतनेचे विद्रोही रूप', हरिवंश प्रकाशन, चंद्रपूर, प्र. आ. २०००, पृ. क्र. १३.

३. तुकाराम रोंगटे, 'आदिवासी साहित्य नियतकालिकातील', डिंपल प्रकाशन, वसई, प्र. आ. २००७, पृ. क्र. १४९.

४. गोविंद गारे, 'आदिवासी वीरपुरुष', श्रीविद्या प्रकाशन, पुणे, द्वि. आ. १९९४, पृ. क्र. ६६.

१७
आदिवासींची ग्रामदैवते : एक सांस्कृतिक संचित

लोकसाहित्य म्हणजे आदिवासी समूहाची गंगोत्री होय. ह्या पृथ्वीतलावर पहिला मनुष्यप्राणी अवतरला, तेव्हापासून त्याला काही घटिते मिळाली ती निसर्गाच्या सान्निध्यातूनच. आदिवासी जसा निसर्गाशी तादाम्य पावू लागला, तशी जीवसृष्टीतील सारी रहस्ये त्याच्या ध्यानी येत गेली. ऊन, वारा, पाऊस, डोंगर आणि आभाळ ह्यांनाच त्याने आपली पंचमहाभूते मानले आणि ह्यातच पृथ्वीतलावरचे सारे तत्त्वज्ञान सामावले असल्याची जाणीव त्याला झाली. पुढे त्याच्या दैनंदिन व्यवहारातूनच विविध गूढे उकलायला मदत झाली. निसर्गातील विविध शक्तींनाच त्याने आपली दैवते मानायला सुरुवात केली.

कडाडणाऱ्या विजेची, सोसाट्याच्या वाऱ्याची, मुसळधार पावसाची आणि क्षणात होत्याचे नव्हते करणाऱ्या अग्नीची शक्ती आदिवासींना समजल्याने त्यांनी प्रथम ह्या नैसर्गिक शक्तींना आपली दैवते मानून ते मनोभावे त्यांना शरण गेल्याचे दिसते. आपल्या प्राथमिक गरजा पूर्ण करताना आहार, निद्रा, भय आणि मैथुन ह्यांचे अनिवार्य महत्त्व त्याच्या ध्यानी येत गेले. त्यातूनच बलाढ्य प्राणी, वनस्पती आपल्या अंगाखांद्यावर वाढवणारा आणि वागवणारा डोंगरदेव झाला. नवीन धान्याचे उत्पादन करणाऱ्या कणसरी मातेला अत्यंत पवित्र भावनेने पूजले जाऊ लागले. पाण्याचे व्यवस्थापन व्हावे म्हणून पहारा करणाऱ्या जलदेवता (मावल्या), पाऊस पडावा म्हणून नारन देवाची, अन्नाचे उत्पादन करणाऱ्या धरतीमातेची आणि वीराची अशा आपल्या पूर्वजांची पूजाअर्चा करून हजारो वर्षांच्या सांस्कृतिक मूल्यांना जिवंत ठेवण्याचे काम आजपर्यंत झालेले पहायला मिळते. उदा., अहमदनगर मधील अकोले तालुक्यातील ग्रामदैवतांचा एक संचित ठेवा खालीलप्रमाणे पाहता येईल.

मातृदेवता

१. जाणुकाई –

अकोले तालुक्यातील देवीच्या नावावरून त्या गावाचे नाव जानकाई म्हणजे जाणुआईची वाडी असे पडले असून ही मातृदेवता आहे. ही देवी उंबर, जांभूळ, वड, पिंपळ, हिरडा, बेहडा अशा नैसर्गिक वनराईने नटलेल्या देवराईच्या बनात उंबराच्या बुंध्याशी तिची स्थापना केलेली दिसते. तिला साडीचोळी, बांगड्या, इतर आभूषणे परिधान करवून तिची पूजा केली जाते. तिला वनराईच्या बनातच का बसविले जाते? कारण जंगलाची, त्यातल्या त्यात वनौषधींची, तोड होऊ नये, जंगले राखली जावीत हा त्यामागील महत्त्वाचा हेतू दिसतो.

जाणुदेवी नवसाला पावते, ती जागृत देवता आहे, असा श्रद्धाळू, फसवा प्रचार आजपर्यंत झाल्याने अंधश्रद्धाळू भाविकांची तोबा गर्दी उसळते. ही देवता म्हणजे आंधळ्यांना दृष्टी देणारी अशी तिची भाविकांत ख्याती आहे. आपल्या ऐपतीप्रमाणे नवस बोलणारी माणसे सोन्याच्या, चांदीच्या, आणि वेगवेगळ्या धातूंच्या डोळ्यांच्या प्रतिमा आजही वाहताना दिसून येतात. आज सोन्या-चांदीचे भाव गगनाला भिडले असले तरी, देवीच्या परिसरातील अस्ताव्यस्त पडलेल्या डोळ्यांना चुकूनही कोणी स्पर्श करत नाही. जाणुआई बाबतची एक आख्यायिका आजही सांगितली जाते. एकदा चोरांनी सोन्या-चांदीचे डोळे चोरले आणि वाटणी करण्यासाठी एका विशाल वटवृक्षावर, बसतात न बसतात, तोच ते आंधळे होऊन खाली पडले आणि मृत्यू पावले. अशा आख्यायिकांमुळे गावगाड्यात एक सामाजिक फायदा होतो तो असा की, कोणी कोणाच्या वस्तूला सहज हात लावत नाहीत. व्यवहार सुरळीत चालू राहतो. येथील अंधश्रद्धा बाजूला काढल्यास बाकी जे उरते ते तेवढेच लोकसंचित असते.

२. जलदेवता मावल्या –

नदी, नाले, ओढे असे पाण्याचे साठे असलेल्या ठिकाणी मावल्यांचे वसतिस्थान आढळते. पाण्याचे नियोजन आणि व्यवस्थान करण्याचे काम ह्या देवतेकडे असल्याचे दिसून येते. पाण्याची बचत व्हावी म्हणून ही देवता अत्यंत जागरूक असल्याने जनमानसात तिच्याविषयी भीतियुक्त भावना असते. मावल्या ही मातृदेवता असून, तिचे उच्चाटन करण्यासाठी, तिला आपल्या काबूत ठेवण्यासाठी पुरुषप्रधान संस्कृतीतील देवांनी तिला हैराण करून तिच्यातील हे जलस्वच्छतेचे

पद काढून घेतल्याचे आपल्या निदर्शनात येईल. त्यामुळेच आज जनमानसातील भीती नाहीशी होऊन पिण्याच्या पाण्याच्या पाणवठ्यावर स्त्री-पुरुष आंघोळी करतात, कपडे धुतात. एवढेच नाही तर जनावरेदेखील धुतली जातात.

पूर्वी मुसळधार पाऊस पडत असल्याने ओला दुष्काळ पडायचा, सातवाकडी बसायची, लोक हैराण व्हायचे. अशा वेळी पावसाला कावलेले लोक त्याला थांबवण्यासाठी गाणे म्हणायचे-

उघड उघड पाण्या, तुही म्हतारी मेली
सागाच्या पाण्याखाली, झाकून नेली,
सागाचे पान गेले वाऱ्याने, म्हतारी नेली चोरानं,
चोराच्या हातातून निसटली, भुताळ्या कड्यावर आपटली,
भुताळ्या कड्याच्या मावल्या, चाटू घेऊन धावल्या,
चाटू पडला उताना, मावल्या हाणल्या भुतांना.[१]

ह्या गीतातून मावल्यांचे वसतिस्थान म्हणजे त्यांचे स्थानमाहात्म्य कमी होऊन भुताने म्हणजे पुरुषांनी महादेवता जलदेवतेची हकालपट्टी करून ते स्थान आपल्या ताब्यात घेतले, असा सरळ सरळ त्याचा अर्थ घेतला जातो. तेव्हापासून मातृसत्तेचे राज्य जाऊन पुरुषांची सत्ता आल्याचे मानले जाते.

३. मासोळी देवता -

एकदा भयंकर वादळ होऊन सोसायट्याचा वारा सुटला आणि मुसळधार पाऊस इतका झाला की, गावेच्या गावे पाण्याखाली गेली. सर्व दऱ्या-कपारी पाण्याने भरून गेल्या. सावरकुटे आणि तेरूंगणच्या हद्दीत एक घाट असून त्या घाटाच्या निम्म्या भागापर्यंत पाणी कमी झाले. पायवाटा मोकळ्या झाल्या आणि काय आश्चर्य! एका खिंडीत एक भला मोठा मासा अडकून पडलेला लोकांना दिसला. सर्वजण मासा पाहण्यासाठी धावले. त्या दिवसांपासून त्या घाटाला घाट म्हणून नाव पडले. शिवाय त्या जागेवर दैवी लीला झाली म्हणून लोकांनी मासोळी देवतेचे मंदिर बांधले. आजही लोक त्या देवतेची पूजा करतात. पाऊस पडू दे पण पोटापुरता, जलप्रलय नको, अशी प्रार्थना करतात. मासोळी हीदेखील जलदेवता म्हणून तेथील लोकांनी विचारात घेतली आहे. कारण माशाला पाण्याशिवाय राहता येत नाही. म्हणून तो पावसाळा आमंत्रित करण्याचे काम करतो, असा जनमानसाचा समज आहे.[२]

४. कळसूबाई मंदिर :-

महाराष्ट्रातील सर्वोच्च शिखर म्हणून ह्या मातृदेवतेची ख्याती आहे. सर्वात उंच जागी बसून तिचे लक्ष आपल्या समाजाकडे आहे. ही देवता स्त्रियांना जेवढी जवळ करते, तेवढीच पुरुषांनाही करते. आपण सर्वजण तिची लेकरे आहोत, असेही सर्वांना वाटते. अशा कळसाईची स्थानिक दंतकथा सांगितली जाते. कळसा ही एका गरीब महादेव कोळ्याची मुलगी. तिला रानावनांत भटकण्याची फार हौस. एकदा फिरत फिरत ती इंदौर ह्या गावी आली. तेथे ती एका कुटुंबात भांडी घासणार नाही, झाडलोट करणार नाही, ह्या अटीवर राहिली. मात्र एके दिवशी तिला वरील कामे सांगितली गेली. तिने ती केली. परंतु काम होताच तिने घर सोडले आणि उंच डोंगरावर जाऊन कायमची थांबली. तिची आठवण म्हणून तिने भांडी घासली त्या जागेला 'थाळेमेळ' व केर काढला त्या जागेला 'काळदरा' अशी नावे आहेत. आज शिखरावर कळसूबाईचे छोटेखानी मंदिर आहे. डोंगराच्या माचीवर एक विहीर आहे. तिचे पाणी थंडगार असून ते कधीही आटत नाही. मात्र कोणी उष्टे हात धुतले अथवा उष्टे अन्न पाण्यात टाकले, तर ते पाणी आटून जाते, असा आजही आदिवासींचा समज आहे.[३]

तसेच एक कथा अशीही सांगितली जाते की, एकदा कळसाईचे आणि तिच्या भावाचे कडाक्याचे भांडण झाले. तो रागाने जाऊन कड्यावरून ऊडी मारणार, तेवढ्यात कळसाने हाक मारली आणि त्याला पकडण्यासाठी ती धावली. तोवर त्याचा एक पाय कडेच्या लाळेवर आणि दुसरा हवेत. कळसाईने त्याला तिथेच पकडून ठेवले. आजही तो त्याच अवस्थेत तरंगून आहे. ही भावाबहिणीची कहाणी आजही सांगायला लोक विसरत नाहीत.[४]

५. जाखुआई -

ही देवता गावाच्या वेशीवर अतृप्त शक्तींना रोखण्याचे काम करते. आपल्या गावाला शांती, सुखसमृद्धी मिळावी म्हणून गावकऱ्यांनी मोठ्या विश्वासाने जाखुआईला नवससायास करून जिंकलेले असते. त्यामुळे आपल्या गावातील लहानथोरांवर ती तेवढीच माया करते. परगावचा माणूस कोणी त्या गावात प्रवेश करतो, त्याआधी त्याला ह्या गावदेवीची परवानगी घ्यावी लागते. ही गावची पांढरी म्हणून ओळखली जाते. तिचे व्रत बरेच कठीण असते. ह्याव्यतिरिक्त जोखाई, मरिआई, प्रकृतिदेवता, रासदेवता, अग्निदेवता, गायगुजी, कृषिदेवता,

सुपली देवता इ. देवतांचा पूजाविधी आदिवासींमध्ये संपन्न होतो.

पितृदेवता

१. बडादेव –

ही संकल्पना निसर्ग धर्मभावनेतून विकसित झाली असून, निसर्गात राहणारा आणि निसर्गातील विविध अलंकार परिधान करणारा असा बडादेव आपल्याइतकाच भोळा आहे, नाहीतर तो जंगलात राहिलाच नसता, अशी आदिवासींची समजूत आहे. भारतातील सर्व आदिवासी जमाती ह्या देवतेची पूजा करतात. रावण देखील शंकराचा भक्त होता. त्याचे कारण म्हणजे बडादेव 'रक्ष' संस्कृतीचा पालनकर्ता होता. सृष्टीचा निर्माता म्हणूनही त्याच्याकडे बघितले जाते. महादेव कोळी हे शंकराचे परमभक्त समजले जातात. त्यावरूनच त्यांचे नाव पडले असावे, असेही सांगितले जाते. त्याबद्दलची आख्यायिका सांगितली जाते की, एक ब्राह्मण आणि दुसरा निषाद असे दोन भक्त नित्यनियमाने महादेवाची पूजा करायचे. ब्राह्मण भक्त त्याच्या पद्धतीने पूजा करी, देवाला नैवेद्य देई. ब्राह्मण भक्त स्वतःला श्रेष्ठ समजत असे. एकदा बडा देवाने दोन्ही भक्तांची परीक्षा घेण्याचे ठरविले.

पूजेच्या वेळी दोन्ही भक्त देवळात हजर असताना बडादेवाने चमत्कार दाखविला. एकाएकी देऊळ हलू लागले व ते पडण्याचा आभास निर्माण केला. वीज कडाडावी तसा मोठा आवाज झाला. ह्या भीतीने ब्राह्मण भक्ताने तेथून पळ काढला. निषाद भक्ताने मात्र देऊळ पडल्यावर महादेवाची पिंड उद्ध्वस्त होईल म्हणून पिंडीला कवटाळून धरले. ह्या प्रसंगामुळे महादेव निषाद भक्तावर खूश झाले आणि म्हणाले, 'तूच माझा खरा आणि निःस्वार्थी भक्त आहेस.'[६]

२. वाघदेव –

निसर्गाची पूजा हा खरा आदिवासींचा धर्म. वाघदेव हे त्याचे उत्तम प्रतीक आहे. ज्या शक्तीच्या प्रभावामुळे हिंस्र श्वापदांपासून त्यांचे, त्यांच्या गाई-गुरांचे संरक्षण होते, ती शक्ती वाघ्यात आहे असे आदिवासी आजही मानतात. वाघ देवाचा उत्सव पौष महिन्यामध्ये साजरा केला जातो. ह्यालाच 'वाघबारस' म्हणतात. एक महिना अगोदर आदिवासींचे सर्व देव जंगलात पारधीला गेलेले असतात. ते ह्याच दिवशी घरी परत येतात, अशी त्यांची समजूत असल्याने ह्या दिवसाला अनन्यसाधारण महत्त्व आहे.

वाघ हा खरेतर भक्षक देव, मात्र त्यालाच मित्र बनवून रक्षक केल्याचे दिसते. त्यामुळे वाघ्याची देवस्थाने प्रत्येक गावाच्या जवळ असतात. वाघबारस म्हणजे वाघ देवाचा जन्मदिवस साजरा कण्याची पद्धत आदिवासींत दिसते. वाघबारसीच्या निमित्ताने लोक शेतीतील कामे बंद ठेवून त्या दिवशी नवीन कपडे परिधान करून गुराख्यांसोबत आनंदोत्सव साजरा करतात. सर्वांना गावजेवण दिले जाते. गावातील प्रमुख मंडळी ते आबालवृद्धांपर्यंत सर्वजण गाई-वासरांची पूजा करतात. वाघ्याला नैवेद्य देऊन गावदेवीच्या समोर शेकोटी पेटवून करमणुकीचे कार्यक्रम केले जातात. त्या वेळी गुराखी वाघ, अस्वल, लांडगा, कोल्हा अशी रूपे घेतलेल्या प्राण्यांना दुसरे गायखे विचारतात; 'आमच्या शिवारात येशील का? डांगर भाकरी खाशील का? आमच्या गुरांना त्रास देशील का?'[७] रूपे घेतलेले गुराखी 'नही नही' म्हणून पळतात. हा सण म्हणजे 'नाट्यविधी' म्हणूनही साजरा केला जातो. प्राणी बनलेल्या गुराख्यांना ते म्हणतात, ''तू जंगलचा राजा आहेस, आम्हाला जंगलात सुखानं नांदू दे, अन् तुही सुखानं रहा.'' अशी प्रार्थना करतात, त्यामुळे वाघदेव प्रसन्न होतो अशी आदिवासींची धारणा दिसते.

३. बहिरोबा –

अकोले तालुक्यातील शिरपुंजाचा आणि अबिट खिंडीचा बहिरोबा ही दैवते महादेव कोळ्यांची जागृत देवस्थाने म्हणून ओळखली जातात. नवरात्रीच्या पहिल्या दिवशी बहिरोबाची वाट जाते. हा देव डोंगरावर राहत असल्यामुळे सभोवतालच्या वृक्षराईने डोंगर वेढला आहे. नवरात्रीच्या शुभ मुहूर्तावर ह्या देवाची यात्रा भरते. संपूर्ण महाराष्ट्रातून देवाला तळीभंडार वाहण्यासाठी भाविक गर्दी करतात. त्या दिवशी देवाला प्रसाद लावले जातात. घर बांधण्यासाठी जागा योग्य आहे का? लग्नमुहूर्त, प्रवास कराण्यासाठी योग्य वेळ अशा कितीतरी शुभ कामांना सुरुवात करण्यापूर्वी देवाची परवानगी घेतली जाते. देवाचा पुजारी पहाटेच गवताची एक पेंढी तयार करून आणतो आणि प्रत्येकाचे म्हणणे ऐकून ती पेंढी देवाच्या खांद्यावर चिटकवतो. ती उजवीकडे पडली तर देवाने प्रसाद दिला असे समजतात. ती डावीकडे पडली तर अडचण आहे आणि चिकटून राहिली तर देव परवानगी देत नाही. अशी त्यांची धारणा दिसते. आज २१ व्या शतकातही ही अंधश्रद्धा टिकून आहे. ती मोडून काढणे काळाची गरज वाटते.

४. कठ्याची यात्रा –

अकोले तालुक्यातील कवठवाडी ह्या गावी बिरोबाचे हे देवस्थान एक जागृत देवस्थान म्हणून ओळखले जाते. चैत्र महिन्यात ह्या देवस्थानची मोठी यात्रा भरते, मुंबई-पुण्यापासून ते गावपातळीवर असलेले गावकरी देवाला नवस- बोली फेडण्यासाठी येतात. आपल्या कुटुंबाची भरभराट व्हावी, मूल व्हावे, गरिबी नाहीशी व्हावी, समृद्धी यावी ह्यासाठी त्या दिवशी रांजणाच्या आकाराच्या चोहोबाजूंनी छिद्र असलेल्या माठाची मिरवणूक काढून त्यामध्ये लाकडे आणि रॉकेल टाकून पेटवतात. ज्या भक्ताच्या अंगात येते तो डोक्यावर माठ घेऊन मंदिराला प्रदक्षिणा मारतो. त्याच्या अंगाखांद्यावरून गरम तेलाचे ओघळ वाहतात. मात्र चटका बसत नाही. कारण देवच त्याचे रक्षण करतो, अशी आख्यायिका आहे. मात्र अजूनही परिवर्तनवादी विचार घेऊन त्यांच्यापुढे कोणी आलेला नाही, ही इथली शोकांतिकाच म्हणावी लागेल.

५. वीर –

शूरवीर असलेले आपले पूर्वज जिथे मृत्यू पावले असतील, तेथून जवळच मालकीच्या जमिनीत त्यांचे थडगे उभे करतात. त्यांच्या कार्याची, विचारांची स्मृती राहावी म्हणून प्रत्येक वर्षी त्यांची पूजा केली जाते. त्याचबरोबर आदिवासी नागदेव, डोंगरदेव, पानदेव, चंद्र, सूर्य, नक्षत्रे, आकाशातील विविध बदलांनाही देव मानतात.

रामायण-महाभारतातसुद्धा स्थलदैवत माहात्म्य दिसून येते. आदिवासी वाल्मीकीला आपला आद्य पूर्वज मानतात. रंध्याजवळ तातोबाची कुटी असून तेथेच त्याचा मठ आहे. जवळच त्राटिकादरा नावाचे ठिकाण असून तेथे राम- त्राटिका ह्यांचे युद्ध झाल्याचे लोक सांगतात. रामायणात ज्याचा उल्लेख 'कोदंड' अरण्य असा येतो, ते स्थान म्हणजे आजचे 'कोदणी' गाव होय. तिथे जवळच सीतेची पावले असलेला एक दगड आहे. महाशिवरात्रीला तेथे यात्रा भरते.

काही अंतरावर असलेले तेरूंगण हे गाव. ह्या गावी तहान लागली असता रामाने बाण मारून रिंगण केले. पुढे रिंगणाचेच अपभ्रंश होऊन तेरूंगण असे झाले. काही अंतरावर असलेल्या पट्टा किल्ल्याचा उल्लेख येतो. त्या किल्ल्याचा सुळका जटायू पक्षासारखा दिसतो. त्याच्याकडे बोट दाखवून लोक आजही सांगतात की, रावण सीतेला पळवून नेत असताना जटायूने रावणाला अडविले. त्यामुळे रावणाने

जटायूला घायाळ केले. जटायूने रामाचा धावा केला. रामाने पंचवटीतून बाण मारला आणि तेथे पाण्याचा प्रवाह निर्माण केला. त्या पाण्यावर जटायूची तहान तृप्त झाली. त्या ठिकाणाला 'सर्वतीर्थ' आणि गावाला 'टाकेद' असे नाव पडले. आवंढा पट्टा किल्ल्याचा उल्लेख भावार्थ रामायणात ओवी क्र. १४६ मध्ये आला आहे.

रावणाचा छेदिला अंगुठा, पक्षी पट्टा,
भिंबंकीच्या निकटवाटा, आवंढा पट्टा प्रसिद्ध

असे कितीतरी उल्लेख बघायला मिळतात.

आदिवासी संस्कृतीतून नागरी संस्कृतीत हायजॅक केलेल्या देवांचा इतिहास पाहिला, तर आदिवासी हे हिंदू नसतानाही, त्यांना 'मागासलेले हिंदू', 'रानटी', 'असंस्कृत' पासून ते 'वनवासी' पर्यंत अशा कितीतरी उपाध्या मिळाल्या. त्यामुळे त्यांच्या भूप्रदेशामध्ये हिंदू धर्माच्या प्रचारार्थ हिंदूची अनेक दैवते पोचली. उदा., इंद्र, ब्रह्मदेव, राम, दत्त, हनुमान, सरस्वती, लक्ष्मी, विष्णू, कृष्ण, गणपती इ. देव आपलेच आहेत असे आदिवासींना सांगून त्यांना त्यांच्या पूजेला जुंपले जात आहे. तो अधिकाधिक अंधश्रद्धाळू कसा राहील, हे पाहिले जात आहे.

मात्र, ज्यांच्यामुळे भारत देशाची संस्कृती संपूर्ण जगात श्रेष्ठ समजली जाते, त्या आदिवासींच्या खऱ्या देवता म्हणजे चंद्र, सूर्य, तारे, धरित्री, पाऊस, नदीनाले, पशु-पक्षी, वृक्ष, वनस्पती. ह्यांच्यामुळेच आज तो त्याची मौल्यवान संस्कृती टिकवून आहे. त्यांच्यामुळेच जर 'निसर्ग वाचवा' एवढं जरी जगाला कळाले, तरी तो आदिवासी संस्कृतीचा विजय असेल, एवढे मात्र निश्चित.

❑

संदर्भ आणि टीपा :

१. डॉ. संजय लोहकरे, 'रानपाखरांची गाणी', फडकी प्रकाशन, प्र. आ., २००७, पृ. क्र. २७.
२. डॉ. गोविंद गारे, 'सह्याद्रीतील आदिवासी : महादेवकोळी', आदिम साहित्य, पुणे, द्वि.आ. २००३, पृ. क्र. ४५.
३. तत्रैव, पृ. क्र. ४४.
४. डॉ. सुरेखा रोंगटे, 'आदिवासींची शेती आणि सामाजिक स्थिती', ज्ञानसूर्य प्रकाशन,

प्र. आ. २०११, पृ. क्र. ५२.

५. किसनराव साबळे, 'आठवणीतील दिवस', महासंघवार्ता, पुणे, दिवाळी विशेषांक २००१, पृ. क्र. २१.

६. डॉ. सुधीर कोठावदे, 'मावची समाज आणि संस्कृती', आशापुरी प्रकाशन, प्र. आ. २०००, पृ. क्र. ७४.

७. माणिक शेवाळे, 'सह्याद्रीच्या कुशीत', प्र. आ. १९९७, पृ. क्र.११०.

परिशिष्ट
आदिवासी बोलीतील शब्द व त्यांचे अर्थ

अ

१. आचडा – खराखुरा
२. आवंजी – स्त्रियांची संसाराव्यतिरिक्त भविष्याच्या दृष्टीने बाजूला काढलेली बेहिशोबी पुंजी

उ

३. उतील – मुजोर, माजलेले

ख

४. खोपाट – गवती झोपड्या

ग

५. गागणे – बोलविणे
६. गायखे – गुराखी
७. गोटूल – तरुण-तरुणीचे संस्कार केंद्र, युवागृह

च

८. चाटू – लाकडी वगराळे
९. चिल्हाटी – एक वनस्पती

ज

१०. जुतणे – जुंपणे
११. जंगोरायताड – गोंड जमातीची देवता

झ

१२. झावळा – अंधार, संध्याकाळ
१३. झुंजरूक – अंधार

ट

१४. टोटाम – बेडकाचे डराव–डराव ओरडणे
१५. टोटेम – कुलचिन्ह
१६. टोल्या – वाड्या(घरांची वस्ती), पाडे
१७. टोवणी – जमिनीत भोके पाडण्यासाठी वापरण्यात येणारी
     अणकुचीदार काठी

ड

१८. डांगर – भोपळा

त

१९. ताडम – आदिवासींचे एक वाद्य

द

२०. दयाज – हुंडा (वराने वधूला वधूमूल्य म्हणून काही जिन्नस/रक्कम
     देणे)
२१. दस्यू – राक्षस
२२. दळा – उतारावरची शेती

ध

२३. धवलेरी– लग्न लावणारी स्त्री
२४. धायटी – एक वनस्पती
२५. धावडा – एक वनस्पती

प

२६. पाचपावली – मुलाच्या जन्मानंतर पाच दिवसांनंतर करायचा
     विधी
२७. पास्वान – रखवालदार, पहारेकरी

फ

२८. फाग – होळी
२९. फैल – १०–१५ स्त्री-पुरुषांचा एक गट

ब

३०. बरड – तण
३१. बाळगी – छोट्या बाळांचा संभाळ करणारी मुलगी/मुलगा
     (पाळणाघर)

परिशिष्ट – आदिवासी बोलीतील शब्द व त्यांचे अर्थ । १९९

३२. बुलहाळपेन - शिवशंकर

३३. बोहडा - मुखवटाधारी विधिनाट्य

भ

३४. भानवस - चुलीचा मागील भाग

म

३५. माराजा - मारून टाक जा

३६. मावल्या - जलदेवता (नदी, नाले सार्वजनिक पाणवठे खराब होऊ नयेत म्हणून अशा देवतेची योजना)

३७. मोहतूर - दुसरे लग्न

व

३८. वडवू - वडाचे झाड

३९. वरंगळ - भाताची एक जात

४०. वान - चेहरा, तोंड

४१. वायंडं - बिनकामी

४२. व्हलपाटी - उडी मारणे

स

४३. सर्वा - शेतीतील पीक काढून घेतल्यानतर शेतीमध्ये राहिलेल्या ओंब्या

४४. सायर - एक वनस्पती

४५. सांगला - सांगितले

ह

४६. हिवून - थंडीने गारठून

❑

परीचय

डॉ. तुकाराम बारकू रोंगटे
एम.ए., एम. फिल, पीएच.डी
जन्म :- १ जून १९७१, सावरकुटे, अकोले, जि. अहमदनगर
व्यवसाय :- सहयोगी प्राध्यापक, मराठी विभाग, पुणे विद्यापीठ, पुणे - ७

प्रकाशित ग्रंथ

१. आदिवासी कवितेचा उष:काल आणि सद्य:स्थिती (वैचारीक २००७)
२. आदिवासी साहित्य : नियतकालिकातील (संशोधन २००७)
३. आदिवासी आयकॉन्स (व्यक्तिचित्रे २०११)
४. साहित्य गोंदण (संपादित २०११)
५. चौकटीबाहेचे जग भाग १ व २ (संपादित २०११)
६. लोकसाहित्य : कला आणि संस्कृती (संपादित २०१३)

साहित्यिक व सामाजिक कार्य

➢ सह-संपादक, फडकी (मासिक), अकोले.
➢ अध्यक्ष, भारतीय आदिवासी साहित्य परिषद, पुणे.
➢ अशासकीय सदस्य, आदिवासी संशोधन व प्रशिक्षण संस्था, महाराष्ट्र शासन, पुणे.
➢ 'डॉ. गोविंद गारे यांच्या प्रथम स्मृतिदिनानिमित्त 'आदिवासी साहित्य विशेषांक' २००७ चे संपादन
➢ 'क्रीडाक्षेत्रातील प्रपात प्रा. शिवाजीराव दिघे गौरव विशेषांक' २०११ चे संपादन
➢ अनेक राज्यस्तरीय, राष्ट्रीय चर्चासत्र, परिसंवादांमध्ये निमंत्रित, शोधनिबंधाचे वाचन.

पुरस्कार/सन्मान

➢ राष्ट्रीय क्रासकन्ट्री स्पर्धा, नवी दिल्ली, प्रथम क्रमांकाचे मा. राष्ट्रपतींचे 'सुवर्णपदक' प्राप्त (१९९३-९४)
➢ वसंतराव नाईक प्रतिष्ठान, मुंबई 'महाराष्ट्राच्या सुपुत्रांचा सन्मान' हा १९९४ चा सन्मान प्राप्त.
➢ जयहिंद लोकचळवळ, महाराष्ट्र राज्य क्रीडा क्षेत्रातील 'प्रेरणा सन्मान' २००६
➢ आखिल भारतीय आदिवासी विकास परिषद, नवी दिल्ली यांचा डॉ. गोविंद गारे स्मृती प्रीत्यर्थ 'क्रीडा क्षेत्रातील योगदान पुरस्कार' - २००७
➢ 'आदिवासी आयकॉन्स' या ग्रंथाला फडकी फाऊंडेशन, अकोले यांचा 'गोविद गारे स्मृती साहित्य पुरस्कार' २०१२
➢ दौंड तालुका डॉ. बाबासाहेब आंबेडकर कार्यकारी समिती, दौंड, पुणे यांचा 'आदर्श शिक्षक पुरस्कार' २०१३